ओशो

माझे माझ्यापाशी काही नाही

माझे माझ्यापाशी काही नाही

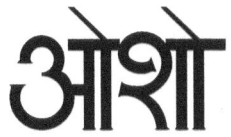

अनुवाद

भारती पांडे

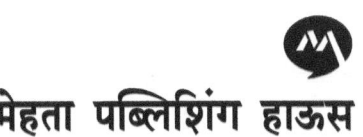

मेहता पब्लिशिंग हाऊस

'**MAAZE MAZYAPASHI KAHI NAHI**' is also available as a print edition
ISBN 9788177666786
This book is a translation, in Marathi, of (Chapters 6-10) of *Kahe Kabir
Diwana*, a series of original talks by Osho, given to a live audience. All of
Osho's talks have been published in full as books, and are also available as
original audio recordings. Audio recordings and the complete text archive can be
found via the online OSHO Library at
www.osho.com/library
Translated in Marathi Language by Bharati Pande

माझे माझ्यापाशी काही नाही / वैचारिक

अनुवाद : भारती पांडे
Email : author@mehtapublishinghouse.com

मराठी अनुवादाचे व प्रकाशनाचे हक्क मेहता पब्लिशिंग हाऊस, पुणे

प्रकाशक : सुनील अनिल मेहता, मेहता पब्लिशिंग हाऊस,
१९४१, सदाशिव पेठ, माडीवाले कॉलनी, पुणे ४११ ०३०.

मुखपृष्ठ : चंद्रमोहन कुलकर्णी

प्रकाशनकाल : जुलै, २००६ / जून, २०११ / पुनर्मुद्रण : डिसेंबर, २०१६

P Book ISBN 9788177666786
E Book ISBN 9789386342355
E Books available on : play.google.com/store/books
                       www.amazon.in/b?node=15513892031

अनुक्रमणिका

अवधू जोगी जग थैं न्यारा ।
मुद्रा निरति सुरति करि सींगी नाद न षंडै धारा ॥
बसै गगन मैं दुनि न देखे, चेतनि चौकी बैठा ।
चढ़ि आकाश आसण नहिं छाड़ै, पीवै महारस मीठा ॥
परगट कंथा माहै जोगी, दिल मैं दरपन जोवै ।
सहंस इकीस छह सै धागा, निश्चला नाकै पोवै ॥
ब्रह्म अगनि में काया जारै, त्रिकुटी संगम जागै ।
कहै कबीर सोई जोगेस्वर, सहज सुंनि लौ लागै ॥

प्रवचन पहिले

जोगी जग थै न्यारा

जीवन ही एक मातीची पणती आहे, पण त्यामधली ज्योत मातीची नाही आहे, चिन्मयाची आहे. दिवा पृथ्वीचा, ज्योत आकाशाची. दिवा वस्तूचा, ज्योत परमात्म्याची. दिवा हा एक अपूर्व संगम आहे.

हे नीट समजून घ्या कारण तुम्हीही मातीचा एक दिवा आहात. पण तो तुमचा शेवट नाही आहे. जर तुमचा शेवट नाही आहे, जर तुम्ही असं मानून टाकलंत की तुम्ही फक्त एक मातीचा दिवा आहात तर तुम्ही जीवनाची सार्थकता आणि सत्य यांच्यापासून वंचित राहाल.

दिव्याची जरुरी आहे हे खरं पण ज्योतीच्या असण्यासाठी त्याचं महत्त्व आहे. ज्योती नसेल तर दिव्याचा काय अर्थ? ज्योती हरपून गेली तर दिव्याची काय किंमत असणार? ज्योती नसेल तर दिव्याचं काय कराल?

ज्योतीची स्मृती राहील, ज्योती निरंतर आकाशाच्या दिशेनं उठत राहिली तर दिवा ही शिडी ठरेल आणि तुम्ही तेव्हा दिव्याचे आभार मानू शकाल. ज्या कुणी आत्म्याला जाणलं ते शरीराला धन्यवाद देण्यास समर्थ होऊ शकतात. ज्यांनी आत्म्याला जाणलं नाही ते एक तर शरीराचं सांगणं ऐकून त्याप्रमाणे जगत राहिले, ज्योत दिव्याच्या मागे जात राहिली आणि सतत खोल खोल अशा अचेतन मूर्च्छित अवस्थेमध्ये ते पडत राहिले. किंवा मग ज्यांनी आत्म्याला जाणलं नाही ते उगाचच व्यर्थच शरीराशी, दिव्याशी संघर्ष करत राहिले. जो मित्र होऊ शकला असता त्याला शत्रू बनवून टाकलं.

ज्यांना तुम्ही संसारी म्हणता ते पहिल्या प्रकारचे लोक आहेत - ज्यांच्या अंतरातला परमात्मा त्यांच्या बाहेरच्या खोलीचं अनुकरण करतो आहे, ज्यांनी गाडीच्या मागे बैल जुंपले आहेत आणि बैल गाडीबरोबरच फरफटले जात आहेत, ज्यांनी क्षुद्राला पुढे घेतलं आहे आणि विराटाला मागे, त्यांच्या जीवनात दुःखच दुःख असलं तर त्यात आश्चर्य नाही.

ज्यांना तुम्ही भोगी म्हणता ते हे संसारी लोक आहेत. यांच्या अगदी उलट दिशेला उभे आहेत तथाकथित योगी, धार्मिक लोक. ध्यानात ठेवा, मी त्यांना तथाकथित योगी म्हणतो आहे. कारण ते नावापुरतेच योगी आहेत. त्यांनी गाडी आणि बैल यांच्यामध्ये संघर्ष निर्माण करून ठेवला आहे, त्यांनी ज्योत आणि दिवा यांच्यामध्ये शत्रुत्व निर्माण करून ठेवलं आहे. त्यांनी आत्मा आणि शरीर यांच्यामध्ये एक कलह उभा केला आहे. एक संघर्ष उभा करून ठेवला आहे.

भोगी तर गोंधळलेला आहेच. तुमचा तथाकथित योगीही भोग्याहून फार वेगळा नाही आहे. खरं म्हणजे योगी कोण आहे?

खरा योगी तोच आहे ज्यानं दिव्याचा उपयोग ज्योत प्रज्वलित करण्यासाठी

केला आहे. ज्यानं दिव्याशी शत्रुत्वही केलं नाही किंवा दिव्याच्या मार्गानं गेलाही नाही, बैलही गाडीच्या मागे जुंपले नाहीत किंवा गाडी आणि बैल यांच्यामध्ये कोणत्याही प्रकारचा कलहही निर्माण केला नाही. उलट एक सामंजस्य साधलं, एक सहयोग निर्माण केला.

हा सहयोग अतिशय कठीण आहे हे तर खरंच. कारण ज्योत जाते आकाशाच्या दिशेनं. ती आकाशाची आहे - आकाशाकडे जाते. दिवा मातीचा आहे, मातीमध्येच पडून राहतो. दोघांचे पैलू वेगवेगळे आहेत. दोघांचे प्रवास अगदी भिन्न मार्गांचे आहेत. तरीही दिवा आणि ज्योत यांच्यामध्ये एक संगम आहे. तसाच संगम साधणं म्हणजे योग - शरीर आणि स्वत:मध्ये - मृण्मय आणि चिन्मयमध्ये.

चिखलामध्ये कमळ जन्म घेतं. तुमच्या शरीराच्या चिखलामध्ये तुमच्या आत्म्याचं कमळ निर्माण होईल. चिखलाशी वैर करू नका नाही तर कमळ निर्माणच होणार नाही. चिखल आणि कमळ कितीही वेगवेगळे दिसोत, अंतरामध्ये त्यांचा घनिष्ट सहयोग आहे. चिखल कितीही घाणेरडा वाटू दे - काय संबंध असणार त्याचा कमळाशी - कमळ किती सुंदर, अपूर्व सुंदर, रेशमासारखं कोमल, अद्वितीय. कुठे दुर्गंधानं भरलेला चिखल आणि कुठे कमळाचा सुगंध. दोघांमध्ये काहीच नातं दिसत नाही.

आणि जर तुम्हाला ठाऊक नसेल आणि कोणीतरी चिखलाचा एक ढीग केला आणि कमळाच्या फुलांचा एक ढीग केला आणि तुम्हाला विचारलं की या दोहोंमध्ये काही संबंध दिसतो आहे का? तर तुम्हीसुद्धा हेच म्हणाल - या दोहोंमध्ये कसला संबंध? चिखल कुठे आणि कमळ कुठे! पण तुम्हाला माहीत आहे की चिखलातच कमळ निर्माण होतं. मृण्मयातच चिन्मयाचा जन्म होतो.

चिखलामध्ये कमळ उमलतं याचा अर्थच असा आहे की चिखलाच्या अंतरात कमळ लपलेलं आहे. नाही तर त्याचा जन्म कसा होईल? याचा अर्थच असा होतो की वरवर चिखल घाणेरडा दिसला तरी आतून तो कमळासारखा असणार. याचाच अर्थ असा की दुर्गंध ही बाहेरची, वरवरची ओळख आहे. सुगंध हा आतला, अंतरातला परिचय आहे.

तुम्ही फक्त शरीराकडेच पाहिलंत तर तुम्ही चिखलाशीच थांबून राहाल आणि कमळाची ओळख होणारच नाही. जर तुम्ही शरीराशी शत्रुत्व केलंत, शरीराला दडपून टाकण्यात, शक्तिहीन करण्यात गर्क झालात तरीही तुम्ही वंचित राहाल कारण त्या संघर्षामुळे कमळ निर्माणच होणार नाही. कमळ निर्माण होतं ते चिखलाशी सहयोग केल्यामुळे.

या सहयोगाचं नाव योगाची कला असं आहे. अस्तित्वाच्या द्वैतामधील अद्वैताचा शोध घेण्याची कला म्हणजे योग. जिथे दोन दिसतील - अगदी एकमेकांच्या

विरुद्ध असे - तिथेही एकाचाच सेतू पाहणं, एकाचाच संबंध पाहणं हीच योगाची परम दृष्टी आहे.

म्हणूनच मी सतत सांगत असतो की तुमच्यामध्ये लपून असलेला कामच तुमच्या अंतरातला राम बनेल. तुमच्या अंतरातली संभोगाची वासनाच तुमच्या आत्यंतिक उमलण्याच्या क्षणामध्ये तुमची समाधी अवस्था होऊन जाईल. तुमचा चिखल तुमचं कमळ होणार आहे.

झगडू नका, सावरून घ्या. नाही तर तुम्ही हाणामारीच्या मागे लागाल. शरीराला कष्ट देणं ही एक प्रकारची हिंसा आहे. आणि शरीराला कष्ट देणं हे एक प्रकारचं घोर अज्ञान आहे. कारण अस्तित्व कोणत्याही निरर्थक गोष्टीला निर्माणच करत नाही. तुम्हाला कितीही निरर्थक वाटू दे एखादी गोष्ट. अस्तित्वाला निरर्थक गोष्ट निर्माण करणं माहीतच नाही. म्हणूनच तर आपण अस्तित्वाला परमात्मा म्हणतो. कारण अस्तित्व म्हणजे काही आंधळेपण घडून आलेला योगायोग नाही, एक सुनियोजित यात्रा आहे. अस्तित्व म्हणजे काही आंधळेपणाने सैरावैरा धावत सुटणं नाही आहे, एक नियती आहे. एक परम ऋतू, एक परम नियम हे सर्व घडवतो आहे. इथे काहीही निरर्थक नाही.

तुमचा काम, तुमची कामवासना निरर्थक नाही आहे. ज्यांनी तुम्हाला असं सांगितलं आहे ते निर्बुद्ध आहेत. तुमची कामवासना तुमचं परम जीवनही नाही आहे. तिथेच थांबून राहिलात तरी मरून जाल, तिच्याशी झगडलात तरीही संपून जाल. त्याच्या वरच्या पायरीवर जायचं आहे, आणि तिलाच शिडी बनवून वर जायचं आहे. तिच्यावरच्या पायरीवर जायचं आहे. तिचं सहकार्यच मिळवायचं आहे. तिच्याच पलीकडे जायचं आहे. तिच्यावर विजय मिळवून जायचं आहे हे निश्चित, पण संघर्षानं नाही, अत्यंत प्रेमपूर्वक, कलात्मक वर्तनानं.

परंतु तुमच्या समजुतीप्रमाणे तुम्हाला खूप वेळा असं वाटेल - क्रोधाचा काय उपयोग? कापून काढा.

तुम्ही शरीरशास्त्राच्या तज्ज्ञांना विचारलंत तर तेही सांगतील की शरीरामध्ये अशा अनेक गोष्टी आहेत, ज्यांचा काही उपयोग नसतो. त्यांनाही खरी गोष्ट माहीत नाही. डॉक्टर किती सहजपणे अपेंडिक्सचं ऑपरेशन करतो. टॉन्सिल्स तर चुटकीसरशी काढून टाकतो, जणू त्यांची काही जरूरच नाही आहे. वैद्यकशास्त्रालाही अजून शोधून काढता आलेलं नाही की यांची काय गरज आहे? पण ज्या अर्थी या गोष्टी शरीरात आहेत त्या अर्थी त्यांची काहीतरी जरूरी असलीच पाहिजे. नाही तर अस्तित्व म्हणजे एक अपघातच ठरेल. आणि डॉक्टर कापतच असतात टॉन्सिल्स. ज्याचे टॉन्सिल्स कापले त्याच्या मुलाला परमात्मा टॉन्सिल्स देतोच. डॉक्टर अपेंडिक्स कापून टाकतात पण त्याच्या मुलामध्ये अपेंडिक्स येतंच.

इतकी निरुपयोगी गोष्ट पुन्हापुन्हा नाही होऊ शकत. नक्कीच याच्यामागे काहीतरी रहस्य असणार जे आपल्याला दिसत नाही आहे. आपल्याला जेवढं ज्ञान आहे तेवढ्यावरून पाहिलं तर निरुपयोगी, निरर्थकच वाटतं. डॉक्टरकडे गेलात की तो पहिल्याप्रथम हेच पाहात असतो - अपेंडिक्स कापू की टॉन्सिल्स काढून टाकू, की दात काढून टाकू - काही ना काही काढून टाकण्याच्या, कापून टाकण्याच्या मागेच असतो.

डॉक्टरची जी मानसिकता आहे तीच तुमच्या धर्मगुरूची आहे. तुम्ही जा त्याच्याकडे, तो तुम्हाला सांगायला तयारच असतो की क्रोध दूर ठेवा, कामवासनेचा त्याग करा, लोभ सोडा, हिंसा करू नका - तोही कापण्याच्या मागेच लागलेला आहे. शस्त्रक्रिया शरीरावरही आहे आणि आत्म्यावरही चालली आहे.

परंतु ज्यांना खोलवर जायचं आहे ते याला विरोध करतात. शरीराचा कोणताही भाग कापण्यास इस्लामचा विरोध आहे, कारण इस्लाममध्ये एक फार महत्त्वाची धारणा आहे - योगाचीही तीच धारणा आहे - कदाचित योगातूनच ही धारणा इस्लाममध्ये पोचली असावी कारण इस्लाम नवीन आहे, योग अतिप्राचीन आहे.

इस्लामची धारणा अशी आहे की जेव्हा तुम्ही परमात्म्याकडे जाल तेव्हा तो तुम्हाला विचारेल की तू संपूर्ण परत आला आहेस का? जर तुम्ही अर्धवट शरीरानं परत आला असाल तर तुम्हाला शिक्षा करण्यात येईल. परमात्म्यानं तुम्हाला जेवढं दिलं होतं, कमीत कमी तेवढं तरी परत घेऊन जा, जास्त काही नेऊ शकला नाहीत तर माफी मागू शकता पण कमी होऊन तरी परतू नका.

याचे अनेक पैलू आहेत - या गोष्टीचे. परमात्म्याने तुम्हाला जेवढं दिलं आहे निदान तेवढं तरी परत न्यायलाच हवं. ते कापून टाकू नका. ते वाढवू शकलात तर ठीक. बीज दिलं होतं. त्यातून फुलं उमलली तर ठीक, पण कमीत कमी बीज तरी परत करा.

येशूची एक खूप प्राचीन कथा आहे. येशू पुन्हापुन्हा ही कथा सांगत असत. एका माणसाला आपल्या तीन मुलांमध्ये आपल्या संपत्तीची वाटणी करायची होती. पण कोण योग्य आहे, कोण सत्पात्र आहे हे तो निश्चित करू शकत नव्हता. तिन्ही मुलगे तिळे होते. त्यामुळे वयाच्या फरकानं हे ठरवता येत नव्हतं. तिघेही एकसारखेच बुद्धिमान होते. म्हणून त्याने एका फकिराचा सल्ला घेतला. फकिरानं त्याला एक उपाय सांगितला.

त्याने मुलांना सांगितलं की मी तीर्थयात्रेला जातो आहे. आणि त्याने मुलांना काही बीजं दिली - फुलांची बीजं. सांगितलं - 'सांभाळून ठेवा. मी परत आल्यावर तुमच्याकडून मागून घेईन.'

पहिल्या मुलानं विचार केला - या बिया कुणी पोरांनी घेतल्या, गुरांनी

खाऊन टाकल्या तर - तिजोरीत ठेवाव्यात नीट बंद करून. तिजोरीत ठेवून दिल्या. निश्चिंत झाला. लोखंडाची तिजोरी. चोरी होण्याची काय भीती? आणि लोखंडाची तिजोरी फोडून बिया चोरायला कोण चोर येणार? तो निश्चिंत झाला. बाप आला की परत करून टाकू.

दुसऱ्यानं विचार केला - तिजोरीत ठेवल्या तर बिया कदाचित सडून जातील. बापाने ताज्या जिवंत बिया दिल्या आहेत. आणि मी सडलेल्या बिया परत करू - हे काही परत करणं नाही झालं - काय करावं? बिया जिवंत कशा ठेवाव्यात? त्यानं ठरवलं - बाजारात बिया विकून टाकू, त्याचे पैसे तिजोरीत ठेवू, बाप परत आला की बाजारातून बिया विकत घेऊन परत करून टाकू.

तिसऱ्यानं विचार केला - बीज याचा अर्थच मुळी असण्याची शक्यता असा होतो - ज्याच्या अंतरात काहीतरी होण्याची खळबळ उडालेली असते - म्हणजे बापानं बीजं दिली याचा अर्थ स्पष्ट आहे - जो या बियांना तेवढ्याच ठेवेल तो निर्बुद्ध आहे. ही बीजं तर वाढायला उत्सुक आहेत, फुलं बनण्यासाठी अधीर आहेत आणि एका बीजापासून करोडो बीजं निर्माण करण्यास उत्सुक आहेत. बाप केव्हा परत येईल सांगता येत नाही - तीर्थस्थान दूर आहे, यात्रा पुरी व्हायला कित्येक वर्षं लागतील - त्यानं बीजं पेरून टाकली.

तीन वर्षांनंतर बाप परतला. पहिल्या मुलाला त्यानं विचारलं, मुलानं तिजोरीची चावी देऊन टाकली. उघडली तिजोरी, जवळ जवळ सगळ्या बिया कुजून सडत गेल्या होत्या. त्यांना ना हवा मिळाली, ना सूर्याचा प्रकाश मिळाला आणि कोणीही त्यांच्याकडे लक्षच दिलं नाही. तीन वर्षं लोखंडाच्या तिजोरीत.

बीजं काय लोखंडाच्या तिजोरीत बंद करून ठेवण्यासाठी असतात? त्यांना खुलं आकाश पाहिजे, हवेची झुळूक पाहिजे, प्रकाश पाहिजे तरच ती जिवंत राहू शकतात. ती सगळी बीजं सडत राहिली. आणि ज्या बीजांमधून फुलांचा अपूर्व सुगंध निर्माण होऊ शकत होता त्या जागी त्या तिजोरीतून फक्त दुर्गंधीच बाहेर पडली - सडलेल्या बीजांची दुर्गंधी.

बापानं सांगितलं - 'तू बीजं सांभाळलीस पण त्यांचं रक्षण नाही करू शकलास. तू माझ्या संपत्तीचा वारस नाही होऊ शकणार. तू निर्बुद्ध आहेस. मी तुला जेवढं देऊन गेलो होतो तेवढंही तू मला परत करू शकला नाहीस. ही बीजं तर संपूनच गेली. त्यांच्यामध्ये आता एकही जिवंत बीज नाही. आता ही पेरली तरी त्यांमधून काही निर्माण होणार नाही. ही तर राख आहे आणि मी तुला बीजं दिली होती. बीजं होती जिवंत, त्यांच्यामध्ये पुष्कळ होण्याची शक्यता होती. ती सारी शक्यता राख होऊन गेली - फक्त राख - यातून काहीच होऊ शकत नाही. या तर कबरी आहेत.'

दुसऱ्या मुलाला विचारलं, तो रुपये घेऊन बाजारात धावला, बीजं खरेदी करून घेऊन आला - बरोबर बापाने जेवढी बीजं दिली होती तेवढीच बीजं घेऊन आला. बाप म्हणाला, 'तू थोडा हुशार आहेस पण तूही पुरेसा नाही आहेस. कारण जेवढं दिलं तेवढंच परत करणं म्हणजे काय परत करणं झालं? हे तर कोणी मूर्ख माणूसही करेल. यात तू काहीच हुशारी दाखवली नाहीस आणि बीजाचं रहस्यही तुला समजलं नाही. बीजाचा अर्थच असा आहे की ते खूप वाढू शकतं. त्याला तू थांबवलंस, वाढू दिलं नाहीस. तू पहिल्या मुलापेक्षा बरा आहेस पण योग्य नाहीस.'

तिसऱ्या मुलाला विचारलं की, 'बीजं कुठे आहेत?' तो बापाला घराच्या मागे घेऊन गेला. तिथे सारी बाग फुलांनी आणि बीजांनी भरून गेली होती. मुलानं सांगितलं, 'ही तुमची बीजं. तुम्ही देऊन गेलात - मी विचार केला- सांभाळून ठेवली तर मरून जाऊ शकतात. बाजारात विकून टाकणंही मला योग्य वाटलं नाही कारण तुम्ही बीजं सुरक्षित ठेवायला सांगून गेला होतात. शिवाय हीच बीजं परत करायची आहेत असंही तुम्ही सांगितलं होतं. बाजारातून विकत आणलेली बीजं दुसरी असणार, हीच असणार नाहीत. शिवाय तुम्ही दिलीत तेवढीच बीजं असणार ती. म्हणून मी तर बीजं पेरून टाकली. आता त्यांचे वृक्ष झाले आहेत. त्यांच्यामध्ये खूप बीजं लागली आहेत, खूप फुलं लागली आहेत. हजार पटीनं मी तुमची बीजं वाढवून तुम्हाला परत करतो आहे.'

साहजिकच आहे - तिसरा मुलगा बापाच्या संपत्तीचा मालक झाला.

इस्लाम सांगतो, परमात्म्याने तुम्हाला जेवढं दिलं आहे, कमीत कमी तेवढं तरी परत करा - वाढवू शकला नाहीत तर... वाढवलंत तर फारच ....! आणि याच कारणाने इस्लामला सर्जरी मान्य नाही.

एक फार विलक्षण गोष्ट मी ऐकली आहे - खरीही नसेल कदाचित पण फार सखोलपणे सत्याला स्पर्श करते. ब्रिटिश राजवटीच्या काळात लाहोरमध्ये एक फार मोठा सर्जन होता. ब्रिटिश, आणि पठाण तर ऑपरेशनच्या विरुद्ध होते. बोट तुटलं तरी तो तुकडा संभाळून ठेवतात ते. जेव्हा माणूस मरेल तेव्हा त्याच्या तुटक्या बोटाला तो बोटाचा तुकडा जुळवून ठेवतात कारण परमात्मा म्हणेल, संपूर्ण! बोट तुटलेलं आहे, तुकडा कुठे गेला? जेवढं दिलं होतं तेवढं परत नाही आणलंस. अपंग, अर्धवट, तुटलेला, कोणत्या तोंडानं माझ्याकडे आला आहेस? अखंड आलास तरच परमात्म्याच्या दारात स्वीकार होईल.

पठाण तर साधेभोळे, अशिक्षित लोक आहेत. त्यांनी याचा अगदी स्थूलमानानं शब्दश: अर्थ घेतला आहे. म्हणून तर ते बोट तुटलं तरी तो तुकडा जपून ठेवतात.

एका पठाणाचा एक पाय कोणत्यातरी भयंकर रोगानं सडून गेला. पाय कापला नाही तर तो पठाण संपूर्णच सडून जाईल. सर्जननं खूप समजावलं पण

पठाणानं सांगितलं की नाही, 'मी मरून जाईन. पण अर्धा, अपंग, लंगडा झालो तर परमात्मा काय म्हणेल? आणि माझी चेष्टा होईल. अंतिम न्यायाच्या दिवशी इतरही पठाण तिथे हजर असतील. ते सारे म्हणतील अरे, हा पठाण आहे मग याचा अर्धा पाय कुठे आहे?'

हा पठाण मूर्ख आहे, याला काही अक्कल नाही आहे. तो मरणार पूर्णच - असा विचार करून सर्जननं त्याला सांगितलं, 'तू असं कर, घाबरू नकोस, मी तुझा पाय नीट सांभाळून ठेवीन.' त्यानं आपल्या प्रयोगशाळेत जाऊन दाखवलं की असे बरेच अवयव त्यानं नीट जपून ठेवले आहेत. पठाणाची खात्री पटली. त्यानं सांगितलं, 'जेव्हा मी मरीन तेव्हा कृपा करून माझा हा पाय परत करा. माझ्या घरचे लोक येतील त्यांच्याकडे माझा पाय परत द्या. कारण मी परमात्म्याकडे अर्धवट जाऊ इच्छित नाही.'

साधेभोळे पठाण! मोठे महत्त्वाचे विचारही त्यांनी आपल्या साध्याभोळ्या पद्धतीनेच समजावून घेतले आहेत. असो. ऑपरेशन पार पडलं. पठाण दर वर्षी येऊन आपला पाय नीट सांभाळून ठेवला आहे ना हे बघून जायचा. पाय नीट सांभाळून ठेवला गेलेला होता. हळूहळू त्याच्या भाबडेपणाबद्दल, सरळपणाबद्दल त्या डॉक्टरलासुद्धा प्रेम, करुणा वाटू लागली. सुरुवातीला त्यानं असंच सांगून टाकलं होतं. पण नंतर मात्र त्यानं नीट सांभाळूनच ठेवला होता. परंतु योगायोगाची गोष्ट - त्याच्या प्रयोगशाळेत आग लागली आणि सारं जळून गेलं. निदान पठाणाचा पाय तरी वाचवता यावा म्हणून त्यानं खूप प्रयत्न केला कारण तो वेडा कोणत्याही दिवशी येऊन उभा राहील तर मोठीच पंचाईत होईल, पण तो नाहीच वाचवू शकला. पाय तर नाहीच वाचवता आला, पूर्ण प्रयोगशाळा जळून गेली.

त्याच्या रिटायरमेंटची वेळ आली. तो रिटायर झाला आणि लंडनला निघून गेला. पठाणाची हकीकत हळूहळू विसरून गेला. पण कधी रस्त्यावर एखादा पठाण दिसला की त्याला आठवण येत असे. नुसती आठवण येत असे एवढंच नाही, तर त्याला थोडं दुःखही होत असे - न जाणो, पठाणाचं बोलणं खरं असेल आणि परमात्म्याला खरोखरच संपूर्ण माणूसच हवा असेल तर मी खरोखरच दोषी आहे.

वैज्ञानिक माणूस होता, या गोष्टींवर विश्वास नव्हता. पण तरीही अंतःकरण - तुम्ही कितीही वैज्ञानिक बना, अंतःकरण तर माणसाचंच असतं ना. तर्काचं जाळं कितीही पसरलं तरी आत हृदय लहान मुलासारखं सारे अनुभव घेतच असतं. त्याला चिंता घेरून टाकत असे. कधीकधी एखाद्या पठाणाला पाहून त्याच्या मनात येई, मी एक चांगलं काम केलं की वाईट काम केलं, सांगता येणार नाही.

एके रात्री तो झोपला होता. रात्री दोन वाजण्याच्या सुमाराला अचानक त्याला कुणीतरी हलवून जागं केलं. त्यानं डोळे उघडले, समोर पठाण उभा होता. घाबरून गेला. दरवाजा बंद आहे. कुलूप लावलेलं आहे. पठाण कुठून आत घुसला. पठाण खूप नाराज दिसत होता. त्यानं खुणेनं विचारलं, 'माझा पाय!' आणि आपला कापलेला पाय पुढे केला.

डॉक्टरला काही सुचेना. तेवढ्यात त्याला आठवलं - त्यानं नुकतीच नवीन प्रयोगशाळा बांधली होती. तिथे आठ-दहा दिवसांपूर्वी कापलेला कुणाचा तरी पाय आहे. त्यानं काम होईल. त्यानं पठाणाचा हात धरला आणि तो त्याला प्रयोगशाळेत घेऊन गेला. नेऊन त्याला कापलेल्या पायाजवळ उभं केलं. पठाणाचा चेहरा प्रसन्न झाला, चेहऱ्यावर हसू उमटलं. पायाजवळ गेला पण चुकलंच. त्याचा उजवा पाय कापला होता आणि हा पाय डावा होता. ज्या काचेच्या भांड्यात तो पाय नीट जपून ठेवला होता, ते भांडं त्यानं उचलून जमिनीवर आपटलं आणि रागाने तो घराबाहेर निघून गेला.

डॉक्टर फार घाबरून गेला. सकाळी झोपून उठल्यावर त्याला वाटलं की आपण स्वप्न पाहिलं असणार. असं कधी घडतं का? पण जेव्हा प्रयोगशाळेत जाऊन ते फुटलेलं भांडं आणि खाली पडलेला पाय बघितला तेव्हा मात्र घडलं ते स्वप्न होतं असं मानणं कठीण झालं.

स्वप्नात त्यानंच ते भांडं फोडलं असेल हे अगदी शक्य आहे. हे संभवनीय आहे. म्हणूनच मी सांगतो आहे की ही गोष्ट किती खरी आहे आणि किती खोटी आहे हे काही निश्चित सांगता येणार नाही. स्वप्नात त्यानं स्वत: ते भांडं फोडलं नसण्याचीही शक्यता आहे.

आणि हे जग मोठं विलक्षण आहे. पठाण आला असेल हेही शक्य आहे.

मग त्यानं चौकशी केली तेव्हा त्याला कळलं की ज्या रात्री त्यानं पठाणाला पाहिलं होतं त्याच रात्री पठाण मृत्यू पावला होता. या गोष्टीचा तर फारच संभव आहे की पठाणाचा आत्मा आपला पाय परत मिळवण्यासाठी इतका विव्हळ झाला असेल की तो डॉक्टरला जागं करायला पोचला त्याच्याजवळ.

एक गोष्ट साफ आहे की परमात्म्यानं तुमच्या शरीरात कोणतीही गोष्ट निष्कारण निर्माण केलेली नाही. माझ्या अनुभवाच्या काही गोष्टी आहेत. त्या मी सांगतो तुम्हाला. कदाचित काही डॉक्टरांनाही त्यांचा उपयोग होईल. कारण कधी ना कधीतरी चिकित्साशास्त्र - सर्जरी मनुष्याच्या अंतरतमालाही स्पर्श करील.

बोलणं आणि सामान्य माणसाची चेतना एवढ्यापुरतं पाहिलं तर टॉन्सिल्सचा काही उपयोग नाही असं वाटतं. पण जिथे मौनाचा संबंध आहे तिथे मात्र टॉन्सिल्सचा उपयोग आहे. आणि ज्या व्यक्तीच्या टॉन्सिल्स काढून टाकल्या आहेत त्याला मौन

राखणं कठीण जातं असा माझा अनुभव आहे. तो गप्प बसू शकत नाही. कदाचित अधिक चांगल्या रीतीने बोलू शकत असेल कारण बोलताना टॉन्सिल्सची अडचण होतेच. सर्दीपडसं होतं, टॉन्सिल्स जवळ येतात, एकमेकांवर घासले जातात, सूज येते, बोलताना त्रास होतो.

परंतु याच्या अगदी उलट ज्या व्यक्तीला टॉन्सिल्स नाही आहेत त्याला मौनात उतरताना मी कधी पाहिलेलं नाही. नक्कीच काहीतरी खोल संबंध आहेत ज्यामुळे टॉन्सिल्स मौनाला साह्य करतात. आणि जो माणूस अनेक वर्षं मूक राहतो त्याच्या टॉन्सिल्स अगदी एकमेकांच्या जवळ येऊन जातात. इतक्या जवळ की ती व्यक्ती बोलायला लागली तर तिला त्रास होतो. उदाहरण मेहेरबाबांचं.

एखादा माणूस जर तीन वर्षं मूक राहिला - अगदी मूक तर टॉन्सिल्स अगदी चिकटून जातात. आणि जी बोलण्याची ऊर्जा आहे, विचारांचा जो प्रवाह आहे तो वरच्या दिशेला वाहू लागतो आणि टॉन्सिल्स या खाली वाहण्याला मदत करतात. कोण जाणे, कधीतरी सर्जरीला हे समजेल.

ज्या लोकांचं अपेंडिक्स काढून टाकलं गेलं आहे... डॉक्टर लोक तर फारच तत्पर असतात अपेंडिक्स काढून टाकायला...

मी असं ऐकलं आहे, एका सर्जनची, एका प्रख्यात सर्जनच्या पत्नीनं सकाळी उठून पाहिलं तर तिच्या इंग्रजी पुस्तकाची पानं कुणीतरी फाडून टाकली होती. तिनं आपल्या पतीला विचारलं की इथे कुणी आलं नाही तर मग ही पानं कुणी फाडली? पतीनं उत्तर दिलं - अरे मला माफ कर. त्या पानांवर अपेंडिक्स लिहिलेलं मला दिसलं तेव्हा मी लगेच काढून टाकली पानं. माझ्या लक्षातच नाही आलं.

डॉक्टर एकदम तत्पर असतात.

ज्यांचं अपेंडिक्स काढलं गेलेलं आहे त्यांना काही गोष्टींमध्ये अडचणी यायला सुरुवात होते. एक - त्यांचा आत्मा शरीराच्या बाहेर घेऊन जाणं कठीण होतं. ज्याला आध्यात्मिक लोक अॅस्ट्रल प्रोजेक्शन म्हणतात - शरीराच्या बाहेर पडून प्रवास करणं, हे ज्याचं अपेंडिक्स काढून टाकलं आहे, त्याला कठीण जातं. तो शरीराच्या बाहेर पडू शकत नाही. ज्याचं अपेंडिक्स निरोगी आहे तो शरीराच्या बाहेर सहजपणे पडू शकतो. जणू काही अपेंडिक्स सूक्ष्म शरीराला आत-बाहेर नेण्यामध्ये मदत करत असावं.

मी हे फक्त सुचवतो आहे कारण या संबंधात काही संशोधन केलं गेलेलं नाही. पण माझा हा अनुभव आहे की ज्यांचं अपेंडिक्स काढलेलं आहे, माझ्याजवळ बसून हजारो लोकांनी ध्यान केलेलं आहे, त्यांच्यापैकी अनेकांना शरीरातून बाहेर पडण्याचा अनुभव आलेला आहे. जेव्हा कधी एखाद्या माणसाला शरीरातून बाहेर

जाण्याचा अनुभव येतो तेव्हा तेव्हा मी त्याला नक्की विचारतो की त्याचं अपेंडिक्स कसं काय आहे? मला नेहमीच आढळून आलं आहे की ज्यांचं अपेंडिक्स काढून टाकलं गेलं आहे त्यांना हा बाहेर जाण्याचा अनुभव कधीच येत नाही. ज्यांचं काढलेलं नाही, निरोगी आहे त्यांनाच हा बाहेर जाण्याचा अनुभव येतो.

आणि हा एक फार मौल्यवान अनुभव आहे. शरीराच्या बाहेर जाऊन जो स्वत:चं पडून असलेलं शरीर पाहतो, त्याची शरीरमूर्च्छा कायमची नष्ट होते. असं प्रतीत होतं की अपेंडिक्स सेतू आहे, दुवा आहे, आणि हा दुवा निखळला की सूक्ष्म शरीराचं बाहेर जाणं, आत येणं कठीण होऊन बसतं. म्हणूनच योगही शरीराचं कोणतंही अंग कापून टाकण्याच्या पक्षाचा नाही.

आणि जी गोष्ट शरीराच्या बाबतीत खरी आहे, ती गोष्ट मनाच्या संदर्भात तर अधिकच खरी ठरते.

एखाद्या नपुंसक माणसाला ब्रह्मज्ञानाची प्राप्ती झाली असं तुम्ही कधी ऐकलं आहे? मानवजातीचा इतिहास खूप मोठा आहे. कमीत कमी पाच हजार वर्षांचा इतिहास तर अगदी नक्कीच ठाऊक आहे. या पाच हजार वर्षांमध्ये एकाही नपुसंक, इंपोटंट माणसाला परमात्म्याची प्राप्ती झालेली नाही. याचा काय अर्थ आहे? याचा अर्थ असा आहे की काम आणि वीर्यऊर्जा परमात्म्याच्या प्राप्तीसाठी आहेत. त्यांच्याशिवाय चालू शकेल?

म्हणून नपुंसकाहून अधिक दीन दुसरं कुणीही नसतं. त्याची दीनता त्याला संभोग करता येणार नाही एवढीच नसते, तर त्याला समाधी प्राप्त होणार नाही ही त्याची अधिक सखोल दीनता आहे. परंतु सुदैवाची गोष्ट अशी की साधारणपणे नपुंसक नसतातच, जर एक हजार लोकांची अशी समजूत असेल की ते नपुंसक आहेत, तर त्यांच्यापैकी फक्त एक खरा नपुंसक असतो. बाकीच्यांची तर फक्त समजूत असते, शंका असते की ते नपुसंक आहेत.

पण तरीही नपुंसक असतात आणि त्यांना प्राप्ती होऊ शकत नाही. जिच्या साहाय्याने यात्रा होते ती ऊर्जाच नाही आहे. चिखलच नाही, कमळ कुठून उगवणार? दिवाच नाही, ज्योतीनं कुठे राहावं, कुठे घर बांधावं?

आणि मी तुम्हाला सांगतो आहे की ज्या लोकांनी ब्रह्मचर्याला एक प्रकारची नपुंसकता मानलं आहे त्यांनाही परमात्म्याची प्राप्ती होत नाहीच. ऊर्जेचा खोल प्रवाह हवा, उड्डाण वेग हवा, पूर आलेल्या नदीसारखी वीर्याची संपदा हवी, तेव्हाच तुम्ही वर उठू शकाल. जो खाली जाऊ शकत नाही तो वरपर्यंत कसा पोचू शकेल - तुम्हीच विचार करा.

खाली जाण्यासाठी फारशी शक्ती लागत नाही. डोंगरावरून एखादा दगड ढकलून द्या - तो आपला आपण जमिनीकडे धावतो. खाली येण्यासाठी काही शक्ती

वापरावी लागत नाही. खाली जाण्याची शक्ती ज्याच्याजवळ नाही, जो नपुंसक आहे, तो वर कसा जाऊ शकेल? खाली जाणं त्याला कठीण पडतं, तेवढीही ऊर्जा नाही आहे तर कामवासनेचा प्रगाढ आणि उद्दाम वेग, तिच्या उत्तुंग लाटा - त्यांच्यावर स्वार होऊन वर जायचं त्याला कसं जमणार?

म्हणून जर तुम्ही माझं म्हणणं समजून घेत असाल तर समजून घ्या की ब्रह्मचर्य हे नपुंसकतेच्या अगदी विरुद्ध असतं. परमवीर्याच्या प्राप्तीमधून ब्रह्मचर्य निर्माण होतं. कापून दडपून, शरीराला संपवून टाकून कोणीही कुठे पोचत नाही. तुम्ही शरीराला जितकं निरोगी, संपूर्ण, संतुलित, शांत, ओजस्वी, ऊर्जेने भरलेलं असं परिपूर्ण बनवू शकाल तितकं तुम्हाला सोपं जाईल. तुम्ही तेवढे वर जाऊ शकाल.

मी तुम्हाला काल सांगितलं की जेव्हा कामवासना जागृत होईल तेव्हा श्वास जोराने बाहेर फेका, पोट आत ओढून घ्या - मूळबंध लागून जाईल, मूलाधार आक्रसून जाईल. मूलाधाराच्या वर शून्य असल्यामुळे ऊर्जा शून्यामध्ये चढेल. हे जर तुम्ही सतत करत राहिलात, तुम्ही जर याची सतत साधना केली तर - आणि याचा कुणाला पत्ताही लागत नाही - तुम्ही बाजारात उभे असताना हे करू शकता, कोणालाही कळणार नाही; तुम्ही दुकानात बसून हे करू शकता, कोणाला कळणारही नाही.

एक व्यक्ती जर दरदिवशी कमीत कमी तीनशे वेळा क्षणभर तरी मूलबंध लावेल तर थोड्याच महिन्यांत त्याला कळून चुकेल की कामवासना उद्धरून गेली. कामऊर्जा राहिली, पण कामवासना संपून गेली. आणि तीनशे वेळा हे करणं फार कठीण नाही. ब्रह्मचर्याची प्राप्ती करून घेण्याचा मी हा सर्वांत सोपा मार्ग सांगतो आहे.

आणखी कठीण मार्गही आहेत. त्यासाठी जीवन सोडून जावं लागतं. पण त्याची काही जरूरीच नाही आहे. तुम्ही श्वास केव्हा बाहेर फेकलात याचा कोणालाही पत्ताही लागणार नाही. बाजारात, आपल्या दुकानात, कचेरीत खुर्चीवर बसलं असताना तुम्ही चुपचाप आपलं पोट आत ओढून घेतलंत हे कुणालाही कळणार नाही. एका क्षणात ऊर्जा वरच्या दिशेनं स्फुरण पावू लागते. मग पुढचा तास, अर्धा तास तुम्ही अगदी शांत झाला आहात, हलके झाला आहात, एक नवा ताजेपणा वाटतो आहे असं तुम्हाला जाणवेल.

योग ही काही आत्महत्या नाही आहे. योग ही एक अतिशय गहन अशी प्रक्रिया आहे, एक कला आहे आणि तुम्ही जर एक-एक पाऊल चालत राहिलात तर सारं काही तुमच्या आतच लपलेलं आहे. तुम्ही सगळं घेऊनच आला आहात फक्त ते प्रगट करायचं बाकी आहे. तुम्ही अप्रगट परमात्मा आहात - फक्त थोडं प्रगट व्हायचं आहे. वाद्य तयार आहे, बोटं थोडी तयार करायची आहेत - मग वीणेचे

स्वर निनादू लागतील. जशीजशी बोटं तयार होऊ लागतील तसतसं अधिकअधिक सखोल संगीत निर्माण होईल.

आणि मग एक क्षण असा येईल की जेव्हा वीणेचीही गरज उरणार नाही, बोटांचीही गरज उरणार नाही - तेव्हा चारी दिशांना अस्तित्वात असलेलं परम संगीत ऐकू येऊ लागतं. फक्त तुमच्याजवळ ऐकण्याची क्षमता नाही आहे. सारं अस्तित्व त्या नादानं भरून गेलेलं आहे. त्या नादालाच आपण ओंकार म्हणतो.

ओम् हा अस्तित्वाचा नाद आहे. तो एखादा शब्द नाही आहे की एखादा ध्वनी नाही आहे. तो अनाहत नाद आहे. तो कोणीही निर्माण केलेला नाही. तो अस्तित्वाचं लक्षण आहे. डोंगरातून नदी वाहते तेव्हा खळखळ आवाज येतो, पक्षी गात असतात, वृक्षांमधून वारा गेला की सरसर आवाज होतो - तसंच अस्तित्वाच्या असण्याचा आवाज ओंकार आहे. त्याला कोणीही निर्माण करत नाही आहे. तो निर्माण होण्यासाठी दोन वस्तू एकमेकांवर आपटण्याची जरुरी नसते म्हणून अनाहत. तो आहत नाद नाही आहे. टाळी वाजवा - आहत नाद आहे. दोन वस्तू एकमेकांवर आपटतात, आवाज निर्माण होतो. ओंकार अशा कोणत्याही आपटण्यानं निर्माण होत नाही. म्हणून ओंकार अद्वैत आहे. जो आपटण्यानं निर्माण होतो, त्याला दोन वस्तूंची जरूरी असते. एका हातानं टाळी नाही वाजत - ओंकार ही एका हाताची टाळी आहे.

जपानमध्ये झेन साधू आपल्या शिष्यांना सांगतात की जा आणि एका हातानं टाळी कशी वाजते ते शोधा. ते ओंकाराला शोधायला सांगताहेत - जा आणि ओंकाराचा आवाज शोधा. त्यांच्या सांगण्याची पद्धत आहे ही - एका हातानं टाळी कशी वाजेल? टाळी तर नेहमीच दोन हातांनी वाजते.

झेनमध्ये एक खूप गोड गोष्ट आहे. एक लहान मुलगा सद्गुरूच्या सेवेसाठी येत असे. आणखी पुष्कळ साधक येत. तो आपला गप्प बसून ऐकत असायचा.

इथेही तुम्ही पाहिलं असेल - एक लहानसा सिद्धार्थ आहे - तोही असाच साधक असणार. तो छोटा सिद्धार्थसुद्धा कामं मागतो, येऊन नीटपणे मला नमस्कार करतो, आपली चटई अंथरतो आणि बसतो. जोवर झेपतं तोवर जागा राहतो, मग झोपून जातो पण दर्शनासाठी येतो रोज.

मागच्या कँपमध्ये लहान मुलांना बाहेर काढण्यात आलं होतं तेव्हा त्यानं खूप विरोध केला होता. शेवटी त्यानं आपला विरोध माझ्याकडे पोचवला की हे आमचं घर आहे आणि आम्हाला इथून कोणीही बाहेर घालवू शकत नाही. नाईलाज! त्याला आत येण्याची आज्ञा द्यावी लागली. साहजिकच त्याच्या पाठोपाठ इतर मुलंही आत आली.

तसा, सिद्धार्थासारखा छोटा साधक असलेला तो लहान मुलगा गुरूजवळ येत

असे. आपली चटई अंथरून बसायचा आणि ऐकायचा गुरूच्या गोष्टी - गुरु दुसऱ्यांना जे सांगत असे ते ऐकत असे.

एके दिवशी तो आला, त्यानं चटई अंथरली, गुरूच्या चरणांशी डोकं वाकवून म्हणाला, 'मलासुद्धा ध्यानाचा विधी द्या.' गुरु थोडा हसला असेल. त्या जगात मोठी मोठी माणसंही लहान मुलासारखी असतात. लहान मुलगा! पण इतक्या सरळपणानं विचारलं होतं की नाही म्हणणंही कठीण होतं. गुरूनं सांगितलं - 'तू असं कर - एका हातानं वाजणारी टाळी ऐकण्याचा प्रयत्न कर.'

त्यानं वाकून रीतसर नमस्कार केला. तो गेला पण मोठ्या चिंतेत पडून गेला. बसला. सर्व बाजूंनी ऐकण्याचा प्रयत्न केला. संध्याकाळची शांत वेळ होती. कावळे परतले होते. दिवसभराचं उडणं आणि थकावटीमुळे कावकाव करत होते. त्याला वाटलं, हाच तर एका हाताच्या टाळीचा आवाज नसेल?

तो घरी पळाला. दुसऱ्या दिवशी सकाळी गुरूजवळ आला म्हणाला, 'सापडला, कावळ्यांचा आवाज?'

गुरूनं सांगितलं - 'नाही - आणखी शोध.'

गेला, रात्रीच्या सुन्न शांततेमध्ये गप्प बसून राहिला. रातकिडे किरकिरत होते. त्याला वाटलं कदाचित हा शांततेचा आवाज तोच असेल. दुसऱ्या दिवशी सकाळी हजर झाला. त्यानं विचारलं, 'रातकिड्यांचा आवाज?' गुरूनं सांगितलं, 'नाही, अजून शोध. तू जवळ यायला लागला आहेस. पण अजून थोडं शोध.'

काही दिवस तो आलाच नाही. खूप शोधलं, मग एक दिवस त्याला कळलं, प्राचीन आश्रमाच्या वृक्षांमधून जाणारा वारा, एक अस्फुटशी सळसळ, पकडता येणार नाही, ओळखू येणार नाही अशी. त्याला वाटलं कदाचित हाच तो आवाज असेल. आला. विचारलं 'वृक्षांमधून येणारी सळसळ - तो आवाज?' गुरूनं सांगितलं - 'नाही, तू जवळ येत चालला आहेस पण अजूनही खूप दूर आहेस. शोध.'

मग काही महिन्यांपर्यंत मुलगा आला नाही. गुरु काळजीत पडला - काय झालं असेल? त्याला शोधायला निघाला. मुलगा एका वटवृक्षाखाली ध्यानमग्न बसला होता. त्याच्या चेहऱ्यावरूनच कळत होतं की त्याला आवाज ऐकू आला आहे. सारा ताण नाहीसा झालेला होता. बुद्धवत् झाला होता. जणू काही तो नव्हताच.

तर गुरूनं त्याला जागं केलं आणि विचारलं 'काय झालं? त्या आवाजाचं?'

त्या लहानशा मुलानं सांगितलं, 'एकदा ऐकू आल्यानंतर सांगणं, बोलणं कठीण होऊन गेलं. आता कितीतरी दिवस मी हाच विचार करतो आहे की कसं सांगू, काय सांगू?'

गुरूनं म्हटलं 'आता त्याची काही आवश्यकता नाही.' त्या लहान मुलालाही बुद्धत्व प्राप्त झालं.

ओंकार आहे तो आवाज. जेव्हा तुम्ही अगदी शांत होऊन जाता, तुम्ही नाहीसेच होऊन जाता, जेव्हा तुम्ही शून्य अशा गगनमंडलात राहू लागता, तेव्हा ऐकू येतो तो आवाज, तेव्हा ओंकार सगळीकडे घुमत असतो. तेच मूळ अस्तित्व आहे. सारं काही तिथूनच निर्माण झालं आहे.

ओंकाराचे थरावर थर चढूनच पर्वत बनतो. ओंकाराचे थरावर थर चढूनच वृक्ष बनतात. ओंकाराचे थरच पक्ष्यांच्या गळ्यातलं गाणं बनतात. ओंकाराचे थर म्हणजेच तुम्ही आहात. तेच सर्वांचं मूळ आहे. तोच मूळ पदार्थ आहे.

वैज्ञानिक म्हणतात विद्युतऊर्जेनेच सारं जग निर्माण झालं आहे. तसंच आपण पौर्वात्य लोक म्हणतो की विद्युतऊर्जा हा ओंकाराचा एक पैलू आहे. तीही ओंकाराचाच एक भाग आहे.

अस्तित्व विद्युतनं नाही बनलेलं, ते अनाहत नादानं बनलेलं आहे. विद्युत ही अनाहत नादाचाच एक प्रकार, एक शैली, एक रूप आहे. आणि आज नाही तर उद्या वैज्ञानिक योग्यांशी सहमत होतील अशीही बरीच शक्यता आहे. त्यांना सहमत व्हावंच लागेल कारण त्यांचा शोध बाहेर आहे आणि योग्यांचा शोध आत आहे. ते परीघावर शोधत आहेत आणि योगी केंद्रावर शोधत आहेत. त्यांना सहमत व्हावंच लागेल. आज नाही तर उद्या विज्ञान योगासमोर नतमस्तक होईल. दुसरा काही उपायच नाही.

कबीराची ही वचनं समजून घेण्याचा त्यांनी प्रयत्न करावा.

'अवधू जोगी जग थैं न्यारा।'

योगी जगाहून फार वेगळा आहे.

जगामध्ये दोन प्रकारचे लोक असतात - भोगी आणि त्यागी. जोगी जग थैं न्यारा - तो भोगी माणसांहून वेगळा आहे कारण तो शरीर म्हणजे सर्व असं मानत नाही. तो त्यागी माणसांहूनही वेगळा आहे कारण तो शरीराचा त्याग करणं सार्थक मानण्याइतकी शरीराला किंमतही देत नाही. ज्याची काही किंमतच नाही त्याचा तुम्ही कधी त्याग करता का? तुम्ही काय रोज घराबाहेर जाऊन मोठमोठ्याने ओरडून सांगता का - की आज पुन्हा घरातल्या कचऱ्याचा त्याग केला - बघा मी केवढा दानशूर आहे. घरातला कचरा टाकून देताना कोणीही घोषणा नाही करत. तुम्ही अशी घोषणा कराल तर लोक तुम्हाला वेडा समजतील.

पण एखादा त्यागी घोषणा करतो की मी लाखांवर लाथ मारली तेव्हा तो भोगीच असतो. अजूनही लाखांना किंमत आहे. अजूनही तो त्यात काही अर्थ आहे असं समजतो आहे. प्रथम भोगासाठी पकडलं होतं, आता सोडून दिलं आहे. पण त्याच्या मूल्याची पकड मात्र अजून सुटली नाही आहे. लाखांवर लाथ मारली - जेव्हा एखादा माणूस म्हणतो की मी लाखांवर लाथ मारली तेव्हा खुशाल समजा

की लाथ नीट बसलेली नाही, थोडी चुकलीच आहे. नीट बसली असती तर हा लाखांचा हिशोब त्यानं ठेवला असता?

योगी भोगीही नसतो आणि त्यागीही नसतो. -'जोगी अवधू जग थैं न्यारा - तो या दोघांहूनही वेगळा आहे. ते एक विलक्षणच व्यक्तित्व आहे. तो थोडा थोडा भोगीसारखा आहे, थोडा थोडा त्यागीसारखा आहे. त्यानं त्याग आणि भोग यांच्यामधला समतोल शोधून काढला आहे. त्यानं त्याग आणि भोग यांच्यामधलं संगीत शोधून काढलं आहे. कारण परमात्मा भोगातही आहे आणि त्यागातही आहे. परमात्मा भोगीमध्येही लपलेला आहे आणि त्यागीमध्येही. त्यानं हे रहस्य शोधून काढलं आहे. त्याला कळलं आहे की त्याग एक किनारा आहे आणि भोग एक किनारा आहे. आणि परमात्मा तर या दोघांमधून वाहणारा प्रवाह आहे.

'अवधू जोगी जग थैं न्यारा-' तो दोन्ही किनाऱ्यांहून वेगळा आहे, तो मधली धारा आहे, तो मध्यभागी उभा आहे. त्यानं संतुलन प्राप्त करून घेतलं आहे. संतुलन म्हणजे संयम!

भोगी असंयमी आहे आणि मी तुम्हाला सांगतो आहे की त्यागीही असंयमी आहे. असंयम ह्याचा अर्थ आहे, अतिरेक करणारा. त्याच्या आयुष्यात संतुलन हरवून जातं. संयम याचा अर्थ आहे, जो मध्यभागी उभा आहे, जो मध्यभागातली धारा आहे, जो दोन्ही बाजूंना पाहतो आहे, पण ज्यानं शुद्ध असा मध्यबिंदू शोधून काढला आहे. ना या बाजूला झुकत, ना त्या बाजूला. ना शरीराचं सांगणं मान्य करून जगत, ना शरीराची हत्या करण्याच्या प्रयत्नात राहात. ना स्वादासाठी जगत ना शरीराला स्वादापासून वंचित करत. उलट स्वादामध्ये ब्रह्म शोधून काढतो आणि तेव्हा स्वाद आणि अस्वाद ही एकाच वस्तूची दोन नावं होऊन जातात.

भोग्याला ठाऊक असतं - किनाऱ्यांचा उपयोग कसा करायचा. भोगी एक किनारा पकडतो आणि त्यागी दुसरा किनारा पकडतो. दोघांच्याही नदीच्या धारा अडून जातात. एकाच किनाऱ्यानं कधी प्रवाह वाहू शकला आहे का? परमात्म्यालाही एकाच्या किनाऱ्यानं नाही जाता येत. त्यालाही द्वैताच्या धारेच्या मध्येच राहावं लागलं आहे. तर तुम्ही कसे चालू शकाल? परमात्म्यालाही द्वैत निर्माण करावं लागलं आहे, त्यांच्याच मधून अद्वैताची धारा वाहते आहे.

योगीही चूक करतो आणि त्यागीही चूक करतो. दोघांचाही असा प्रयत्न असतो की आपण एकाच किनाऱ्यानं जगावं. हा अहंकार आहे.

'अवधू जोगी जग थैं न्यारा ।

मुद्रा निरति सुरति कर सींगी, नाद न षंडै धारा ।'

ते काय करतो आहे योगी? काय आहे त्याची कला? कबीर इथे सार सांगून

टाकतात, मुद्रा निरति, 'निरति'चा अर्थ आहे जो अती करत नाही तो. मुद्रा निरति! निर-अति. जो मध्यावर उभा आहे, ज्याला बुद्धांनी 'मज्झिम निकाय' म्हटलं आहे, ज्याला कन्फ्यूशियसनं 'द गोल्डन मीन' सुवर्णमध्य म्हटलं आहे, जो बरोबर मध्यभागी उभा आहे - निरति!

मुद्रा निरति! मध्यावर उभं राहणं हीच त्याची मुद्रा आहे. बाकी साऱ्या मुद्रा-अवस्था या तर लहान मुलांचे खेळ आहेत. इतर कोणत्याही अवस्थेला फारशी किंमत नाही. निरति ही सगळ्यात सखोल अवस्था आहे. तो निवडत नाही. ज्याला कृष्णमूर्ती 'चॉइसलेसनेस' म्हणतात - निरति. तो निवड करत नाही. तो ना या बाजूला म्हणत ना त्या बाजूला म्हणत. तो म्हणतो मध्यावर - नेति नेति! तो म्हणतो हे नाही, तेही नाही. दोन्ही - नाही तर कोणतंच नाही. मी मध्यावर. हेच त्याचं वेगळेपण आहे.

मुद्रा निरति! तो कधीही 'अति'वर जात नाही. ना तो जास्त भोजन करत ना तो कमी भोजन करत. तो योग्य तेवढं भोजन करतो.

भोगी जास्त करतो. शरीराची जेवढी जरूर आहे त्याहून जास्त खातो. मग आजारपणं सुरू होतात. मग तो त्यांच्यावर उपाय करायला लागतो. भोगी योग्य तो आहार घेत नाही. त्यागीही योग्य तो आहार घेत नाही. तो कमी खाल्ल्याने मागे पडतो. तो म्हणतो एकदाच जेवण घेईन. आता एकदाच भोजन घेणं हे शरीराच्या दृष्टीनं चांगलं नाही. जर एकदाच जेवायचं असेल तर खूपच गुंतागुंत आहे. ती समजून घेतली पाहिजे.

एकदाच जेवण घेणारे पशू मांसाहारी आहेत. उदाहरणार्थ वाघ, सिंह. ते एकदाच खातात चोवीस तासांमध्ये - ते मांसाहारी आहेत. माकडानं एकदाच जेवण केलं तर मरेल. माकड शुद्ध शाकाहारी आहे.

शाकाहाराचा अर्थ आहे थोड्याशा शाकाहारानं तुमचं भागणार नाही, शरीराला पुरेशी ऊर्जाच मिळणार नाही त्यातून.

म्हणून माकड दिवसभर चावत राहतं. तुम्हीसुद्धा जेव्हा पान खात असता तेव्हा तुम्हीही डार्विनचा सिद्धान्त सिद्ध करत असता - की माणूस माकडापासून तयार झाला आहे. तंबाकू चघळताहात. काही नसेल तर निदान बोलत तरी असता. हीसुद्धा माकडाचीच सवय आहे.

पण माणूस शाकाहारी आहे, माकडही शाकाहारीच आहे आणि डार्विनच्या म्हणण्यातही तथ्य आहे. आता तर शरीरशास्त्रज्ञांनीही हे मान्य केलं आहे की माणूस कधीही मांसाहारी नव्हता. कारण त्याची जी आतडी आहेत ती मांसाहारी पशूच्या आतड्यांसारखी नाही आहेत. मांसाहारी पशूची आतडी अगदी लहान असतात.

म्हणूनच तर, तुम्ही सिंहाचं पोट बघा किती लहानसं. मांसाहारी आहे, दाबून खातो पण पोट लहानसं. त्याची आतडी अगदी लहान असतात.

सिंहासारखं पोट करण्याचे प्रयत्न पहिलवान करत असतात. म्हणून मग ते आपली छाती खूप फुगवतात आणि पोट आत खेचतात. ही एक प्रकारची हिंसाच आहे. कारण शाकाहारी इतक्या लहान पोटाचा असूच शकत नाही. आतडी खूप मोठी असतात शाकाहारीची. असायलाच हवीत कारण त्याला आहारही खूप घ्यायचा असतो. तेवढा आहार सांभाळू शकतील एवढ्या लांबीची आतडी हवीतच. आतमध्ये कित्येक फूट लांबीची आतडी गुंतून पडली आहेत.

म्हणून माकड हळूहळू खात राहतं. गाय शाकाहारी आहे, चरत राहते. म्हैस संपूर्ण शाकाहारी असते. ती रवंथ करत राहते. जे चावून खाल्लं तेही बाहेर काढून पुन्हा चावून खात राहते.

जर माणूस शाकाहारी असेल तर एकदाच जेवणं अती आहे. माणूस जर शाकाहारी असेल तर त्यानं दोन-तीन वेळा थोडंथोडं भोजन केलं पाहिजे - जास्त नाही.

म्हणून तर तुम्हाला एक विचित्र गोष्ट दिसेल - जैन दिगंबर मुनी आहेत ते एकदाच जेवतात. त्यांचं पोट नेहमीच खूप मोठं असलेलं तुम्हाला दिसेल. आता ही तर मोठी गोंधळात टाकणारी गोष्ट आहे - जेव्हा मी त्यांची छायाचित्रं पाहतो तेव्हा मला नेहमीच नवल वाटतं की एकदाच जेवण करणाऱ्या माणसाचं पोट इतकं मोठं का आहे? तो जास्त खातो आहे, जरूरीपेक्षा जास्त खातो आहे. कारण त्याला चोवीस तासांच्या जेवणाचा सारा खटाटोप एकदाच करून टाकायचा असतो. म्हणून तो स्वत:च्या आतड्यांवर फार मोठा बोजा टाकत असतो. आतडी बाहेर आली आहेत.

जैन दिगंबर मुनी सुंदर नाही दिसत. घाणेरडे दिसतात. पोटाच्या एखाद्या रोगाने आजारी असावेत असे दिसतात. किंवा मग गर्भवती बायकांसारखे दिसतात. शरीरात प्रमाणबद्धता दिसत नाही. एकाचा अतिरेक करत आहेत.

नियम तर असा आहे शाकाहारी लोकांकरिता की दोन किंवा तीन वेळा किंवा थोडंथोडं जेवण जमलं तर चार-पाच वेळा घ्यावं. थोडंथोडं! थोडंसं खाल्लं - एखादं फळ खाल्लं, संपलं. तेवढं पचलं, दोनं तासांनी पुन्हा एखादं फळ खाल्लं.

पोटावर बोजा पडणार नाही. पोटाला अती होणार नाही तर तो संतुलित आहार ठरेल.

एकदाच जेवायचं तर साहजिकच तुम्ही इतकं खाल की जे तुम्हाला चोवीस तास पुरेल. मांसाहाराचं ठीक आहे कारण थोडंसं मांस खाल्लेलं पुरतं. मांस म्हणजे शिजवलेलं, तयार जेवण, पचलेलं जेवण. दुसऱ्या जनावरानं तुमच्यासाठी पचवून

तयार केलेलं भोजन.

तुम्ही फळ खाता, ते फळ पचवता, त्या पचलेल्या फळाचं मांस बनतं. एखाद्या जनावरानं फळ खाऊन पचवलं, मांस तयार केलं, तुम्ही ते मांस खाल्लंत. मांस म्हणजे पचवलेलं जेवण. तुम्हाला आता जास्त काही करण्याची जरूरीच नाही. म्हणून लहान आतडी पुरेशी होतात. काम करून टाकलं दुसऱ्या कुणीतरी तुमच्यासाठी, म्हणून मांसाहार हे शोषण आहे. कारण दुसऱ्यांकडून काम करून घेण्याचा काय अधिकार? जोवर शक्य आहे तोवर स्वतःचं काम स्वतःच केलं पाहिजे. पचवण्याचं कामही दुसऱ्याकडून करून घेणं हे शोषण आहे. म्हणून मांसाहार योग्य नाही. तुम्ही स्वतः करू शकता हे.

मांसाहारही अती आहे कारण तुमची आतडी मांसाहारासाठी बनलेली नाहीत, तुमचं शरीर मांसाहारासाठी बनलेलं नाही. आणि तुम्ही जर मांसाहार केलात तर मातीशी बांधून पडाल कारण मांसाहारामुळे इतका जडपणा येतो की तुम्ही आकाशात उडण्याची क्षमता घालवून बसाल. म्हणूनच सर्व ज्ञानी लोक मांसाहाराच्या विरुद्ध असतात - दुसऱ्या कोणत्याही कारणाने नाही. असं काही नाही आहे की तुम्ही मांसाहार केला म्हणजे एखादं मोठं महापाप केलंत. आत्मा तर मरत नाही, तुम्ही कोणाचं तरी शरीरच हिरावून घेतलंत, जराजीर्ण वस्त्र होतं - यामुळे काही महापातक घडून नाही आलं. विरोधाचं कारण वेगळंच आहे.

कारण असं आहे की तुम्ही उडू नाही शकणार आकाशात, मग तुम्हाला 'अवधू गगन मंडल घर कीजै' हे करताच येणार नाही. मग अवधू संपूर्ण चित्रासह जमिनीवरच पडून राहतील. इतके वजनदार होतील अवधू की उडू शकणार नाहीत, पंखच लागू शकणार नाहीत त्यांना. शाकाहार पंख देतो. हा काही दुसऱ्या कोणावर केलेला उपकार नाही आहे, स्वतःवरच केलेला उपकार आहे.

मीही याच मताचा आहे की तुम्ही शाकाहारी व्हावं - हे तुमच्याचसाठी! पशूंना वाचवायचं आहे, पक्ष्यांना वाचवायचं आहे म्हणून नव्हे. तुम्ही कोण त्यांना वाचवणारे? जो निर्माण करतो तो वाचवेल, जो निर्माण करतो तोच संपवेल. तुम्ही कोण मध्येच फुकटचा अहंकार उभा करणारे? नाही, हे कारण नाही.

मीही शाकाहाराच्या बाजूचाच आहे, तुमच्यासाठी! नाही तर तुम्ही कधीच आकाशात उडू शकणार नाही. तुमची उडण्याची क्षमता संपून जाईल. शाकाहार तुम्हाला हलकं बनवेल. संतुलित आहार तुम्हाला अगदी हलकं बनवेल. शरीराचं ओझं वाटणार नाही. जणू आता पंख मिळाले तर तुम्ही आकाशात उडायला लागाल. जमीन तुम्हाला मागे ओढणार नाही, आकाश तुम्हाला उचलून घेईल.

मुद्रा निरति! म्हणून कबीर म्हणतात, एकच अवस्था आहे आणि ती म्हणजे निरति. न-अतिशय, न-अति, निरति - मध्यावर उभं राहावं.

जास्त जेवायचं नाही कारण ते तुम्हाला एका बाजूला झुकवेल आणि कमीही जेवायचं नाही कारण मग भूक सतावत राहील सारखी. भोजनही मारतं आणि भूकही मारते. बरोबर मध्यावर तृप्ती आहे. त्या तृप्तीवर तुम्ही थांबा.

आणि आपल्या तृप्ती जो ओळखू लागतो तोच माणूस शुद्धीवर आहे. नाही तर तुम्ही जेवता आहात. तुम्हाला समजतच नाही आहे केव्हा थांबायचं ते. तुम्ही शुद्धच गमावली आहे. कुठे थांबायचं तेच कळत नाही आहे. जनावरं थांबतात, तुम्ही नाही थांबू शकत. जनावराचं पोट भरलं, मग तुम्ही त्याच्यासमोर कितीही अन्न ठेवा, कितीही बँडबाजे वाजवा, जाहिराती लावा, कितीही प्रलोभनं दाखवा की हे जेवण फार पौष्टिक आहे, चित्रपटातल्या अभिनेत्रींकडून लिहून आणा आणि त्यांच्याकडून प्रचार करवा, म्हैस ऐकणार नाही. गोष्ट संपली. म्हैससुद्धा तुमच्यापेक्षा जास्त शुद्धीत आहे असं वाटायला लागतं.

तुम्ही पाहिलं असेल, म्हशीला सोडून दिलं तर ती सगळं गवत खात नाही. तिचं ठरलेलं गवत असेल तेच खाते, बाकीचं गवत तसंच सोडून देते. जे तिचं खाणं नाही ते ती खात नाही. फक्त माणूस असा आहे, जो सगळं खातो. कोणताही प्राणी सर्व गोष्टी खात नाही कारण प्राण्यांच्या शरीराची आपली आपली प्रयोजनं असतात की कोणती गोष्ट त्यांना चालणार आहे. फक्त माणूस सगळं खातो, सगळं!

मी अशी एकही वस्तू पाहिली नाही, मी शोधच करत असतो या गोष्टीचा की जगात अशी एक तरी गोष्ट आहे का की जी माणूस खात नाही? नाही, सर्व गोष्टी — मुंग्या खाणारे लोक आहेत, मुंगळे खाणारे लोक आहेत, साप-विंचू खाणारे लोक आहेत, कुत्रा खाणारे लोक आहेत. मला आजपर्यंत सापडलीच नाही आहे अशी एकही गोष्ट, जी कुठे ना कुठे कोणती ना कोणती मनुष्याची जात खात नसेल, दुसरी जमात त्याची चेष्टा करत असेल.

चिनी लोक साप खातात, चीनमधल्या अत्यंत स्वादिष्ट भोजनप्रकारांमध्ये साप एक आहे. आफ्रिकेमध्ये वाळवी, मुंग्या, मुंगळे पोती भरभरून जमा करून ठेवतात लोक आणि ते तळून खातात. विंचू खाणारे लोक आहेत, चिचुंद्रीलाही नाही सोडत. असा एकही प्राणी नाही ज्याला माणूस खात नाही. असं एकही फळ नाही जे माणूस खात नाही. असं एकही विष नाही ज्याचं सेवन माणूस करत नाही. लोक साप पाळतात. त्याच्याकडून स्वतःच्या जिभेला दंश करून घेतात — तास-दोन तासांची नशा येते.

माणूस अतिशय धोकेबाज जनावर आहे. त्याच्याहून अधिक धोकादायक दुसरं कुणीच नाही. त्याला संयमही नाही. त्यानं आपलं संतुलन हरवून टाकलं आहे. त्याला ठाऊकच नाही की भोज्य काय आहे, खाद्य काय आहे आणि अखाद्य

काय आहे. लहान लहान पशूही आपलं खाद्य खातात, माणूस सगळं खातो. असं वाटतं की आपल्याला काही स्वाभाविकपणे चांगलं-वाईट पारखताच येत नाही. पण वैज्ञानिक याबद्दल संशोधन करत आहेतच की हे असं का झालं? कारण कोणत्याही जनावरामध्ये असं दिसत नाही. मग माणसात असं का झालं? आणि त्यांनी एक खूप सखोल गोष्ट शोधून काढली आहे आणि ती ही की आपण लहान मुलांवर जबरदस्ती करतो. त्यांना काहीही खायला लावतो म्हणून ही कटकट निर्माण झाली आहे.

अमेरिकेतल्या एका विद्यापीठात - हार्वर्डमध्ये त्यांनी एक प्रयोग केला लहान मुलांवर, की सर्व जेवण ठेवून दिलं आणि मुलांना तिथे सोडलं — अगदी लहान मुलं! की त्यांना जे हवं असेल ते त्यांनी खावं. हा प्रयोग जवळजवळ सहा महिने चालला होता. ते चकितच झाले. जे खाण्यायोग्य आहे तेवढंच मुलं खातात. तुम्ही चक्रावून जाल — कारण कोणीही स्त्री हे मान्य करणार नाही — मुलं आईस्क्रीम मागतात, जे खाण्यायोग्य नाही आहे, मुलं मिठाई मागतात, जी खाण्यायोग्य नाही आहे. पण तुम्ही 'नाही' म्हणता म्हणून मुलं या गोष्टी मागतात. त्यांना हव्या म्हणून नाही मागत.

हार्वर्डमध्ये जो प्रयोग झाला तो मोठा क्रांतिकारी आहे. सहा महिन्यांमध्ये असा अनुभव आला की जे आवश्यक आहे, शरीराला उपयोगी आहे तेच पदार्थ मुलं खातात आणि आणखीही एक विलक्षण गोष्ट दिसून आली की मूल आजारी असेल तर ते काही खात नाही. आईवडील जबरदस्ती करत असतात, खा खा म्हणून.

कोणताही पशू आजारी असेल तर काही खात नाही कारण आजारपणात उपवास करणं चांगलं असतं. शरीर आधीच रुग्ण आहे, त्यात त्याच्यावर भोजनाचा भार टाकणं आणि पचनप्रक्रिया करायला लावणं चुकीचं आहे, अन्यायाचं आहे. हे म्हणजे आजारी माणसाच्या डोक्यावर मोठा दगड देऊन त्याला चालायला लावण्यासारखं आहे.

आजारी माणूस स्वाभाविकपणेच जेवायला नको म्हणेल. मुलांचं ऐकलं आपण तर मुलं जेवणार नाहीत. मुलाला सर्दी-पडसं झालंय — तो खायला नको म्हणेल. आई वडील म्हणतात खायलाच पाहिजे, नाही तर अशक्त होशील. एक-दोन दिवस खाल्लं नाही तर जगात कोणीही अशक्त होत नाही. माणूस तीन महिने काही न खात राहू शकतो, मरत नाही. तीन महिन्यांनंतर मरण्याचा संभव आहे. तीन महिने शरीराचं पोषण होऊ शकेल इतकं अन्न शरीरात सुरक्षित ठेवलेलं असतं. काही घाई नाही आहे. दोन-चार दिवस मुलानं काही खाल्लं नाही — काही हरकत नाही. त्याला नैसर्गिक रीत्याच करू दे काय ते.

तर त्यांना एक अनुभव आला की मुलं आजारी असताना जेवत नाहीत. दुसरी

आणखी एक विशेष गोष्ट त्यांनी शोधून काढली — जिची कधी कोणी स्वप्नातही कल्पना केली नसेल — ती गोष्ट म्हणजे मुलाला जर सर्दी-पडसं झालं असेल तर तो सर्दी-पडशावर इलाज होईल असेच पदार्थ खातो किंवा मुलाला मलेरिया झाला असेल तर मलेरियावर उपाय होईल असंच जेवण तो घेईल.

आता या लहान मुलाला हे कसं कळतं? कारण मुलाला तर मलेरियाही ठाऊक नाही आणि पोषणशास्त्रही माहीत नाही. फक्त त्याची शुद्ध नैसर्गिक प्रकृती त्याला जे योग्य आहे, संतुलित आहे त्याच्याकडे ओढून नेते.

मुलांना साखर खूप आवडते कारण त्यांच्या शरीराला साखरेची जरूर असते, खूप जरूर असते. त्यांची हाडं तयार होत असतात आणि मुलं दिवसभर इतकी धावपळ दंगामस्ती करत असतात, इतके श्रम करत असतात की तेवढे एखादा माणूस सगळ्या आयुष्यात करू शकणार नाही. म्हणून एवढी साखर ती मुलं पचवून टाकू शकतात. म्हणूनच तुमच्या लक्षात येत नाही की मुलं एवढी साखर का मागत असतात.

तुमच्या कधी हे लक्षात आलं आहे का की तुम्ही हिंदुस्थानातल्या लहानशा गावात गेलात तर तिथे खूप गोड मिठाई मिळेल. मुंबईतल्या मिठाईत साखर अगदी कमी असेल, कलकत्त्यात अगदी कमी असेल — मग लहान गावांकडे जायला लागा, मिठाईतलं साखरेचं प्रमाण वाढायला लागेल. अगदी खेड्यांमध्ये तर फक्त साखरच राहते, बाकी सगळे पदार्थ नावापुरतेच असतात. हे असं का होतं? ग्रामीण माणसाला जास्त साखरेची आवश्यकता असते. जेवढे श्रम करतो तेवढी साखर पचवतो. तुम्ही तेवढी साखर खाल्लीत तर डायबिटिस होईल. खेड्यातला माणूस तेवढी साखर खातो आणि निरोगी राहतो — डायबिटिस वगैरे काही होत नाही त्याला. कोणत्याही जनावराला डायबिटिस होत नाही — होऊ शकतच नाही कारण ते जनावर जेवढं खातं तेवढं सगळं पचवतं.

लहान मुलं साखर खातात, त्यांना आवश्यकता असते. तुम्ही त्यांना अडवाल, तुम्ही अडवाल आणि त्यांचं साखरेचं आकर्षण आणखी वाढेल. मुलांना फार राग येतो की भगवान काय उलट्या खोपडीचा आहे, सगळ्या चांगल्या गोष्टी वाईट आहेत — आईस्क्रीम, रसगुल्ला — सगळ्या चांगल्या गोष्टी, ज्या मुलांना आवडतात त्या डॉक्टरांना आवडत नाहीत, आईला आवडत नाहीत, बापाला आवडत नाहीत, त्यांच्यात काहीतरी वाईट असतं आणि सगळ्या वाईट गोष्टी भाज्या वगैरे चांगल्या आहेत, त्यांच्यात व्हिटॅमिन्स आहेत. भगवान रसगुल्ल्यात व्हिटॅमिन ठेवू शकला असता पण उलटी खोपडी. आईस्क्रीममध्ये विटॅमिन ठेवलं असतं तर काय हरकत होती?

मुलांना समजत नाही पण म्हातारे लोक जेव्हा मुलांवर नियंत्रण ठेवतात

तेव्हा ते आपल्या पद्धतीनं करतात. ज्या गोष्टी त्यांच्यासाठी धोकादायक असतात त्या गोष्टी मुलांसाठीही धोकादायक आहेत असं म्हातारे लोक समजतात. ही गोष्ट चूक आहे.

हार्वर्डच्या प्रयोगानं एक गोष्ट सिद्ध केली आहे की जर मुलांना त्यांची नियती, त्यांची स्वाभाविक प्रवृत्ती यांवर सोडून दिलं तर माणूस जात पुन्हा आरोग्यपूर्ण आहार करू लागेल. आपण त्यांना गोंधळून टाकतो. त्यांना जे खायचं असतं ते खाऊ देत नाही. जे त्यांना खायचं नसतं ते खायला घालायला आई काठी घेऊनच बसलेली असते. कारण आईनं आहारशास्त्र वाचलं आहे, त्यात लिहिलेलं आहे कोणत्या भाजीत किती व्हिटॅमिन आहे, ती त्या हिशोबानं चालते आहे. माणूस जेवणही आहारशास्त्राच्या हिशोबानं करतो आहे. माणूस प्रेमसुद्धा कामशास्त्राच्या हिशोबानं करतो आहे. माणसाची स्वत:ची अक्कल हरवून गेली आहे. ही शास्त्रं म्हणजेच जणू त्याची बुद्धी आहे. त्याच्या आतली बघण्याची, समजण्याची क्षमता मंदावली, धुरकटली आहे.

मुद्रा निरति! म्हणून योग्याची अवस्था, कबीर म्हणतात, अतिपासून मुक्त होणं. तो ना जास्त भोजन करत, ना कमी. तो योग्य तेवढाच आहार घेतो. तो ना जास्त झोपत, ना कमी. तो योग्य तेवढीच झोप घेतो. जो ना जास्त बोलत, ना कमी. तो योग्य तेवढंच बोलतो. तो ना जास्त श्रम करत, ना कमी. तो योग्य तेवढेच श्रम करतो.

बुद्धांनी असे आठ नियम सांगितले आहेत, ज्यांच्यामुळे सम्यक् जीवन निर्माण होतं. ते आठही नियम सम्यक् या शब्दानं सुरू होतात. सम्यक् याचा अर्थ आहे निरति! बुद्ध म्हणतात, सम्यक् व्यायाम, सम्यक् आहार, सम्यक् ध्यान, ध्यानालाही ते सम्यक् शब्द लावतात. कारण काही वेडे असे आहेत ते ध्यान म्हणजे ध्यानच करत राहतात. ते अशाने वेडे होऊन जातील. तुम्ही किती सहन करू शकता?

आत्ता चार-सहा दिवसांपूर्वी एक सद्‌गृहस्थ भेटायला आले. म्हणाले, 'ध्यान करतो तेव्हा पाय सुन्न होऊन जातात.'

'किती वेळ ध्यान करता?'

'सात-आठ तास.'

पाय सुन्न होणार नाहीत तर काय होईल? सात-आठ तास तुम्ही एकाच स्थितीत बसलात तर पायांची चूक आहे? सात-आठ तास एकाच स्थितीत राहण्यासाठी पाय बनले नाही आहेत. तर 'अवधू' तर नाही पोचू शकत 'सुन्न गगन मे' पण पाय पोचून जातात.

'सम्यक्' शब्दाला मंत्र बनवून घ्या. जे काही कराल, नेहमी लक्षात ठेवा की

ते 'अति'वर जाणार नाही. मन म्हणेल, अतिवर घेऊन चल कारण मन 'अति'- मध्येच जगत असतं. मन अती आहे. म्हणून मन तुम्हाला ढकलत राहील — आत्ता काय एक तास बसला आहेस? — आता दोन तास बस.

मी असं ऐकलं आहे की मुल्ला नसरुद्दीननं एक गाढव विकत घेतलं. ज्याच्याकडून घेतलं त्याला विचारलं की भाऊ, याला किती खाण-पिणं द्यायचं? त्यानं सांगितलं पण मुल्लाला ते थोडं जास्त वाटलं. तो म्हणाला, एवढं खाणं-पिणं गाढवाला? एवढं तर आम्ही स्वत:साठीही नाही...! हे तर फारच महाग आहे. हा माणूस थोडं जास्त सांगतो आहे, थोडा मिखटमीठ लावून सांगतो आहे, बाता मारतो आहे; गाढवाला आणि एवढं खाणं-पिणं? एवढं तर मी माझ्या पत्नीलाही देत नाही.

तेव्हा त्यानं ठरवलं की आपण प्रयोग करून पाहू, गाढव किती खाण्यात जिवंत राहू शकतं ते तपासून पाहू. मग त्यानं जेवढं सांगितलं होतं त्याच्या अर्धं खाणं दिलं. गाढव जिवंत राहिलं. तो म्हणाला, तो माणूस मला फसवत होता. खाणं अर्धं केलं. अर्ध्याचं अर्धं केलं तरीही गाढव जिवंत राहिलं. म्हणाला, आता तर कमालच झाली. तो माणूस अगदी बेइमान होता. आता त्यानं अर्ध्याच्या अर्ध्याच्या अर्धं केलं म्हणजे आता दोन आणेच शिल्लक राहिलं. तरीही गाढव जगलं. मुल्ला म्हणाला, आता तर खरोखरच कमाल झाली. त्या माणसानं तर माझं दिवाळंच काढलं असतं. त्यानं खाणं आणखी अर्धं केलं — एकच आणा! गाढव जिवंतच होतं. दुसऱ्या दिवशी खाणं दोन पैशांवर आणलं. मग एक पैशावर आणलं. ज्या दिवशी खाणं एक पैशावर आणलं त्या दिवशी गाढव अचानक मरून गेलं. नसरुद्दीन म्हणाला, 'कमालच झाली. एवढी घाई काय होती? अजून एक दिवस जगतं तर न जेवता जगण्याची कला शिकला असता.'

'फक्त एक दिवस कमी पडला, नाही तर एक महान घटना घडून आली असती' नसरुद्दीन म्हणाला, 'गाढव काही न खाता जिवंत राहिलं असतं. पण ते आधीच मरून गेलं, प्रयोग पुरा होऊ शकला नाही.'

नसरुद्दीननं गाढवाचं जे केलं तेच बरेच लोक स्वत:चं करत असतात. लोकसुद्धा काहीही उलटसुलट करत असतात.

निसर्गाचं ऐका, शरीराचं ऐका, शरीर ताबडतोब सूचना देतं. शरीर फार हुशार असतं, तुमच्या मनाहून अधिक बुद्धिमान. तुमच्या मनाला काय ठाऊक असतं? शरीर न जाणो, कोणकोणत्या रूपात राहिलं आहे, त्यानं खूप बुद्धी एकत्र केली आहे, त्याच्या रोमारोमात प्रज्ञा भरून राहिली आहे. तुम्ही शरीराचं ऐका.

जेव्हा शरीर आणि मन यांच्यात द्वंद्व असेल तेव्हा तुम्ही शरीराचं म्हणणं ऐका कारण मन समाजानं लादलेलं आहे, शरीर निसर्गातून आलेलं आहे. तुम्ही

मनाचं ऐकलंत, तुम्ही 'अति'वर जाल. तुम्ही शरीराचं ऐकलंत - शरीर लगेच सांगतं. तुम्ही जेवण करत आहात, शरीर लगेच सांगतं - बस्, आता थांब. हा आवाज कितीही हळू असेल पण बरोबर येतोच — बस, आता थांब. पण जीभ म्हणते, मन म्हणतं — छान स्वादिष्ट जेवण आहे. आज थोडं जास्त खाल्लं तर काय बिघडेल?

तुम्ही मनाचं ऐकता. मनाचं ऐकाल, खड्ड्यात पडाल आणि जेव्हा मन तुम्हाला जास्त खायला घालून घालून भरून टाकेल, स्थूल करून टाकेल, चरबी वाढेल, चालता येणार नाही, उठता येणार नाही, तेव्हा मन सांगेल आता उपास कर, उरळी कांचनला जा, निसर्गोपचाराची जरूर आहे. नैसर्गिक बुद्धीची जरूर आहे, निसर्गोपचाराची नाही. ज्यांच्याकडे बुद्धी नसते त्यांना मग निसर्गोपचाराची जरूरी भासते.

पण कोणताही डॉक्टर तुम्हाला बुद्धी नाही देऊ शकत. तुम्हाला परत आणू शकतो, तुमच्याकडून उपास करवून घेऊ शकतो, बाष्पस्नान करवू शकतो, शरीरातून घाम गाळायला लावू शकतो, उपाशी मारू शकतो, थोडे दिवस त्रास देईल, थोडंबहुत ताळ्यावरही आणेल. घरी परताल — चार-सहा दिवसांत पुन्हा पहिल्यासारखे. कारण कोणताही निसर्गोपचार तुम्हाला बुद्धी नाही देऊ शकत. तुम्ही परत पहिलेच होऊन जाल.

नैसर्गिक बुद्धी हवी. नैसर्गिक बुद्धी याचा अर्थ आहे, शरीराचं सांगणं ऐकण्याची क्षमता हवी. जेव्हा शरीर सांगेल, थांब, तेव्हा मनानं लाख सांगितलं की स्वादिष्ट भोजन आहे, आणखी थोडं खाऊन घे — ऐकू नका. नाही तर एक दिवस हेच मन तुम्हाला 'जैन मुनी' करून सोडेल. मग म्हणेल, आता उपास कर. पहिल्यांदाही तुम्ही याचं ऐकून चूक केलीत, तेव्हा तुम्ही भोगी बनलात. आता पुन्हा याचं ऐकून चूक कराल, त्यागी बनाल.

'अवधू जोगी जग थैं न्यारा!'

'मुद्रा निरति सुरति करि सींगी।'

— दोन सूत्रं सांगत आहेत कबीर — मध्यभागी थांबून राहणं ही तुमची अवस्था असो आणि सुरति तुमचं वाद्य !

सुरति म्हणजे स्मृती. सुरति म्हणजे शुद्धी, जागृती अमूर्च्छा, अवेअरनेस. मध्यभागी थांबणं ही तुमची अवस्था आणि शुद्धीत राहणं हे तुमचं वाद्य. मग जो नाद निर्माण होतो तो म्हणजे एका हातानं वाजणारी टाळी — नाद न षंडै धारा — मग त्यामध्ये खंड पडत नाही, नाद अखंड वाहात राहतो. मग ती धारा प्रचंड वाहात राहते. त्यामध्ये रिकामी जागा येत नाही. मग ते संगीत बंद होत नाही. मग लय विस्कटत नाही. मग छंद बांधूनच राहतो. मग टाळी वाजत राहते. मग तुम्ही परम

आनंदामध्ये कायमचे प्रविष्ट होऊन जाता — तिथून परत येणं नसतंच.

'मुद्रा निरति सुरति करि सींगी, नाद न षंडै धारा
बसै गगन मैं दुनि न देखै, चेतनि चौकी बैठा ।'

— आणि तेव्हा तुम्ही चैतन्यामध्ये विराजमान होता. 'चेतनि चौकी बैठा, बसै गगन मैं' — आणि तेव्हा तुम्ही शून्यामध्ये प्रविष्ट होऊन जाता — आकाशात! 'दुनि न देखै' तेव्हा कोणतंही द्वैत दृष्टीला पडत नाही. मग दोन्ही किनारे नदीचाच एक भाग होऊन जातात. मग सारे अतिरेकही मध्यामध्ये सामावून जातात. मग एकमेकांच्या विरुद्ध असणारी रूपंही एकाचीच दोन रूपं होऊन जातात.

'मुद्रा निरति सुरति करि सींगी, नाद न षंडै धारा
बसै गगन मैं दुनि न देखै, चेतनि चौकी बैठा ।
चढि आकाश आसण नहिं छाडै, पीवै महारस मीठा ।'

आणि आतमध्ये चेतना आकाशाकडे चढत जाते आणि शरीर त्या आसनात बसून राहतं. दिवा पृथ्वीवर आणि चेतना आकाशात! दिवा जसा पृथ्वीवर घट्ट बसून राहतो तसंच शरीराचं आसनही पृथ्वीवर — सर्वार्थानं, शरीर पृथ्वीवर राहतं — सम्यक् भोजन करतं, सम्यक् निद्रा घेतं, सम्यक् श्रम करतं — पृथ्वीवर त्याचं आसन जमून जातं. चेतना शुद्धीनं भरते आणि चैतन्य बनत जाते. ज्योत वर जायला लागते. तुम्ही एक दिवा बनून जाता. पृथ्वी तुमचा आधार आणि आकाश तुमचा आत्मा बनून जाते.

'चढि आकाश आसण नहिं छाडै, पीवै महारस मीठा
परगट कंथा माहै जोगी, दिल मैं दरपन जोवै ।
सहंस इकीस छह सै धागा, निश्चला नाकै पोवै ।'

आणि मग बाहेरून कितीही फाटकी गोधडी असली तरी आत हिरा असतो. वरून मग काहीही नसो — 'परगट कंथा माहै जोगी' मग बाहेरून हवं तर योगी गोधडीमध्ये गुरफटलेला असा का जगेना, 'दिल मैं दरपन जावै ।' पण आतमध्ये हृदयाचा आरसा स्वच्छ होऊन जातो, त्यामध्ये परमात्म्याचं प्रतिबिंब पडायला लागतं.

'सहंस इकीस छह सै धागा, निश्चला नाकै पोवै'

एकवीस हजार सहाशे नसा आहेत शरीरात — योग्यांनी हे कसं जाणलं हे एक विलक्षण रहस्य आहे. कारण विज्ञान आता सांगतं आहे, हो एवढ्याच नसा आहेत आणि योग्यांच्या जवळ विज्ञानाची कोणतीही सुविधा नव्हती, एखादी प्रयोगशाळा नव्हती की तपासणीसाठी एक्स रे मशीन नव्हतं. फक्त आतली दृष्टी होती आणि ती एक्स रे पेक्षाही अधिक खोलवर जात होती असं वाटायला लागतं. त्यांनी

एखादं प्रेत समोर ठेवून कापून पाहिलं नाही, डिसेक्शन करून पाहिलं नाही की इतक्या नसा आहेत. त्यांनी आतमध्ये आपलेच डोळे बंद करून, ऊर्जा जेव्हा त्यांच्या तिसऱ्या नेत्रापाशी पोचली होती आणि जेव्हा आतमध्ये परम प्रकाश प्रकट झालेला होता त्या प्रकाशातच त्यांनी या नसा मोजल्या होत्या. त्या प्रकाशातच त्यांनी आत पाहिलं होतं.

वैज्ञानिक घराच्या बाहेरून पाहतो आहे. त्याची ओळख अनोळखी माणसाची आहे, खूप जवळची नाही. योग्यानं घराच्या मालकासारखं पाहिलं, आतून पाहिलं होतं. फरक आहे. तुम्ही खोलीच्या बाहेर फिरू शकता, भिंती तपासून बघू शकता पण जो खोलीच्या आत राहतो तो आतल्या भिंती पाहतो. योग्यानं आतल्या प्रकाशात आतली ज्योत पेटल्यानंतर आतली नस नस मोजून घेतली.

एकवीस हजार सहाशे नसा असतात. आत्ता सगळ्या वेगवेगळ्या आहेत. आता तुम्ही असे आहात जणू मण्यांचा ढीग. अजून तुमचे मणी माळ बनले नाहीत, कोणी अजून ते दोऱ्यात ओवले नाही आहेत. आता तुम्ही मण्यांचा एक ढीग आहात. दोराही ठेवला आहे, मणीही आहेत, अजून माळ बनली नाही. म्हणून तर तुम्ही एक जमाव आहात. तुम्ही एक नाही आहात — अनेक आहात. तुमच्या आत सगळा बाजार भरलेला आहे, हजारो प्रकारचे लोक तुमच्या आत राहात आहेत. एक जण एक म्हणतो आहे, दुसरा दुसरंच काही म्हणतो आहे.

एक म्हणतो मंदिरात चल, दुसरा वेश्येकडे घेऊन जातो. तुम्ही वेश्येच्या घरी बसला असता तेव्हाही मनात कुणीतरी रामराम असा जप करत असतं. मंदिरात बसला आहात, रामराम जप करता आहात, मनात वेश्येची मूर्ती आहे. असे तुमचे तुकडे तुकडे आहेत. तुम्ही हजारो वाटांनी वाहात आहात. जी सरळ सागराकडे वाहात जाईल अशी एक धारा नाही आहात तुम्ही. तुम्ही वाळवंटात विखरून पडला आहात, कण कण झाला आहात.

तुमच्या एकवीस हजार सहाशे नसा अजून माळेचा दोरा बनल्या नाहीत, अजून माळ तयार झालेली नाही कारण अजून कोणी दोरा ओवलाच नाही आहे. तो दोरा कोणता आहे? त्या दोऱ्याचं नावच सुरति आहे. ज्या दिवशी तुम्ही तुमच्या सर्व नसांकडे जाणीवपूर्वक पाहाल, 'सहंस इकीस छह सै धागा, निहचल नाकै पोवै ।' आणि ज्याची अवस्था झाली निरतिची आणि ज्याचं सुरतिचं वाद्य वाजू लागलं तो धाग्यामध्ये ओवून टाकतो सर्व नसांना, तो अखंड एक होऊन जातो. त्याच्या आत एकाचा जन्म होतो.

'ब्रह्म अगनिमें काया जारै, त्रिकुटी संगम जागै ।'

तेव्हा त्याची काया, तेव्हा त्याचा देह ब्रह्माच्या अग्नीमध्ये जळून भस्मीभूत

होऊन जातो. निसर्गाच्या अग्नीमध्ये तर तुम्ही खूप वेळा जळून भस्मीभूत झाला आहात, खूप वेळा मेला आहात आणि देहाला चितेवर चढवलं आहे. योगीही एका चितेवर चढतो पण ती चिता सामान्य अग्नीची नसते, ती ब्रह्म अग्नीची चिता असते.

'ब्रह्म अगनिमें काया जारै' आणि ब्रह्म अग्नीमध्ये सर्व शरीर, शरीराच्या सर्व शक्यता, बीज सारं काही जळून जातं.

'त्रिकुटी संगम जागै' — इथे शरीर संपत जातं, पृथ्वीशी असलेला संबंध सुटत जातो, ज्योत वर जाऊ लागते, दिव्याला सोडून देते आणि आतमध्ये — ही तर बाहेरची घटना आहे, आतमध्ये 'त्रिकुटी संगम जागै ।'

त्रिकुटी हा योग्याचा मोठा महत्त्वाचा शब्द आहे. त्रिकुटीचा अर्थ आहे द्रष्टा, दृश्य आणि दर्शन या तीनही प्रवाहांचं एकत्र होणं. याच तीन प्रवाहांच्या आधाराने आपण प्रयागला संगम म्हटलं आहे, तीर्थ बनवलं आहे. या स्थानाला तीर्थ बनवण्याचं एकच कारण आहे की प्रयाग अगदी याच तीन गोष्टींसारखं आहे. सरस्वती दिसत नाही, गंगा-यमुना दिसतात. सरस्वती अदृश्य आहे. असेच द्रष्टा आणि दृश्य दिसतात. दर्शन अदृश्य आहे, दिसत नाही, ते या दोहोंच्या मधून वाहात आहे. मी तुम्हाला पाहतो आहे, तुम्हीही मला दिसता आहात, मीही दिसतो आहे पण आपल्या दोघांच्या मध्ये जी दर्शनाची घटना घडते आहे ती नाही दिसत — ती सरस्वती आहे, तो अदृश्य प्रवाह आहे.

आणि जेव्हा या तिघांचं मीलन होतं — 'त्रिकुटी संगम जागै' जेव्हा दृश्य, दर्शन आणि द्रष्टा हे तिघेही एक होऊन जातात, तेव्हा महाजागृती होते, तेच महापरिनिर्वाण आहे. आता परत येणं नाही. शरीर जळून जातं ब्रह्म-अग्नीमध्ये. त्याचं कार्य पूर्ण झालं. आता कोणतंच नवं घर बांधावं लागणार नाही, आता कोणताच नवा देह घ्यावा लागणार नाही, आता कोणत्याच नव्या गर्भातून बाहेर पडावं लागणार नाही. आता पृथ्वीच्या दिशेनं खाली पडणं बंद झालं. आता ज्योत मुक्त झाली दिव्यापासून, आता कमळ चिखलात राहायला तयार नाही, आता कमळाला चिखलात राहण्याची जरूरीही उरली नाही, आता कमळ वर आलं आहे. आता कमळ प्रवासाला निघालं आहे, त्याला पंख फुटले आहेत.

'ब्रह्म अगनिमें काया जारै, त्रिकुटी संगम जागै ।
कहै कबीर सोई जोगस्वर सहज सुनि लौ लागै ।'

आता तर फक्त सहजशून्यामध्येच ज्योत पेटते. आता तर शून्यातच विलीन होत जातो.

'कहै कबीर सोई जोगेस्वर' तोच योगी आहे,

अवधू जोगी जग थैं न्यारा ।

योग ही महानतम कला आहे. जगण्याचीही आणि मरण्याचीही. योग प्रथम शिकवतो कसं जगावं आणि मग शिकवतो कसं मरावं.

'ब्रह्म अगनिमें काया जारै' पहिल्यांदा योग शिकवतो की कशी शरीराची मदत घ्या आणि मग शिकवतो, शरीरापासून मुक्त कसे व्हा. पहिल्यांदा योग शिकवतो, जमिनीवर आसन कसं जमवायचं, ज्यामुळे ज्योत निश्चलपणे वर जाऊ लागेल आणि मग योग शिकवतो, जमिनीला कसं सोडून द्यायचं आणि शून्य आकाशात, महाशून्यात कसं हरवून जायचं.

ते हरवणं म्हणजेच प्राप्त करून घेणं आहे. ते संपून जाणं म्हणजेच असणं आहे. इथे तुम्ही संपलात तिथे परमात्मा निर्माण झाला. इथून तुम्ही गेलात आणि तिथे त्याच्या मंदिराची द्वारं उघडली गेली. तुम्ही स्वत:च अडचण आहात. एक धूसरशी, अडचण, एक पातळसा घूंघट.

एक घूंघट उचल, तुला प्रियकर भेटेल
घूंघटके पट खोल तोहे पिया मिलेंगे ।

आज इतकंच.

अंबर बरसै धरती भीजै, यहु जाने सब कोई ।
धरती बरसै अंबर भीजै, बूझै बिरला कोई ॥
गावन हारा कदे न गावै, अनबोल्या नित गावै ।
नटवर पेखि पेखना पेखै, अनहद बेन बजावै ॥
कहनी रहनी निज तत जानै, यह सब अकथ कहानी ।
धरती उलटि आकासहि ग्रासै, यहु पुरिसा की बाणी ॥
बाज पियालै अमृत सौख्या, नदी नीर भरि राख्या ।
कहै कबीर ते बिरला जोगी, धरणि महारस चाख्या ॥

प्रवचन दुसरे
बूझै बिरला कोई

जीवनाकडे पाहण्याची एक तत्त्वज्ञानाची दृष्टी आहे आणि एक धार्मिक दृष्टी आहे. तत्त्वज्ञान्याची दृष्टी परीघाला स्पर्श करू शकते, केंद्रापर्यंत तिला जाता येत नाही. तो बाहेर बाहेरूनच पाहात असतो. कितीही विचार केला, चिंतन केलं तरी विचार, चिंतन कधीही केंद्रापर्यंत पोचत नाही. केंद्रापर्यंत तर फक्त महाशून्याची अवस्थाच जाऊ शकते — तिथे कोणताही विचार नाही की विचाराचा एखादा तरंगही नाही. विचार नाही, केंद्रापर्यंत तर फक्त ध्यान जाऊ शकतं. विचार नाही, केंद्रापर्यंत तर फक्त समाधीच पोचू शकते.

तत्त्वज्ञानी खूप विचार करतो, सिद्धांत निर्माण करतो, शास्त्र बनवतो, पण त्याची सगळी शास्त्रं अपुरी ठरतात, आणि सगळी शास्त्रं — त्यांचे शब्द कितीही सखोल, गहन वाटले तरी — उथळ ठरतात.

धार्मिक व्यक्ती विचार करणं सोडतो, विचार सोडतो. तर्क करत नाही, मनन-चिंतन करत नाही, त्या सर्व तरंगांना शांत करतो. धार्मिक व्यक्ती केंद्राच्या ठिकाणी स्थिर होण्याचा प्रयत्न करतो. त्या स्थिरतेमध्येच जीवनाच्या परिपूर्णतेच्या रहस्याचा दरवाजा उघडला जातो. समाधी हा तो दरवाजा आहे.

आणि धार्मिकाला जे ज्ञान होतं ते मोठं विलक्षण असतं. तो उलटंच सांगतो आहे असं वाटतं कारण आपण सगळे जण तत्त्वज्ञानी माणसाने प्रभावित झालेले असतो. हे तुम्ही नीट समजावून घ्या.

आपल्या मनावर तत्त्वज्ञान्याची मोठीच छाप असते. विचारवंत लोकांनी आपल्यावर मोठं आक्रमण केलेलं आहे. साहजिकच त्यांचे तर्क खूप प्रभावशाली वाटतात आणि त्या तर्कांच्या आधाराने बनवलेले सिद्धांत आपल्या मनावर सखोल रेषा उमटवतात. म्हणून कबीरासारख्या व्यक्ती काहीतरी उलटंच सांगत आहेत असं वाटतं —

त्यांचं बोलणं उलटं वाटतं कारण तुम्ही उलटे उभे आहात. जसं एखादा माणूस शीर्षासन करून उभा असेल तर त्याला सगळं जग उलटं चाललं आहे असं भासतं. सगळं जग उलटं का चाललं आहे या विचारानं तो अस्वस्थ होतो. पण जग उलटं नाही आहे. तो स्वत:च उलटा उभा आहे. अस्तित्व तर नेहमीच सरळ साफ आहे, तुम्ही वाकडे आहात. अस्तित्व कुठेही वाकडं नाही आहे. त्याची कथा तर अगदी स्वच्छ, सुस्पष्ट आहे, त्याचं रहस्य तर अगदी उघडं रहस्य आहे. दारं-दरवाजेही बंद नाही आहेत. तुम्ही आत प्रवेश करू शकत नसाल तर तुमचे डोळे कोणत्यातरी शब्दांनी बंद केले आहेत. तुमची दृष्टी कोणत्यातरी विचारांखाली, शास्त्रांखाली दडपली गेली आहे.

आणि विशेषत: या देशामध्ये तर फार दुर्भाग्याची घटना घडून आली आहे.

हजारो वर्षांचं पांडित्य आहे. त्यानं तुम्हाला स्पष्ट रेषा आखून दिल्या आहेत. त्या रेषांहून वेगळं असं काहीही मान्य करायला तुमची तयारी असणं शक्यच नाही. म्हणून पंडितांची नगरी काशी — काशीमध्ये कबीर उलटे भासू लागले. लोक म्हणायला लागले, कबीराबद्दल बोलता आहात? डोकं नाही ना फिरलं? तो तर उलटं बोलणारा आहे. ही तर कोडी आहेत. ती सोडवता येणारी नाहीत.

कबीरामध्ये काय कोडं आहे? कारण कबीर पूर्णाला पाहात आहेत. तुम्ही अर्ध्यालाच पाहात आहात. तुम्ही अर्धवटाला पाहात आहात. अर्ध्याच्या आधारानं तुम्ही पूर्णाची कल्पना करता. तुम्ही जुन्याच चाकोरीतून जाणारे आहात. पण एकदा का माणसानं चाकोरी सोडून दिली की मग त्याच्या विस्ताराला अंत राहात नाही.

मी असं ऐकलं आहे, एक गमतीची गोष्ट ऐकली आहे, खरी नसेलही कदाचित पण खरी वाटते. उंदीर खूप वाढले म्हणून सरकार अतिशय बेचैन झालं, काळजीत पडलं. कारण एका माणसाचं अन्न पाच उंदीर खाऊन जातात आणि माणसांहून उंदरांची संख्या कितीतरी पटींनी जास्त. कमीत कमी पंचवीस टक्क्यांनी जास्त उंदीर आहेत भारतात. त्यामुळे घाबरून जाणं साहजिकच आहे. पण उंदरांसारख्या महत्त्वाच्या विषयावर चर्चा करणंही धोक्याचं आहे. कारण या देशाच्या बुद्धीचा अंदाज करणं फार कठीण आहे.

तर मी असं ऐकलं आहे की इंदिरा गांधींनी देशातल्या सगळ्या विचारवंत नेत्यांना एकत्र बोलावलं. प्रथम सर्व जण विचार करू आणि मग काय पाऊल उचलायचं ते ठरवू. इंदिराजींनी सांगितलं की, 'या उंदरांना मारून टाकणं आता फारच आवश्यक झालं आहे. सगळे उंदीर मारून टाकण्याचं महाअभियान सुरू करायला हवं.'

तत्क्षणी गडबड, आरडाओरडा सुरू झाला. भारताच्या लोकसभेमध्ये, विधानसभांमध्ये जसा गोंधळ सुरू होतो तसाच गोंधळ सुरू झाला. काही काळ काय चाललं आहे ते कळतच नव्हतं.

खूप कष्टानं समजलं की श्री. अटलबिहारी वाजपेयी म्हणत होते की, 'हे होणं शक्य नाही कारण उंदीर हे गणेशाचं वाहन आहे. तुम्ही गणपतीला वाहनावरून खाली उतरवू पाहात आहात का? वाहनाशिवाय गणपती कसा राहू शकेल? आणि हे तर अगदी अधर्माचं कृत्य आहे. ही तर हिंदू धर्माची हत्या आहे. हे कधीही सहन केलं जाणार नाही — उंदीर मारून टाकणं.'

यावर उपाय काय असं विचारलं गेलं. सूचना मागवल्या गेल्या. त्यांनी उत्तर दिलं, 'आपण माणसांसाठी जे उपाय करतो आहोत — कुटुंब नियोजनाचे — तसेच केले जावेत. उंदरांच्या बिळांवर लिहिण्यात यावं — हम दो हमारे दो। ही समजावून सांगण्याची गोष्ट आहे. इथे हत्या नाही होऊ शकत.'

पण तेवढ्यात जयप्रकाशांनी उठून सांगितलं की, 'हे कधीच होणार नाही. गांधी-विनोबांच्या देशात कुटुंब नियोजन? हा तर अनीतीचा मार्ग आहे. यामुळे लोक भ्रष्ट होतील, भ्रष्टाचार पसरेल आणि भीती ही आहे की तुम्ही हा प्रचार कराल उंदरांसाठी पण ऐकून ऐकून गणेशही भ्रष्ट होऊ शकतो. कारण कुटुंब नियोजन याचा अर्थ असा आहे की स्त्रीला मूल होण्याची भीतीच राहणार नाही. त्या भीतीवरच तुमची सारी संस्कृती उभारलेली आहे. त्या भीतीवरच तर तुमचे सगळे नीतिनियम उभे आहेत. स्त्रीला पकडता येतं — तिनं जर एखाद्या दुसऱ्या व्यक्तीशी संबंध जोडले तर. एकदा का स्त्री मुक्त झाली, तिला भीती राहिली नाही तर मग कोणता नियम रोखेल? उंदीर तर बिघडतीलच, भीती ही आहे की गणपतीसुद्धा बिघडेल.'

जयप्रकाशांनी सांगितलं, 'सर्वोदयी लोक हे कधीही सहन करणार नाहीत.' त्यांना विचारण्यात आलं, 'काय करावं?' तर त्यांनी उत्तर दिलं, 'कुटुंब नियोजनाच्या मोहीमेऐवजी ब्रह्मचर्याचं शिक्षण देण्यात यावं. ब्रह्मचर्याचं शिक्षण, गांधी-विनोबा दोघेही हेच सांगतात. कुटुंब नियोजनाच्या पाट्या लावण्याऐवजी ब्रह्मचर्याची वचनं लिहिली जावीत की, ब्रह्मचर्य हेच जीवन आहे.'

कोणीतरी भीत भीत म्हटलं, 'पण उंदीर अशिक्षित आहेत.' तेव्हा जयप्रकाशांनी सांगितलं, 'मला इतक्या खोलात जाण्याचं कारण नाही. मी फक्त लोकनायक आहे, लोकनेता नाही. आम्ही फक्त मार्गदर्शन करतो. पूर्ण क्रांतीच्या विस्ताराचा विचार तुम्ही लोकांनी करायचा. सरकारचं हे कर्तव्य आहे की त्यांनी प्रथम त्यांना शिक्षित करावं — उंदरांना, आणि मग त्यांना ब्रह्मचर्य शिकवावं. सिद्धांत आम्ही सांगितला. त्याचा पुढे विस्तार करणं हे सरकारचं काम आहे. नाही तर सरकार आहे कशासाठी?'

श्री. अटल बिहारी वाजपेयी — 'हा तर सरळ सरळ हिंदू धर्मावर केलेला आघात आहे. हे कधीही सहन केलं जाणार नाही. हिंदूंनो एकत्रित व्हा. तुमचा धर्म संकटात आहे.'

तेव्हा कम्युनिस्ट नेते श्रीपाद अमृत डांगे म्हणाले, 'प्रश्न उंदरांना मारावं की मारू नये हा नाही. प्रश्न हा आहे की गरीब, दीनदुबळ्या उंदरांवर चढून बसलेला हा गणेश कोण आहे? या गणेशाला खाली उतरावं लागेल. हा वर्गसंघर्ष आहे. गणेश मुर्दाबाद! उंदरांनो, विश्वातल्या उंदरांनो एकत्र व्हा. तुमच्याजवळ गमावण्यासारखं काहीही नाही - गणेशाच्या ओझ्याखेरीज.'

श्री. जयप्रकाश म्हणाले, 'मला पूर्ण क्रांती हवी आहे. उंदरांमध्ये ब्रह्मचर्य व्रताचा प्रसार करण्यानेच हे साध्य होऊ शकेल. महात्मा गांधी आणि संत विनोबांच्या सगळ्या जगण्याचा संदेशच ब्रह्मचर्य हा आहे आणि विस्ताराच्या गोष्टी मला विचारू नका. मी असल्या क्षुद्र गोष्टींमध्ये गुंतत नाही. मी तर फक्त —

फक्त पूर्ण क्रांतीच्या पक्षाचा आहे.'

आणि मग सर्व चाकोरीबद्ध माणसांमध्ये मारपीट सुरू झाली. चपलाबूट फेकले जाऊ लागले. पूर्ण क्रांतीची ही शुभ सुरुवात पाहून श्री. जयप्रकाश अतिशय प्रसन्न झाले आणि संसोपा नेता राजनारायण यांनी मध्ये उडी ठोकून युद्ध सुरू केलं.

पंतप्रधान श्रीमती इंदिरा गांधी या सभेचा अपेक्षित शेवट बघून सभास्थानातून बाहेर जायला निघाल्या, तेव्हा त्यांच्या कानावर श्री. मोरारजी देसाईंचा आवाज पडला, 'मी अल्टिमेटम देतो आहे की पावसाळ्यापूर्वी महात्मा गांधींच्या विचारांप्रमाणे उंदरांमध्ये ब्रह्मचर्य आणि नशाबंदीचा प्रचार सुरू केला गेला नाही तर मी आमरण उपोषण सुरू करीन.'

या देशात सगळ्या सभा जशा संपतात तशीच तीही सभा समाप्त झाली. चाकोऱ्या असतात. एकदा या चाकोरीला स्पर्श करा, लोक शुद्धबुद्ध हरवून बसतात. उंदीर हे गणपतीचं वाहन आहे एवढं म्हटलं की पुढे अकलेची कोणतीच गोष्ट होऊ शकत नाही. गांधी-विनोबा काय म्हणतात एवढं म्हटलं की पुरे — हा देश गांधी-विनोबांचा आहे एवढं म्हटलं की पुरे — जणू काही हा देश फक्त त्यांचाच आहे, दुसऱ्या कोणाचाही नाही आहे.

चाकोरीला बांधला गेलेला माणूस सर्व प्रकारांनी आंधळा होऊन जगत असतो आणि सगळे लोक विचारांच्या चाकोरीला बांधले गेलेले असतात. या देशातील सर्वांत खोलवर गेलेली विचारांची चाकोरी म्हणजे 'संसार माया आहे' हा विचार. हे खरं आहे. हा परम अनुभव आहे की संसार माया आहे. पण हा काही सिद्धांत नाही. ही सिद्धावस्थेमध्ये प्रतीत होणारी अवस्था आहे. जर तुम्ही हा सिद्धांत म्हणून मानलात की संसार माया आहे तर तुम्ही अडचणीत याल. तेव्हा तुम्ही भांडायला, लढायला सुरुवात कराल आणि तुम्ही ज्याच्याशी भांडत असाल तो असेल परमात्मा स्वत:! तेव्हा तुमचं सारं आयुष्य गोंधळात पडेल.

या देशातली सारी शास्त्रं सांगतात की द्वंद्वाच्या वर जायचं आहे. द्वैताच्या पलीकडे जायचं आहे. एकाची प्राप्ती करून घ्यायची आहे. अद्वैताची प्राप्ती करून घ्यायची आहे. तेच परम सत्य आहे. ही गोष्ट तुमच्या मनात खोदली गेली आहे. म्हणून कोणत्याही गोष्टीची निंदा करायची असेल तर तुम्ही लगेच म्हणून टाकता की हे तर द्वंद्व आहे — बस् ती गोष्ट पुरेशी वाईट ठरली.

म्हणून कबीरांनी जेव्हा ही वचनं सांगितली तेव्हा मोठीच अडचण सामोरी येणार. 'कहै कबीर ते बिरला जोगी, धरणि महारस चाख्या' — 'ज्यानं पृथ्वीचा महारस चाखला तो महायोगी !'

पण तुमचे योगी तर असं सांगताहेत की धरती, धरतीचा रस, पदार्थ, पदार्थाचा रस, शरीर, शरीराचा रस हे सगळं त्याज्य आहे. हे तर सगळं सोडून

द्यायचं आहे. ही तर माया आहे. आणि कबीर तर म्हणतात ज्यानं धरणीचा महारस चाखला तो कोणी विरळा योगी आहे. तो कोणी अद्वितीय योगी आहे.

तुम्ही आजपर्यंत सतत ऐकत आला आहात की वस्तूचा, पदार्थाचा त्याग करायचा आहे आणि कबीर सांगत आहेत की पदार्थामध्ये महारस लपलेला आहे, पदार्थामध्ये परमात्मा लपलेला आहे. पदार्थाला सोडून द्यायचं नाही आहे तर तो जाणून घ्यायचा आहे. पदार्थापासून दूर पळायचं नाही तर तो जगायचा आहे. शरीरात अशरीरी लपलेलं आहे. शरीर कापायचं, जाळायचं नाही आहे, शरीर संपवून टाकायचं नाही आहे. शरीर तर मंदिर आहे. त्यातच परमात्म्याची प्रतिमा विराजमान झालेली आहे. ते तर सिंहासन आहे. त्यावर प्रभू बसलेला आहे. शरीराला ओळखायचं आहे, जाणायचं आहे, शरीरानं जगायचं आहे. शरीराच्या आतमध्ये सखोल प्रवेश करायचा आहे. शरीराचा परीघच नव्हे तर त्याचं केंद्रही प्राप्त करून घ्यायचं आहे. ज्या दिवशी तुम्ही शरीराच्या केंद्राला ओळखाल की तोच परमात्मा आहे त्या दिवशी तुम्हाला कळेल की शरीरातही मोठे रस लपलेले आहेत, सोडण्यासारखं काहीही नाही.

स्वादाला सोडायचं नाही आहे आणि अस्वाद साधायचा नाही आहे. स्वादाला इतक्या परिपूर्णतेनं जाणून घ्यायचं आहे की स्वादामध्येच लपलेला अस्वादही प्राप्त होईल. तेव्हा तो आस्वाद राहात नाही तर परम-स्वादासारखा होऊन जातो.

गांधींच्या आश्रमामधल्या अकरा नियमांपैकी एक नियम होता - अस्वाद! अशा रीतीनं जेवण करा की त्यामध्ये स्वाद येणार नाही. म्हणजे पदार्थ बिघडवा आणि मग खा. मीठसुद्धा घालू नका आणि योग फारच डोक्यात चढला असेल तर थोडीशी कडूनिंबाची चटणी मिसळून घ्या. म्हणजे भोजन भ्रष्ट होऊन जाईल, स्वाद येणार नाही. गांधीजी कडूनिंबाच्या चटणीशिवाय जेवत नसतं. ही जेवण खराब करून टाकण्याची सोय होती. त्यांना वाटायचं की हा अस्वाद आहे.

हा अस्वाद नाही आहे, हे फक्त जिभेला मारणं आहे. अस्वादाची प्राप्ती तर त्या ऋषीमुनींना झाली, ज्यांनी उपनिषदांमध्ये म्हटलं आहे, 'अन्नं ब्रह्म ।' अन्नामध्ये ब्रह्म लपलेलं आहे हे ज्यांनी जाणलं त्यांना अस्वादाची प्राप्ती झाली. ज्यांनी अन्नाला या परिपूर्णतेनं, या समाधिपूर्णतेनं, या समाधिपूर्वकतेनं ग्रहण केलं — ज्यामुळे अन्नामध्ये लपलेल्या ब्रह्माची झलक त्यांना जाणवली — धरणि महारस चाख्या — ते परम योगी आहेत. त्यांनी पृथ्वीला सोडलं नाही, पृथ्वीच्या महारसाची चव घेतली.

कारण ज्यानं सृष्टी निर्माण केली आहे, ती निर्मात्यापासून वेगळी होऊ शकत नाही आणि शत्रू तर होऊच शकत नाही. त्याच्या विरोधात असू शकतच नाही. शिडी होण्यासाठीच बनवली गेली आहे. सृष्टीमध्येच स्रष्टा लपलेला आहे. कृतीमध्येच कर्ता

लपलेला आहे. काव्यामध्ये लपलेला आहे कवी, नृत्यामध्ये लपलेला आहे नर्तक. ते दोघे भिन्न भिन्न नाहीत. परमात्मा इथे पानापानावर लपलेला आहे. तुम्ही ज्याला वाईट म्हटलंत, तुम्ही ज्याची निंदा केलीत, तोही परमात्मा आहे आणि परमात्म्याची निंदा करून तुम्हाला परमात्मा प्राप्त होणार नाही. हो — तुम्ही स्वत:साठी एक परमात्मा बनवून घेतला आहात सिद्धांतांचा — ज्याची तुम्ही मंदिरात पूजा करता. खऱ्या, जिवंत परमात्म्याची तुम्ही निंदा करता. खोट्या माणसानं निर्माण केलेल्या खोट्या परमात्म्याची तुम्ही पूजा करता.

तुम्ही कधी एखाद्या हिरव्यागार वृक्षासमोर हात जोडून मस्तक झुकवलं आहे? किंवा एखाद्या फुलांनी बहरलेल्या वाऱ्यानं डोलणाऱ्या वृक्षासमोर गुडघे टेकून प्रार्थना केली आहे? किंवा आकाश ताऱ्यांनी भरलेलं असताना तुम्ही पृथ्वीवर आडवं पडून त्या अनिर्वचनीयाच्या भजनानं भरून गेला आहात? तुम्ही ताऱ्यांमध्ये त्याचे डोळे चमकताना पाहिले आहेत? फुलांमध्ये त्याचा सुगंध दरवळताना पाहिला आहे?

नाही, तुम्ही साफ आंधळे आहात. तुम्ही धावत सुटला आहात मंदिर आणि मशिदीच्या दिशेनं. तुम्ही म्हणता, तिथे जाऊन परमात्म्याची पूजा करायची आहे. मग इथे कोण आहे? चारी दिशांना कोण आहे? पक्ष्यांच्या गळ्यांत कोण गातं आहे? वृक्षांमध्ये फुलं कोण बनलं आहे? झऱ्यांमध्ये कोणाचं गुणगुणणं आहे? ही तर त्या एका ओंकाराची अनेक अनेक अभिव्यक्ती आहे. ही त्याच एकाची अनेक अनेक रूपं आहेत. तुम्ही कुठे धावत निघाला आहात? तुम्ही कोणाची पूजा करायला निघाला आहात? तुम्ही जिथे आहात तिथेच तो हजर आहे. तुमच्या चारही बाजूंनी त्यानंच तुम्हाला घेरलेलं आहे.

उपनिषदं सांगतात, तो परमात्मा दूरहून अधिक दूर आणि जवळाहून जवळ आहे. दूरहून अधिक दूर – जर मंदिरात शोधलं तर; जवळाहून जवळ – जर डोळे उघडून चारही दिशांना बघितलं तर! तो परमात्मा जवळाहून जवळ आहे. कारण तुम्हीही तिथंच आहात. श्वासही तोच घेतो आहे तुमच्या आत. मुहम्मदानं म्हटलं आहे, श्वासनलिकेहूनही तो जवळ आहे. एक वेळ तुम्ही श्वास न घेताही जिवंत राहू शकाल, त्याच्याशिवाय तुम्हाला जगता येणार नाही. त्याच्याशिवाय जीवनच नाही आहे. तो जीवनाचं सार आहे.

म्हणजे जीवनाची निंदा करून कोणीही त्याच्यापर्यंत पोचू शकणार नाही. आणि सर्व धर्मांनी जीवनाची निंदा केलेली आहे. फक्त ज्ञानी पुरुषांनीच जीवनाची निंदा केलेली नाही. त्यांनी तर जीवनाचा गौरव गायला आहे. खरं म्हणजे त्यांच्या जीवनाच्या गौरवाचं जे गीत आहे तेच तर परमात्म्याची स्तुती आहे.

म्हणून 'अन्नं ब्रह्म' आहे. स्वादही त्याचाच आहे. शरीरही त्याचंच आहे,

कामही त्याचाच आहे. रामही तोच आहे आणि ज्या दिवशी तुम्ही हे द्वंद्व उभं करणं सोडून द्याल आणि तुम्हाला दोन्हींमध्ये तोच दिसू लागेल त्याच दिवशी अद्वैताची प्राप्ती होईल. अद्वैत हा काही सिद्धांत नाही आहे की शंकराचार्यांचे ग्रंथ वाचले आणि अद्वैत म्हणजे काय ते समजलं.

अद्वैत ही जीवन जगण्याची एक शैली आहे. अशा रीतीनं जगायचं आहे की दोनांच्या मध्ये विरोध उभाच राहणार नाही. दोनांच्या मध्ये दोनपण येणारच नाही. दोघांच्याही मध्ये एकच दिसत राहील. म्हणून कबीरांची वचनं उलटी वाटायला लागतात. ती सरळ बासरी आहे.

'अंबर बरसै धरती भीजै, यहु जाने सब कोई ।'

आकाश बरसतं, आषाढात ढग वोळून येतात, धरती भिजून जाते. तृप्त होऊन जाते हे तर आपल्याला माहीतच आहे. पण ही गोष्ट आंधळ्यालाही माहीत आहे, मूर्खालाही माहीत आहे. हे माहीत झाल्यानं तुम्ही काही फार शहाणे ठरणार नाही आहात. जो जाणतो तो म्हणतो -

'धरती बरसै अंबर भीजै, बूझै बिरला कोई'

धरतीही बरसते. कारण जीवन एक गहन एकात्म आहे. इथे तुम्ही फक्त घेतच घेत राहून नाही चालत. इथे घेणं आणि देणं यांच्यामध्ये एक समतोल आहे.

आकाशातून तुम्ही ढग बरसताना पाहिलं आहे. पण धरतीचे मेघ आकाशावर बरसताना पाहिले आहेत? हे पाहा हिरवे झाले वृक्ष, धरती यांच्यामधूनच पाणी परत करते आहे. हे मेघ आहेत, जे आकाशात बरसत आहेत. क्षणाक्षणाला पानापानामधून वाफ उठते आहे. नाही तर आकाश बरसण्यासाठी मेघ कुठून आणेल? सूर्याच्या किरणांवर चढून चढून वाफ ठिकठिकाणाहून गोळा होते आहे आकाशात. धरती परत करते आहे.

या फुलांच्या गंधामधून कोण परत जातं आहे? या पक्ष्यांच्या कंठातून आकाशावर कोण बरसतं आहे? सर्व बाजूंनी पृथ्वी परत करते आहे आणि जेवढं परत करते तेवढंच अधिक गहन होऊन परत येतं. एक वर्तुळाकार प्रक्रिया आहे. आकाश धरतीला देतं, धरती आकाशाला देते. धरती लहान नाही आहे. देणं-घेणं नेहमी समान असतं.

संतुलन हाच तर जीवनाचा नियम आहे. नाही तर संतुलन तुटतच जाईल. एक घेत राहील, दुसरा देत राहील, शेवटी दोघेही दीन होऊन जातील. एक कृपण होऊन मरेल, दुसरा दरिद्री होऊन मरेल. जीवन म्हणजे देणं आणि घेणं आहे. जीवन हर क्षणी संतुलन सांभाळत असतं. आकाशाकडून धरतीला जेवढं मिळतं तेवढंच परत केलं जातं.

आणि हे तर छोटंसं प्रतिदान आहे — जे फुलांत, वृक्षांत, पहाडांत, नदी-

नाल्यांत, दिसतं ते. पक्ष्यांच्या कंठामध्ये, वाऱ्याच्या झुळकीमध्ये ज्याची सळसळ ऐकू येते ते.

पण जेव्हा धरतीचा एखादा मुलगा, एखादा बुद्ध, एखादा कबीर उमलतो, जेव्हा त्याच्या सहस्त्र किरणांमध्ये हजार पाकळ्यांचं कमळ उमलतं आणि जेव्हा त्याची संपूर्ण प्राणऊर्जा आकाशाकडे वाहू लागते तेव्हा महादान घडून येतं. तेव्हा आकाशावर बुद्धांचे मेघ वोळून येतात. बुद्धांनी तर त्या परम अवस्थेसाठी जो शब्दप्रयोग केला आहे तो 'मेघ-समाधी' असाच आहे. एखाद्या ढगासारखी पृथ्वी आकाशावर बरसते.

कबीर म्हणतात, 'धरती बरसै अंबर भीजै ।' कबीर म्हणतात, आम्ही उलटंही पाहिलं आहे, धरतीला बरसताना आणि आकाशाला भिजतानाही पाहिलं आहे. स्त्रष्ट्यानं तर सृष्टीला पुष्कळच काही दिलं आहे. परमात्म्यानं सर्वांना निर्माण तर केलं आहेच, त्यानं सर्वांना भरपूर दिलं तर आहेच पण आम्ही आणखीही एक गोष्ट पाहिली आहे. ती म्हणजे आम्ही सृष्टीकडून परमात्म्याकडे जाणारे मेघही पाहिले आहेत आणि मेघांनी वेढलेल्या पृथ्वीलाच फक्त नाचताना नाही पाहिलेलं, आम्ही परमात्म्यालाही नाचताना पाहिलं आहे.

जेव्हा बुद्धांचा मेघ परत जातो परमात्म्याकडे तेव्हा परमात्माही नाचू लागतो. तो नटराज आहे. त्याच्या प्रसन्नतेचं काय सांगावं त्या क्षणात!

म्हणून बुद्धांच्या जीवनातली एक कथा आहे, की जेव्हा बुद्धांना ज्ञानप्राप्ती झाली तेव्हा अकालीच वृक्षांवर फुलं उमलली. इतकी महान घटना घडून आली तर परमात्माही नाचतो. त्या क्षणी निसर्ग नाचू लागला तर त्यात नवल काय? सुकलेले वृक्ष हिरवे झाले, नवी पालवी फुटली. फुलं येणार नव्हती, हा फुलांचा ऋतू नव्हता आणि फुलं उमलली अर्ध्या रात्री. अजून सूर्यही उगवला नव्हता, बुद्ध हळूहळू त्या परम अवस्थेकडे वाहात जात होते. पहाटेचा शेवटचा तारा मावळला आणि बुद्धांना परम मेघ-समाधीची प्राप्ती झाली. त्या क्षणी पृथ्वीनं जे दान दिलं आहे ते परमात्माही शेकडो वर्षं लक्षात ठेवेल, ठेवावंच लागेल.

आणि जर नीट निरखून पाहिलंत तर सृष्टीनं केलेलं दान स्त्रष्ट्याच्या दानापेक्षा मोठं वाटेल. कारण स्त्रष्ट्यानं तर एक सामान्य मूल जन्माला घातलं होतं. पृथ्वीनं त्याला बुद्धत्व देऊन परत केलं.

'अंबर बरसै धरती भीजै, यह जाने सब कोई ।
धरती बरसै अंबर भीजै, बूझै बिरला कोई ।'

परमात्म्याचं कर्ज फेडायचं आहे. तुम्ही पितृ-ऋण ऐकलं आहे. तुम्ही गुरु-ऋण ऐकलं आहे. पण तुम्ही कधी असा विचार केला आहे का की परमात्म्याचंही

ऋण आहे — ज्यानं तुम्हाला निर्माण केलं आहे? ज्यानं सारा निसर्ग बनवला आहे, जो या साऱ्या खेळाच्या मागे लपलेला स्रष्टा आहे, त्याचंही ऋण फेडायचं आहे. कोणी एखादा बुद्ध याचं ऋणही फेडतो. कोणी एखादा कबीर हे ऋण फेडतो.

त्या क्षणी — जेव्हा महिम्यानं भरलेली चेतना परमात्म्याकडे परत जाते — 'धरती बरसै अंबर भीजै ।' त्या दिवशी आकाश भिजून जातं. आकाशाचं भिजून जाणं फार कठीण वाटतं. कारण आकाश तर शून्य आहे. पण कबीर म्हणतात, शून्यही भिजून जाऊ शकतं, ओलं होऊ शकतं. शून्यही त्या क्षणी कठोर नाही राहात, तटस्थ नाही राहात. त्या क्षणी शून्यही थरारून जातं, आप्लावित होऊन जातं.

धरती भिजून जाते हे तर समजू शकतं. कारण कडक उन्हामध्ये, सूर्याच्या तापानं धरती फाटून जाते, तहानेली होते. म्हणून जेव्हा पाऊस पडतो तेव्हा पृथ्वीच्या रोमा-रोमात, प्राणा-प्राणात एक तृप्ती सामावून जाते. एक छानसा गंध परिमळतो तृप्तीचा आणि चारही दिशांना पसरतो. हे सगळं समजू शकतं पण आकाश म्हणजे काही पृथ्वी नाही. आकाशात काही भेगा पडत नाहीत. आकाश म्हणजे तर महाशून्य आहे. आकाश म्हणजे फक्त अवकाश आहे, रिकामं आहे, रिक्तता आहे. त्याच्यात कुठल्या भेगा?

पण कबीर बरोबरच सांगत आहेत. मीही सहमत आहे. आकाशातही भेगा पडतात. तिथेही बुद्धत्वाची प्रतीक्षा होत असते. पृथ्वी उमलेल आणि बरसेल आकाशावर. तेव्हाच तर हा खेळ चालू राहतो. हा खेळ एकतर्फी नाही खेळता येत. हे द्वंद्व आहे पृथ्वी आणि आकाशाचं, शरीर आणि आत्म्याचं, पदार्थ आणि परमात्म्याचं, सृष्टी आणि स्रष्ट्याचं. हे द्वंद्व म्हणजे दोनांमधला विरोध नाही तर हे दोनांमधलं एक सखोल सामंजस्य आहे.

म्हणून तर आपण याला लीला म्हणतो. एक खेळ आहे. शत्रुत्व नाही. पृथ्वी आणि आकाश एकमेकांपासून दूर जातात तेही पुन्हा जवळ येण्यासाठी. पदार्थ आणि परमात्मा यांच्यामध्ये अंतर निर्माण झालंच तर तेही जवळ येण्याच्या प्रतीक्षेचंच अंतर असतं. जवळ येण्याची तयारी असते.

तुम्ही कधी प्रेम केलं असेल तर कदाचित हा अनुभव घेतला असेल. तुम्ही कधी प्रेम केलं असेल तर, असं मी अशासाठी म्हणतो आहे की फार थोड्या लोकांना प्रेम मिळतं. प्रार्थना तर फार दूरची गोष्ट आहे, जीवन प्रेमालाही वंचितच राहतं. जर तुम्ही कधी प्रेम केलं असेल तर प्रेमी जनांमध्ये एक लय असते असा अनुभव तुम्ही घेतला असेल. प्रेमी दूर होतात — जवळ येतात — एक छंद आहे. कारण तुम्ही जर सततच जवळ जवळ राहिलात तरी त्यातला रस हरवून जाईल. तुम्ही सतत दूर दूर राहिलात तरीही प्रेम संपून जाईल. एक लयबद्धता आहे. प्रेमी

दूर अशासाठी होतात की परत जवळ येता यावं. जवळ येतात ते परत दूर जाण्यासाठी.

जर तुम्ही कधी प्रेम केलं असेल तर तुम्हाला हाही अनुभव आला असेल की प्रत्येक क्षणाला ही यात्रा चालू असते — दूर होण्याची, जवळ येण्याची. दूर होण्यासाठी कधी भांडतात, कधी रागावतात म्हणजे एकमेकांपासून तोंडं फिरवता येतील, एकमेकांकडे पाठ करता येईल. पण तो राग त्यांना अधिकच जवळ आणतो. जेव्हा रागाचं वादळ शांत होतं तेव्हा मागे राहिलेल्या शांततेचं काय सांगावं? तेव्हा तिथे प्रेमाचा गोडवा अवतरतो. दोन प्रेमी भांडले, झगडले की नंतर — त्या भांडणानंतर प्रेम पुन्हा नवं होऊन जातं. प्रत्येक भांडणानंतर एक नवी 'पहिली रात्र' येते आणि प्रत्येक पहिल्या रात्रीनंतर एक नवं भांडण येतं. प्रेमी भांडतात. भांडणात एक रहस्य आहे.

जर प्रेमी भांडत नसतील तर त्यांच्यातलं प्रेम संपून गेलं आहे असं समजा. आता दूर जाण्याची काही जरूरीच उरली नाही. कारण जवळ येण्याची इच्छाच राहिली नाही आहे. आता प्रेमी एकमेकांना सहन करतात, भांडत नाहीत. प्रेम संपून गेलं असं समजा. जे पतीपत्नी कधीही भांडत नाहीत, तिथे प्रेम उरलेलं नाही याची खात्री बाळगा.

हो - जे सतत भांडतात तिथेही प्रेम उरलेलं नसतं. जे चोवीस तास भांडायला सज्ज असतात, ज्यांनी त्याला युद्धाचं मैदान बनवून टाकलं आहे, जे त्याला धर्मक्षेत्रे कुरुक्षेत्रे ...! हेच आयुष्य आहे असं समजत आहेत त्यांच्यामध्येही प्रेम नाही. प्रेम किमया आहे, रसायन आहे, भांडतात ते थोडं दूर जावं म्हणून. दूर गेल्यानं रस वाढतो.

उन्हाळ्याच्या अतिशय तापलेल्या दिवसांमध्ये जेव्हा सूर्य आगीचा वर्षाव करत असतो तेव्हा पृथ्वी तयारी करत असते पावसानं तृप्त होण्याची. मग पावसात आकंठ बुडून जाईल. नद्यांना पूर येतील, झरे फुगून जातील, पाणी पसरेल सारीकडे. रोमरोम पाण्यानं शिंपला जाईल. पृथ्वी पुन्हा तयार होते आहे उन्हासाठी. सुकावं लागेल ओलं होण्यासाठी. ओलं व्हावं लागेल सुकून जाण्यासाठी.

ज्यानं जीवनाच्या या संगीताला जाणलं त्याच्या दृष्टीत पृथ्वी आणि परमात्मा यांचं द्वंद्व नसतं. खेळ असतो. आत्मा आणि शरीर यांच्यामध्ये कसलाच संघर्ष नसतो. सतत जवळ येणं आणि सतत दूर जाणं यांतली छंदोबद्धता आहे. योग ही परम-संगीताची कला आहे. तिथं कसलंही शत्रुत्व नाही. म्हणून शरीराशी लढू नका. पृथ्वीला त्याज्य समजू नका. पदार्थाला असार समजू नका. बाजाराला निरर्थक मानू नका. कारण बाजार आणि हिमालय यांच्यामध्ये एक छंद चालला आहे. एक सखोल छंद आहे.

म्हणून मी सतत सांगत असतो की जे संन्यासी कायमचे हिमालयात पळून गेले आहेत त्यांना काहीही प्राप्त होणार नाही आहे. जे सतत बाजारातच गुंतून पडले आहेत अशा गृहस्थांनाही काही प्राप्त होणार नाही आहे. तिथेही एक लय हवी, तुम्ही बाजारात बसला आहात — मंदिरापासून खूप दूर गेलात आणि कधी मंदिरात बसला आहात — खूप जवळ आलात, मंदिराच्या बाजारापासून खूप दूर गेलात. जर ही लय तुम्ही सांभाळू शकलात तर तुम्ही माझ्या संन्यासाचा अर्थ समजू शकाल. नाही तर माझा संन्यास म्हणजे कबीरांचं उलटं बोलणं आहे.

माझ्याकडे लोक येतात की हा कसला संन्यास? बायको आहे, मुलं आहेत, माणसं दुकानात बसत आहेत, कचेरीत जात आहेत, हा कसला संन्यास? कारण त्यांना माहीत असलेला संन्यास जो आहे तो म्हणजे जो कायमचा पळून गेला तो संन्यासी असा आहे. जो कायमचा बाजारात राहिला तो गृहस्थ असं ते समजतात. माझा संन्यासी गृहस्थ आणि जुन्या संन्यासामधली एक लय आहे. कधी तो सगळं सोडून दूर जातो. ध्यानात मग्न होऊन जातो. कधी तो बाजारात परत येतो. बाजार आणि मंदिर यांच्यात विरोध नाही आहे.

तुमचा श्वास जसा बाहेर जातो आणि परत आत येतो, परत बाहेर जातो. तुमच्या श्वासामध्ये विरोध नाही आहे. तुम्ही जर शास्त्रांनी सांगितल्याप्रमाणे श्वास आतच रोखून धरला असतात तर कधीच मरून गेला असतात. श्वास बाहेर थांबवून धरला असतात तरीही मरून गेला असतात. श्वासाला आतही येऊ द्या आणि बाहेरही जाऊ द्या. श्वास कोणतीच आडकाठी मानत नाही. तो दोन्ही किनाऱ्यांवर येत-जात असतो.

बाहेर जाणारा श्वास म्हणजे संसार आहे. आत येणारा श्वास संन्यास आहे — जुन्या परिभाषेप्रमाणे आतच ठेवू शकलात तर संन्यास, बाहेरच ठेवू शकलात तर गृहस्थ. पण हे दोघेही मरून जातात असं मी मानतो. जुना गृहस्थही मरून गेला आहे. बाजारात, दुकानात सडतो आहे. त्याच्या जीवनात उलटं काही होण्याचा संभवच राहिला नाही. तो मरतो आहे कारण त्याच्या जीवनात फक्त उष्णता आहे, ग्रीष्म आहे. फक्त पानगळ त्याला माहीत आहे आणि जुना संन्यासीसुद्धा सडून गेला आहे. तो तुम्हाला मंदिरात, आश्रमात सडत असलेला सापडेल. तुमच्याजवळ सुगंध घेण्याची थोडी जरी क्षमता असेल तर तुम्हाला त्याची दुर्गंधी जाणवेल. तो सडतो आहे. कारण त्यानंही श्वास रोखून धरला आहे. त्यानंही स्वतःला एकाच किनाऱ्याशी बांधून घेतलं आहे.

खरं म्हणजे संन्यास दोघांच्या मध्यभागी आहे — निरति आणि सुरति ! अतिमध्ये नाही. मध्यात आहे आणि शुद्धीत आहे. पळून जाण्यामध्ये नाही. परिस्थितीला बदलण्यामध्ये नाही तर स्वतःची शुद्ध, स्वतःची जाणीव बदलण्यामध्ये

आहे आणि ते संगीत मोठं गोड असतं, जे हिमालय आणि बाजार यांच्या मधोमध वाजत असतं, मंदिर आणि दुकान यांच्या मधोमध वाजत असतं. फार गोड संगीत असतं.

दूर जा — जवळ येऊ शकण्यासाठी, जवळ या — दूर जाऊ शकण्यासाठी. तेव्हाच तुम्ही या विराटाच्या लीलेचा एक सजीव भाग बनू शकाल. तेव्हाच तुम्ही या वीणेच्या झंकारत्या तारा होऊ शकाल. नाही तर तुम्ही निर्जीव होऊन जाल.
'अंबर बरसै धरती भीजै, यहु जाने सब कोई।'

म्हणून कबीरांनी कधी बाजार नाही सोडला. कबीर कपडा विणतच राहिले. विणकर होते, विणकरच राहून जगले. आता हे शोभत नाही असं समजावण्याचा शिष्यांनी खूप प्रयत्न केला.

असं म्हणतात की कबीरांनी उत्तर दिलं, जे परमात्म्याला शोभतं ते मला कसं शोभणार नाही? तो बाजार नाहीसा नाही करत आहे. मनात असतं तर केव्हाच नाहीसा करून टाकू शकला असता. संसार नाहीसा नाही करत आहे. रोज जगाची निर्मिती करतोच आहे. रोज नवी मुलं जन्माला येतच आहेत. नवी दुकानं उघडली जात आहेत. नवे बाजार तयार होत आहेत. नवी गावं वसत आहेत. प्रेतं दूर करतो आहे. जी सडून गेली आहेत ती दूर करतो आहे. नव्यांना पाठवतो आहे. ताज्यांना पाठवतो आहे — जे पुन्हा वासनेत बुडणार आहेत, ज्यांची महत्त्वाकांक्षा पुन्हा जागी होणार आहे, जे पुन्हा संपत्ती गोळा करणार आहेत. लोभ करतील, रागावतील, प्रेम करतील. सगळी लीला उभी होईल.

आणि त्या लोभ, क्रोध, कामाकडून ध्यानाकडे वळतील. जीवनातलं दुःख त्यांना समाधीच्या आनंदाच्या दिशेनं घेऊन जाईल. मग पुन्हा संगीत सुरू होईल; जुन्याला दूर केलं जाईल. समजदार लोकांना दूर केलं जाईल. परमात्मा समजदार लोकांच्या विरुद्ध आहे असं वाटतं. अज्ञानी लोकांना पाठवून देतो, ज्ञानी लोकांना दूर करतो. कारण ज्ञानी थोडे अधिक ज्ञानी होतात आणि जीवनाचं संगीत हरवून जाऊ लागतं. त्यांचं ज्ञान मूर्खपणाकडे झुकू लागतं. ते कोणत्यातरी एका गोष्टीला चिकटून जातात. गृहस्थाला तरी पकडतात जोराने किंवा मग संन्यस्त भावाला तरी पकडून धरतात जोराने. लहान मुलांसारखे सरळ साधेभोळे नाही राहात.

लहान मुलांच्या सरळ स्वभावाचं रहस्य काय आहे हे तुम्हाला कळलं आहे, काय आहे? तुम्ही कधी लहान मुलाकडे नीट निरखून पाहिलं आहे? आत्ता पाहिलं तर नाराज आहे, खेळणं मोडलं, रडतो आहे, भयंकर रागावला आहे, तापला आहे. तेव्हा हे मूल कधी शांत होईल असं तुमच्या मनातही येणार नाही. क्षणभरानंतर विसरून गेला मोडलेलं खेळणं. शांत आहे, कोपऱ्यात बसला आहे. डोळे मिटलेले आहेत. डुलकी लागली आहे. हा मुलगा कधी एवढा संतापलेला होता असा विचारही तुम्ही करू शकत नाही. इतक्या सरळपणे रागातून शांतपणाकडे झुकतो,

अशांतीमधून शांतीकडे जातो. आता प्रेम करतो आहे, तुम्हाला सांगतो आहे, तुमच्याशिवाय एक क्षणही राहणार नाही. आता नाराज झाला. आता सांगतो आहे, तू मरूनच जा. तुझी काही जरूरच नाही आहे. क्षणभरानंतर राग गेला. घृणा गेली. पुन्हा तुमच्या गळ्यात पडतो आहे.

लहान मुलाचा सरळपणा काय आहे? येशू लहान मुलांवर इतके मोहून का गेले आहेत? ते असं का म्हणतात की जे लहान मुलांसारखे आहेत तेच माझ्या परमात्म्याच्या राज्यात प्रवेश करू शकतील?

जे द्वंद्वामध्ये सरळपणे गतिमान होतात तेच सरळ असतात. तुमचे संन्यासीही गुंतागुंतीचे आहेत. तुमचे गृहस्थही गुंतागुंतीचे आहेत. आखडले आहेत. एकानं आतमध्ये श्वास बांधून ठेवला आहे. एकानं बाहेरच रोखून ठेवला आहे. दोघेही मरत आहेत. श्वासाला आत-बाहेर करू द्या.

हा श्वास म्हणजे एक सखोल प्रतीक आहे. ज्या रीतीनं श्वास आत-बाहेर येतो त्याच रीतीनं तुमची चेतनाही आत-बाहेर यायला हवी. तेव्हाच तुमची चेतनाही जिवंत होईल. म्हणून जे लोक डोळे बंद करून घेतात संसाराकडे आणि कठोरपणे हठयोग साधून आतच राहण्याचा प्रयत्न करू लागतात, त्यांचं जीवनही दीन दरिद्री होऊन जातं. तुम्हाला त्यांच्या जीवनात मोठं असं काहीही सापडणार नाही. तुम्हाला त्यांच्या जीवनात सृजनाची क्षमता सापडणार नाही.

या डोळे बंद करणाऱ्या अंतर्मुख लोकांनी, इंट्रोवर्ट लोकांनी जगाला एखादं सुंदर गीत दिलं आहे असं तुम्ही कधी ऐकलं आहे? किंवा जगाला एखादं सुंदर चित्र दिलेलं किंवा एखादी सुंदर मूर्ती बनवलेली किंवा एखाद्या रोगावर औषध शोधून काढलेलं ऐकलं आहे? यांनी जगाला काहीही दिलं आहे? यांची सृजनात्मकता काय आहे? यांची क्रिएटीव्हिटी काय आहे? हे तर मेलेले आहेत. हे असले नसले सारखंच आहे. हे आत बंद होऊन बसतात. यांचं जीवन सडून जाणार आहे. हे डबक्यासारखे झाले आहेत. वाहती नदी नाही राहिले. बंद झाले. आता त्यांच्यामधून दुर्गंध उठेल.

भारतामधला सर्वांत अधिक दुर्गंध भारतातल्या जड झालेल्या, मूर्ख झालेल्या संन्याशांमुळे आहे आणि त्यांची संख्या फार मोठी आहे, लाखांमध्ये आहे. ते लाखो लोक या देशाच्या छातीवर बसले आहेत जड होऊन आणि त्यांचा प्रभाव खूपच आहे कारण ते पूज्य आहेत. शतकानुशतकं तुम्ही त्यांची पूजा करत आला आहात. त्यांच्या पाया पडत आला आहात. तुम्ही अजूनही त्यांची पूजा करत आहात. प्रेतांची पूजा चालली आहे. ते तुम्हालाही प्रेतांमध्ये रूपांतरित करून टाकतील.

पश्चिमेचं दुर्भाग्य असं आहे की तिथे लोक बाहेरच बाहेर जगतात. म्हणून त्यांच्या आयुष्यात धन-धान्य भरपूर आहे. पण मनातली शांती नाही. ते गाणी तर

खूप तयार करतात पण त्या गाण्यांमध्ये आतला स्वर नाही येत. ते मूर्ती खूप बनवतात पण त्यांच्या मूर्ती वेड्या माणसांनी बनवल्यासारख्या दिसतात.

पिकासोची चित्रं पाहिली तर असं वाटतं की एखाद्या विक्षिप्त माणसानं ही चित्रं काढली असावीत. कितीही कलात्मक असली तरी सुंदर नाहीत. त्यांच्या निर्मितीमध्ये कितीही श्रम लागले असले तरी त्यांच्या आतून काही अहोभाव नाही निर्माण होत, एखादा आशीर्वाद नाही बरसत. जीवनाची दु:खान्त कहाणी सांगत असावीत अशी ती चित्रं आहेत. विषादानं भरलेली, विक्षिप्ततेनं भरलेली. वेड्या माणसाची चित्रं दिसतात ती. बुद्धत्वाची मूर्ती नाही प्रकट होत त्यांच्यामधून.

पश्चिमेमध्ये सृजन खूप आहे. वस्तू वाढत आहेत. घरं सुंदर होत आहेत. रस्ते चांगले होत आहेत. कपडे अधिक चांगले होत आहेत. यंत्रं बनत आहेत. पण आत खूप कोलाहल आहे. आत कसलीच शांती नाही. पूर्वेकडे आतली शांती आहे पण मेलेले आहेत.

ह्या दोन्ही गोष्टी अपूर्ण आहेत आणि दोन्ही परमात्म्याच्या विरोधात आहेत. तुम्ही श्वास घ्या आणि सोडाही अशी परमात्म्याची इच्छा आहे. तुम्ही आकाशाचीही इच्छा करा आणि पृथ्वीचीही इच्छा करा आणि तुमच्या या दोन्ही इच्छांमध्ये काही विरोध असू नये. तुमच्या दोन्ही इच्छा एका महाइच्छेची दोन अंगं बनाव्यात. एका विराट संगीताचे दोन स्वर बनून जाव्यात. नाही तर तुम्ही एकांगी बनून जाल आणि तुमचं संतुलन नष्ट होऊन जाईल.

'अंबर बरसै धरती भीजै, यहु जाने सब कोई ।
धरती बरसै अंबर भीजै, बूझै बिरला कोई ।।
गावन हारा कदे न गावै, अनबोल्या नित गावै ।
नटवर पेखि पेखना पेखै, अनहद बेन बजावै ।'

गावनहारा कदे न गावै — जो खरं गीत गाणारा आहे तो कधी गात नाही. त्याच्यामधून गीत निर्माण होतं, तो गात नाही आणि जोपर्यंत तुम्ही गात असता तोवर गीत वरवरचं असतं. तुमच्या आत्म्यातून निर्माण झालेलं नसतं. चीनमध्ये एक खूप जुनं वचन आहे, जेव्हा संगीतज्ञाचं ज्ञान परिपूर्ण होतं, तेव्हा तो वीणा मोडून टाकतो. कारण वीणाही शिकत असल्याची सूचना देत असते आणि धनुर्धारी जेव्हा परिपूर्ण होतो, तेव्हा तो धनुष्य सोडून देतो.

एक खूप जुनी ताओ कथा आहे. एक माणूस खूप मोठा धनुर्धर झाला. सम्राटानं राज्यात घोषणा केली की ह्याच्याहून मोठा धनुर्विद दुसरा कोणीही नाही. जर कोणाला वाटत असेल की आपण त्याहून मोठे धनुर्विद आहोत तर त्यानं येऊन स्पर्धेला तयार व्हावं. नाही तर हा राज्यातला सर्वोत्तम धनुर्धर आहे असं जाहीर करण्यात येईल. तीन महिन्यांचा वेळ देण्यात आला.

दुसऱ्याच दिवशी एक म्हातारा माणूस आला आणि त्या धनुर्धारीला म्हणाला, 'असा वेडेपणा करू नकोस. कारण मला असा एक माणूस माहीत आहे, जो तुझ्याहून मोठा धनुर्धर आहे.' धनुर्धारीनं उत्तर दिलं, 'मग त्यानं येऊन माझ्याशी स्पर्धा करावी.'

म्हातारा हसू लागला. म्हणाला, माणूस जेवढा मोठा होत जातो तेवढा स्पर्धांच्या पलीकडे जाऊ लागतो. हे तर मुलांचं काम आहे, प्रतियोगिता, स्पर्धा, कॉम्पिटिशन. तो नाही येणार. तुला शिकायचं असेल तर तुला घेऊन जातो त्याच्याकडे.'

धनुर्विद गोंधळून गेला. मोठा धनुर्धर असेल पण मोठा आहे म्हणूनच तो स्पर्धेमध्ये भाग घेणार नाही असं होऊ शकेल याचा विचारही त्याच्या मनात कधी आला नव्हता. छोटी माणसं साहजिकच स्पर्धेत उतरतात. कारण छोट्यांनाच आपण मोठे आहोत हे सिद्ध करायचं असतं म्हणून स्पर्धेत उतरतात. आम्ही मोठे आहोत हे सिद्ध व्हावं म्हणून. जो मोठा असतो तो मोठा असतो. कोणत्याही पुराव्याखेरीज तो मोठा असतो. त्याला कोणत्याही स्पर्धेचं किंवा सम्राटाचं सर्टिफिकेट लागत नाही.

मानसशास्त्रज्ञ सांगतात, फक्त न्यूनगंडानं ग्रस्त असलेले लोकच स्पर्धेत उतरतात. ज्यांच्या मनात इन्फिरिऑरिटी कॉम्प्लेक्स आहे, जे घाबरलेले आहेत, जे मनातून जाणत असतात की आपण योग्य नाही आहोत. पण कोणत्या ना कोणत्या रीतीनं योग्य आहोत हे सिद्ध करायचं आहे तर कसं सिद्ध करणार? ज्याचं मोठेपण स्वयंसिद्ध आहे, स्वत:च प्रमाण आहे तो स्पर्धेमध्ये उतरणारच नाही.

गोष्ट तर पटली. धनुर्धारीनं सांगितलं, मी येतो. गेले म्हाताऱ्याच्या मागून. म्हातारा त्याला घेऊन जवळच्या जंगलात गेला. तिथे एक माणूस होता. लाकूड कापत होता. धनुर्धारीनं विचारलं, 'हा धनुर्विद आहे?' सांगितलं, 'हाच धनुर्विद आहे.' 'याचं धनुष्य कुठे आहे?' यावर म्हाताऱ्या माणसानं सांगितलं, 'जो खरा धनुर्विद आहे तो चोवीस तास धनुष्य लटकवून फिरत नाही.' पण धनुर्धारीनं विचारलं, 'जर अशी वेळ अचानक आली, संघर्ष करावा लागला तर काय?' त्यानं सांगितलं, 'धनुर्विद आहे. तो तर हातानेही बाण मारू शकतो. बाणाचीही गरज नाही.'

त्या धनुर्धारीनं दूर उभं राहून आडून एक बाण मारला. लाकडं कापत असलेला लाकूडतोड्या होता, त्यानं लाकडाच्या एका तुकड्यानं येणाऱ्या बाणावर प्रहार केला. बाण परत फिरला आणि धनुर्धारीच्या छातीत जाऊन घुसला.

धनुर्विद आला, पायांवर कोसळला. म्हणाला, 'मला क्षमा करा. मी तर समजत होतो की धनुष्याशिवाय कधी धनुर्विद्या आली आहे? पण तुम्ही तर

विलक्षण आहात. ही कला मला कशी शिकता येईल?' त्यानं सांगितलं, 'माझ्याजवळ राहा. शिकशील.'

तीन वर्षं लागली. तो ही कला शिकला. आता परत जाणार सम्राटाकडे तर तो धनुर्विद म्हणाला, 'थांब. मी तर कोणीच नाही. गुरु अजून जिवंत आहे, मी तर साधा लाकूडतोड्या आहे. असंच थोडं गुरुचं उष्टं मिळालं, तेवढाच आहे. कारण जो खरा धनुर्विद आहे तो लाकडाचा तुकडा तरी का फेकेल? त्याच्या नजरेचा इशारासुद्धा पुरेसा आहे. नजरेचा इशारा तरी कशासाठी? त्याच्या मनाची धारणाच पुरेशी आहे. एवढ्यात जाऊ नकोस.'

हा तर प्रवास लांबत चालला. या माणसाबरोबर तीन वर्षं घालवली. वाटलं होतं, आता पारंगत झालो, आता काही अडचण नाही. याचा गुरुही आहे. पण आता परत जाण्याची काही सोय नाही. त्यालाही रस वाटू लागला होता.

निघाला या लाकूडतोड्याबरोबर पर्वताच्या उंच शिखराकडे. एक अतिशय म्हातारा माणूस दिसला. कमरेतून वाकला होता. वयाची शंभरी तर निश्चितच उलटून गेली होती. लाकूडतोड्यानं सांगितलं हेच माझे गुरु आहेत. त्याला हसू येऊ लागलं. याची तर कंबर इतकी वाकली आहे की हा नेमही धरू शकणार नाही. पण आता जुन्या अहंकाराला हिंमत राहिली नव्हती. म्हणाला — काय सांगावं...! म्हाताऱ्याला म्हणाला, 'मलाही शिकायचं आहे. तुमच्या पायाशी आलो आहे.' त्यानं सांगितलं, 'पहिल्यांदा परीक्षा द्यावी लागेल. ये माझ्या मागून.'

तो पहाडाच्या टोकाशी गेला; एक प्रचंड कडा दरीच्या खूप वरपर्यंत गेलेला आणि पायातळीची दरीही हजारो फूट खोल. थोडा पाय घसरला तर मृत्यू निश्चित. म्हातारा त्या कड्याच्या टोकाशी जाऊन उभा राहिला. अर्धं पाऊल दरीमध्ये वाकलेलं, कंबर वाकलेली, फक्त टाचेच्या आधारानं उभा राहिला. म्हणाला, 'ये माझ्याजवळ.'

याचे हातपाय कापायला लागले. तो म्हाताऱ्यापासून चार फूट दूर असतानाच घाबरून खाली पडला. दरीत पाहिलं तर अंगात ताप भरला.

म्हातारा म्हणाला, 'तू कसा धनुर्विद होऊ शकशील? ज्याच्या मनात भय आहे त्याचा बाण लक्ष्यावर कसा लागेल? भय तर कापतच राहतं. त्याचा हात कापणार. आंधळ्यांना दिसणार नाही पण ज्यांना डोळे आहेत त्यांना दिसणारच की तुझा हात कापतो आहे. जिथे भिती आहे तिथे कंप आहे. भीती नसलेलाच निष्कंप असतो. तू तर इथे इतका थरथर कापतो आहेस की दरीच्या जवळही जाऊ शकत नाही आहेस. तू काय नेम धरणार? चल निघ इथून.'

जाता जाता त्या धनुर्धारीनं सांगितलं, 'मी घाबरून गेलो आहे. माझी हिंमत नाही या अभ्यासात आणखी पुढे जाण्याची. मी पहिल्याच परीक्षेत असफल झालो

आहे. मी आता धनुर्विद होण्याचा विचारच सोडून देतो. तुम्ही बरोबर सांगता आहात, माझ्या मनात भय आहे, घबराट आहे, कंपन आहे.'

आणि खरोखरच जेव्हा आतमध्ये भय असतं तेव्हा हातही कापतोच. दिसेल किंवा न दिसेल आणि जेव्हा हात कापेल तेव्हा जगाच्या दृष्टीने भले नेम अचूक लागला असेल पण त्या म्हाताऱ्या धनुर्विदानं सांगितलं, 'आम्हाला तर ठाऊक आहे की नेम चुकला. नेम धरण्यानं थोडाच नेम लागतो? लक्ष्य तिकडे कुठे आहे? लक्ष्य तर आत आहे. निर्भय, निष्कंप हृदय हवं. बस् - मग बाकी सगळं आपोआप होतं.'

वर पक्ष्यांची एक रांग उडत होती. म्हाताऱ्यानं हातानं असा एक इशारा केला आणि हात खाली आणला. पंचवीस पक्षी खाली पडले. फक्त इशाऱ्यानं.

भाव पुरेसा आहे. जर हृदय निष्कंप असेल तर जो भाव असेल तो त्या क्षणी अर्थपूर्ण होऊन जातो. जर हृदय निष्कंप असेल तर विचार वस्तू होऊन जातात. शब्द घटना होऊन जातात.

म्हणूनच तर ऋषींच्या आशीर्वादाला इतकं मूल्य असतं. लोक त्यांच्याकडे सिद्धांत समजून घ्यायला थोडेच जातात? त्यांची अनुकंपा मिळवण्यासाठी जातात. त्यांनी आशीर्वाद द्यावा, बस. तेवढं पुरेसं आहे. म्हणूनच तर ऋषींच्या मुखातून शापवाणी निघाली तर तिच्यापासून वाचणं कठीण होतं. म्हणूनच इतक्या हिंदू कथा आहेत की ऋषीनं शाप दिला तर तो शाप जन्मोजन्मी पाठलाग करत राहतो. खरं सांगायचं तर ऋषी शाप देत नाहीत. जे शाप देतात ते खरेखुरे ऋषी असतात का याबद्दल संदेह आहे. दुर्वासाला ऋषी म्हणणं योग्य नाही.

शाप ऋषीच्या तोंडून कसा निघू शकतो? त्या तर कथा-कहाण्या आहेत. त्या कहाण्या फक्त एवढंच सांगतात की जर ऋषी दुर्वासासारखा असेल आणि तो शाप देईल तर जन्मोजन्मी त्या शापापासून सुटका होत नाही. कारण त्याचे शब्द खरे होणारच. ऋषी तर फक्त आशीर्वाद देतात.

म्हणून दुर्वास खरे झालेलेच नाहीत. ते तर फक्त उदाहरण म्हणून सांगितले गेले. उदाहरण असं की उलटी गोष्टही खरी असते. असं होत नाही, पण जर झालंच तर त्यातून जन्मजन्मांपर्यंत सुटका होत नाही. ऋषी तोच, ज्याचा प्राण दर क्षणाला फक्त आशीर्वादच देत असतो. खरं म्हणजे ऋषीकडे आशीर्वाद मागावाच लागत नाही. तुम्ही फक्त आपलं भिक्षापात्र घेऊन हजर व्हा, आपलं हृदय घेऊन हजर व्हा, त्याचे आशीर्वाद बरसतच असतात. तो जे बोलेल ते घडून येणारच. त्याच्या मनात जो विचार येतो तो प्रत्यक्षात येणारच.

म्हणून जे लोक ध्यान करण्याची इच्छा धरतात, त्यांच्यासाठी बुद्धांनी एक नियम केला आहे. ध्यान सुरू करण्याआधी त्यांनी आपल्या विचारांवर संपूर्ण नियंत्रण मिळवलं पाहिजे. कारण कधीकधी असं होऊ शकतं की तुम्हाला ध्यान करण्याची

थोडीशी क्षमता प्राप्त होते आणि क्षणभर तुम्ही मौनात जाता आणि तुमचं तुमच्या विचारांवर संपूर्ण नियंत्रण नसेल तर त्या क्षणी एखादा वाईट विचार तुमच्या मनाच्या आकाशातून सरकत जाईल तर तो विचार पूर्ण होऊन जाईल.

आणि चुकीचे विचार तर तुमच्या मनात चोवीस तास घुमत असतात. जरा कुणी एखादी शिवी दिली आणि तुम्ही म्हणता मर एकदाचा! आत्ता म्हणता तर काही हरकत नाही. कारण कोणी मरणार नाही आहे. तुमच्या म्हणण्यानं काय होणार आहे? पण जर ध्यानाचा क्षण असेल, मन थोडं शांत झालेलं असेल आणि हे विचारतरंग मनातून उमटत गेले तर तो माणूस मरून जाईल. तत्क्षणी मरून जाईल.

म्हणूनच सर्व ध्यानींनी, पतंजलींनी, बुद्धांनी, सर्व ज्ञानी लोकांनी ध्यानाच्या आधी शीलाला महत्त्व दिलं आहे. याचं कारण असं नाही आहे की चारित्र्यहीन माणसाला ध्यान प्राप्त होऊ शकत नाही. चारित्र्यहीन माणूस ध्यान प्राप्त करून घेऊ शकतो. पण चारित्र्यहीन माणसाचं ध्यान धोकादायक होतं. म्हणून शील ही सर्वात पहिली गोष्ट आहे.

यासाठी पतंजलीचे आठ नियम आहेत. बुद्धाचा अष्टांग मार्ग आहे. महावीराची पंच महाव्रतं आहेत. त्यांचा ध्यानाशी सरळ असा काही संबंध नाही आहे. त्यांच्याशिवायही ध्यान होऊ शकतं. पण मग त्या ध्यानातून शापही निर्माण होऊ शकतो. दुर्वास निर्माण होऊ शकतो. जर दुर्वास कधी काळी खरोखरच झाला असेल तर त्याचं कारण त्यानं शीलाचे नियम सोडून ध्यान केलं असावं हेच असणार. तेव्हाच दुर्घटना घडू शकते.

'गावन हारा कदे न गावै ।'

कबीर म्हणतात, जो खरा गायक आहे तो थोडाच गातो? त्याच्यामधून गीत निर्माण होतं. खरा गायक स्वत:च गीत असतो. तो गात नाही. कारण गाणं हे तर एक कृत्य आहे. खऱ्या गायकाचा तर आत्मा हेच गीत असतं. त्याचं असणं हे गीतपूर्ण असतं. त्याच्या जवळ गेलात की तुम्हाला संगीत ऐकू येतं. तो गप्प बसलेला असला तरी त्याच्या अवतीभोवती मधुर संगीताचं गुंजन तुम्हाला ऐकू येईल. हवेमध्ये एक गुणगुणणं असेल. त्याच्या असण्यामधूनच एक गीत निर्माण होत राहिलेलं असेल. एक नि:शब्दता — पण संगीतपूर्ण! ते संगीत तुम्हाला स्पर्श करेल, तुम्हाला भरून टाकेल.

'गावन हारा कदे न गावै।'

म्हणूनच तर परमात्म्याचं गीत तुम्हाला ऐकू येत नाही. तो गात नाहीच आहे. तो स्वत:च गीत आहे. जोवर तुम्ही परिपूर्ण शून्य होऊन जात नाही तोवर तुम्हाला त्याचं गाणं ऐकू येणार नाही.

'अवधू शून्य गगन घर कीजै।' तुम्ही शून्याच्या घरात प्रवेश केलात की तुम्हाला ते गीत ऐकू येऊ लागेल - तोच परमात्मा आहे.

'गावन हारा कदे न गावै, अनबोल्या नित गावै ।'

बोलत नाही, तरीही त्याचं गाणं सतत चालूच असतं.

'नटवर पेखि पेखना पेखै, अनहद बेन बजावै ।'

आणि ज्यानं त्याला पाहिलं - त्या नाचणाऱ्याला, त्या गाणाऱ्याला, त्या नटवराला, त्या नटराजाला, त्यानं सगळं पाहिलं. कारण त्याचं नृत्य म्हणजे तर हे सारं जग आहे, ही जी फुलं, पानं, आकाश, वृक्ष, ढग तुम्हाला दिसत आहेत, ती सर्व त्याच्या नृत्यातले हावभाव, मुद्रा आहेत. सारं अस्तित्व नाचतं आहे. म्हणून हिंदूंनी परमात्म्याची जी अत्यंत गहन मूर्ती बनवली आहे ती नटराजाची आहे. बाकी सगळ्या प्रतिमा फिक्या आहेत. नटराज अद्वितीय आहे. नाचणाऱ्यांचा राजा. तो दिसत नाही.

तिबेटमध्ये एक कथा आहे. एक माणूस नाचता नाचता अशा अवस्थेला पोचला की तो नाचू लागला की नाच राहात असे आणि नाचणारा हरवून जात असे. सर्व नर्तक त्याच अवस्थेला जाऊन पोचतात तेव्हा त्यांच्या आयुष्यात विलक्षण घटना घडतात. तो नर्तक अनेक वर्षं नृत्य केल्यानंतर या अवस्थेला जाऊन पोचला. तो जेव्हा नाचू लागायचा तेव्हा थोडा वेळ लोकांना दिसायचा. थोड्या वेळाने तो अंधुक होऊ लागायचा. आणखी थोड्या वेळाने एक धूसर रेषा शिल्लक राहायची आणि मग नाचणारा हरवूनच जायचा. काहीच दिसायचं नाही. पण जे शांत होऊ शकत त्यांना त्याच्या नृत्याचा स्पर्श शरीरभर होतो आहे असं जाणवायचं. कारण त्याच्या नृत्यानं सारं वातावरण तरंगमय व्हायचं.

नटराज याचा अर्थ आहे - असा नर्तक ज्याच्यामध्ये नर्तक आणि नृत्य वेगवेगळे नाहीत. जो स्वत:च नृत्य आहे. जो नर्तकही आहे आणि नृत्यही आहे. हे सारं अस्तित्व म्हणजे त्याचं नर्तन आहे. हे नृत्य तुम्ही समजून घेतलंत तर तुम्हाला नर्तक सापडेल. नर्तक सापडला की तुम्ही नर्तकाला जाणून घ्या. प्रकृतीला तुम्ही नीटपणे समजून घ्या, परमात्म्याचं रूप तुमच्या डोळ्यासमोर उभं राहील किंवा परमात्म्याशी तुमचं मीलन होईल तेव्हा प्रकृतीचे सगळे हावभाव, भावना तुम्हाला कळून येऊ लागतील.

आकाशावर पसरणारे ढग त्याच्या चेहऱ्यावरच पसरत असतात. तलावांमध्ये चमकणारी शांती त्याच्या डोळ्यात चमकणारी शांतीच आहे, त्याच्या डोळ्यांतली सखोलताच आहे. सारं तोच आहे. परमात्मा एखादी व्यक्ती नाही आहे, सर्वाचं सार आहे म्हणून तुम्ही त्याला शोधायला निघालात तर सापडणार नाही. तुम्ही या भ्रमात

राहू नका की कधी ना कधीतरी आपण पोचून जाऊ, परमात्मा समोर उभा आहे आणि तुम्ही त्याला 'रामराम' करता आहात. तुम्हाला परमात्मा असा समोरासमोर कधीच भेटणार नाही. तो सर्व आहे.

'गावन हारा कदे न गावै, अनबोल्या नित गावै।

नटवर पेखि पेखना पेखै'

आणि ज्यानं त्याला पाहिलं, त्याला नृत्याचा विस्तारही दिसला. ज्याला द्रष्टा समजला त्याला सारं दृश्यही समजलं.

'अनहद बेन बजावै' त्याची वीणा तर अनाहत नादानं वाजते आहे. तुम्हालाच स्वत:चे कान उघडे ठेवायचे आहेत. त्याची वीणा तर कधी थांबत नाही. तुम्हालाच स्वत:ला जागं करायचं आहे म्हणजे तुम्हाला ती ऐकू येईल.

'कहनी रहनी निज तत जानै, यह सब अकथ कहानी।'

धरती उलटि आकासहि ग्रासै, यहु पुरिसा की बाणी।'

कहनी रहनी निज तत जानै -

तीन प्रकारचे लोक असतात. एक ज्याला आपण असाधू म्हणतो : त्याचं बोलणं आणि वागणं एकमेकांच्या उलट असतं. बोलतो एक आणि करतो दुसरंच. बोलतो एक आणि घडतं दुसरंच. काही बोलतो. म्हणतो पश्चिमेला जातो आणि जातो पूर्वेला. त्याच्या बोलण्यात आणि तसं होण्यात एक भयंकर मोठं अंतर असतं. एक विरोध असतो. तो विखुरलेला असतो, तुकडे तुकडे झालेला असतो. हाच द्वैताचा अर्थ आहे. असाधू विचार एका गोष्टीचा करतो आणि बोलतो दुसरंच तुम्ही त्याच्यावर विश्वास नाही ठेवू शकत.

दुसरी व्यक्ती जिला आपण साधू म्हणतो ती. तो जे बोलतो तसंच वागण्याचा प्रयत्न करतो. बोलणं आणि वागणं यांमध्ये एक तारतम्य बाळगण्याचा प्रयत्न करतो. जसा विचार करतो तसंच जगण्यासाठी प्रयत्न करतो. पण कोणताच उपाय कधी पुरेसा नसतो.

हा असाधूपेक्षा बरा. निदान प्रयत्न तरी करतो. पण बोलणं आणि वागणं एक होऊ शकत नाही. मोठ्यातल्या मोठ्या साधूचंसुद्धा वागणं एक होऊ शकत नाही. म्हणूनच तर साधू दु:खी असलेले तुम्हाला दिसतात.

असाधू तुम्हाला दु:खी दिसतो कारण त्याच्या जीवनात इतका परस्परविरोध असतो की त्या विरोधामुळे सुख निर्माणच होत नाही. तुम्हाला तो कारागृहात असलेला दिसतो. अपराधाच्या भावनेनं भरून गेलेला दिसतो. अपराधानं घेरून टाकलेला दिसतो. समाज त्याला हजार प्रकारांनी शिक्षा करतो आणि हजार प्रकारच्या शिक्षा तो स्वत:ला देत असतो. त्याचं जीवन म्हणजे एक व्यथा आहे,

एक यातना आहे. त्यातून सुटावं असं वाटलं तरी तो सुटू शकत नाही. त्याच्यावर विश्वास नाही ठेवता येत. तो स्वत:ही स्वत:वर विश्वास ठेवू शकत नाही. त्याचा विश्वासघात फार सखोल आहे. म्हणून तो दु:खी आहे.

साधूही सुखी नाही दिसत. हा तर मोठा चमत्कार आहे. असाधू दु:खी आहे हे समजू शकतं. साधू का सुखी नाही? मला असे काही साधू माहीत आहेत जे साठ साठ वर्षं साधू आहेत. त्यांचं वय ऐंशीला आलेलं आहे. तरुण होते, वीस वर्षांचे तेव्हा सगळं सोडून दिलं. अजूनही दु:ख जसंच्या तसंच आहे. उलट आणखीनच गडद झालं आहे. कारण जसजसा मृत्यू जवळ येतो आहे तसतशी जास्त जास्त विफलता जाणवू लागली आहे. सारं निरर्थक होऊन गेलं आहे. त्यांच्या आतसुद्धा फार मोठं दु:ख आहे. चांगली माणसं! यांना काय दु:ख आहे?

त्यांचं दु:ख हे आहे की आपल्या बोलण्या आणि वागण्यात एकपणा आणण्याचे लाख प्रयत्न केले तरी ते होत नाही आहे. त्यांच्यात अंतर राहतंच आहे. अहिंसेचा विचार करतात पण हिंसा पूर्णपणे घालवू शकत नाहीत. करुणेचा विचार करतात, प्रयत्नही करतात, चेहराही करुणामय बनवतात, आचरणही तसं करतात पण क्रोध मात्र जात नाही. ब्रह्मचर्य साध्य करण्याचा प्रयत्न करतात. निष्ठापूर्वक आग्रहपूर्वक सर्व नियोजन करतात पण कामवासना जात नाही. उलट कितीतरी वेळा ती वाढते आहे असंच जाणवतं.

बोलणं आणि वागणं यांच्यामध्ये खूप प्रयत्न करून समतोल साधणाराही दु:खीच असतो. प्रयत्न करून समतोल निर्माण होत नाही.

आणि तिसरी व्यक्ती - आपण जिला संत म्हणतो, परम साधू म्हणतो, ऋषी म्हणतो - कोणत्याही नावानं म्हणा. या तिसऱ्या व्यक्तीच्या बोलण्या आणि वागण्यात एकता असते. पण ही एकता बाहेरून लादलेली नसते. त्यानं निजतत्त्व जाणलेलं असतं म्हणून ती एकता आलेली असते. तो स्वत:ला जाणून घेतो म्हणून त्याच्या डाव्या आणि उजव्या हातांमध्ये एक एकता येते. कारण दोन्ही त्याचेच हात आहेत.

या भेदाला नीट समजून घ्या. तो स्वत:ला जाणून घेतो, ओळखून घेतो. या ओळखीबरोबरच त्याचं बोलणं, त्याचं विचार करणं, त्याचं आचरण हे सर्व एक होत जातं. कारण सगळ्यांच्या मागे असलेल्या एकाला तो शोधून काढतो. हा जो एकाचा शोध आहे तो विरोधी गोष्टींमध्ये समतोल आणण्याचा प्रयत्न करून कधीच सफल होत नाही. हे सरळ एकाला शोधण्याचं फलित आहे.

'कहनी रहनी निज तत जानै।' ज्यानं निजतत्त्वाला जाणलं त्याचं बोलणं आणि वागणं एक होऊन जातं.

'यह सब अकथ कहानी।'

ही अशी कहाणी आहे जी सांगणं फार कठीण आहे. का कठीण आहे? संतांनी नेहमीच सांगितली आहे पण तुम्हीच ऐकू शकला नाही आहात, म्हणून सांगणं कठीण आहे. म्हणून 'अकथ कहानी।'

संत नेहमीच सांगत आले आहेत की तुम्ही स्वत:ला ओळखा तरच तुमच्या आचार आणि विचारात एकता येईल. आत्म्याला जाणून घ्या तर एकता येईल. तुम्ही एकता आणण्याचा प्रयत्न करता आणि तुम्हाला वाटत असतं की एकता आल्यानंतर कदाचित आत्म्याची ओळख पटून जाईल. तुम्ही गाडीच्या मागे बैल जुंपत आहात.

तुम्ही असं का करता याचंही एक कारण आहे. ते कारण समजून घेतलं पाहिजे, तुमच्या भ्रमाच्या मागे नक्कीच काहीतरी मूलभूत आधार आहे. तो आधार असा आहे की तुम्ही जेव्हा जेव्हा संतांना पाहिलं आहे, तेव्हा तुम्हाला त्यांचा आत्मा दिसत नाही, त्यांचं आचरण दिसतं. आचरण दिसून येतं, आत्मा दिसून येत नाही. म्हणून जे दिसतं तेच तुम्हाला खूप मौल्यवान वाटतं. आणि जे दिसतच नाही त्याला तुम्ही मूल्यवान कसं मानणार?

हे समजून घ्या. महावीराला आत्मज्ञान झालं. आचरणात अहिंसा आली. त्यांचं आत्मज्ञान तर तुम्हाला दिसणार नाही. ते तुम्हाला कसं दिसणार? म्हणून तुम्ही आचरणात आलेल्या अहिंसेलाच पाहिलंत. ती तुम्हाला दिसली. ती महत्त्वाची ठरली. महावीर अहिंसक झाले आहेत असं तुम्ही मानून टाकलंत. कदाचित यामुळेच त्यांना आत्मज्ञान झालं असेल. खरी गोष्ट याच्या अगदी उलट आहे. महावीरांना आत्मज्ञान प्राप्त झालं म्हणून अहिंसा प्राप्त झाली. तुम्ही समजता, अहिंसा मानतात म्हणून आत्मज्ञान प्राप्त झालं.

दृश्य गोष्टीला तुम्ही आधार समजता आणि अदृश्याला त्याचा परिणाम समजता हे अगदी साहजिकच आहे. तुमची दृष्टी जे दिसून येतं त्यालाच धरून ठेवते. जे दिसतच नाही त्याला कसं पकडणार? मग तुम्हाला वाटू लागतं मीपण अहिंसा करू लागलो तर मलाही आत्मज्ञान प्राप्त होईल. बस, गणित चुकलं. प्रवास चुकीचा सुरू झाला.

आता तुम्ही लाख प्रयत्न करा अहिंसक होण्याचा. थोडेफार होत आहात असंही वाटेल पण जेवढा अधिक प्रयत्न कराल तेवढं अधिक समजून येईल, हे घडणं अशक्य आहे. होणारच नाही. कसंबसं बसवून घेता, विखरून जातं. कसंबसं सांभाळता, एखादी लहानशी घटना पाणी फिरवून टाकते. वर्षानुवर्षं सांभाळता, क्षणभरात नाहीसं होऊन जातं. पत्त्यांचा बंगलाच वाटतो. एक लहानशी झुळूक येते आणि बंगला कोसळतो. अहंकार टाकून देण्याचा प्रयत्न करता, टाकता येत नाही.

क्रोध टाकून देण्याचा प्रयत्न करता, टाकून देता येत नाही.

कबीर म्हणतात, 'यह सब अकथ कहानी।' ही सांगणं कठीण आहे. कारण सांगतानाच ही चुकीची वाटायला लागते. लोक उलटीच समजून करून घेतात. आम्ही सांगतो एक, आणि लोक दुसरंच समजतात. म्हणून 'अकथ कहानी' सांगता येत नाही. म्हणून नाही तर कितीही सांगितली तरी समजत नाही म्हणून.

'धरती उलटि आकासहि ग्रासै, यहु पुरिसा की बाणी।' आणि हीच परम पुरुषांची वाणी आहे, आप्त-पुरुषांची. 'धरती उलटि आकासहि ग्रासै' - की तुम्ही ज्या जीवनाला आजवर जसं समजत होतात त्याच्या अगदी उलट नियम आहे. जसं धरती उलटून आकाशाला ग्रासून टाकेल, किंवा थेंबामध्ये सागर उतरेल. तुम्ही जे समजता आहात त्याच्या उलट नियम आहे. तुम्हाला समजलेल्या नियमाचा काही उपयोग नाही. तुम्हाला समजलेल्या नियमाप्रमाणे तुम्ही चालत राहिला आहात. त्यानंच तुमची वाट चुकवली आहे.

याच्या अगदी उलट नियम आहे. उलटा नियम काय आहे? की तुम्ही स्वत:ला जाणून घ्या, सर्व साधेल. आणि तुम्ही सर्व साधत राहिलात तर स्वत:ला जाणून घेऊ शकणार नाही. उपनिषदांनी म्हटलं आहे, एक साध्य करून घेतलं की बाकी सगळं आपोआप साधून जातं. महावीरानंही सांगितलं आहे, एक जाणून घेतलं की सर्व जाणलं जातं. 'इक साधे सब सधे, सब साधे सब जाय' तुम्ही सर्व साधू पाहात आहात. सर्व साधण्याची जरूरच नाही आहे.

समजा, माणूस क्रोधावर नियंत्रण मिळवतो - क्रोधाला कोणत्या ना कोणत्या प्रकाराने दडपून टाकतो तर त्याच्यामध्ये कामवासना वाढू लागेल. कारण जेवढी ऊर्जा क्रोधामध्ये जात होती तेवढी ऊर्जा आता दुसरीकडे वाहू लागेल. एखादा माणूस कामवासनेवर नियंत्रण आणण्याचा प्रयत्न करतो. तो जबरदस्तीनं ब्रह्मचर्याचं आचरण करतो. कामवासना कमी होते पण जी ऊर्जा कामवासनेमध्ये जात होती ती रागामध्ये जायला लागते. म्हणून ब्रह्मचारी लोक रागीट असतात असं तुम्हाला आढळेल. भयंकर रागीट! त्यांच्या नाकावरच राग असतो. हे उगाचच नाही, शास्त्रीय आहे. तुम्ही लोभाला दडपाल तर दुसरी एखादी भावना वाढेल.

पण तुमच्या जीवनाची अवस्था तीच राहील. हिशोब तेवढाच राहील. त्यात काही फरक पडणार नाही. 'एक साधे सब सधे।' रोगांवर नियंत्रण मिळवायला गेलात तर किती रोग आहेत! अनंत रोग आहेत. नियंत्रित करता करता आयुष्यं संपून जातील. तुम्ही कधीच नियंत्रण मिळवू शकणार नाही. एक रोग संपवाल तर दुसरा काहीतरी त्रास सुरू झालेला आढळेल. दुसरा त्रास सांभाळायला जाल तर जुना रोग उपटला आहे, ऊर्जेचा प्रवास सुरू झालेला दिसेल. वेडे व्हाल तुम्ही. विक्षिप्त व्हाल तुम्ही, थकून जाल. तुम्ही, हराल. तुमचा आत्मविश्वास नष्ट होईल. नाही, खूप

गोष्टी साधण्याच्या नादाला लागू नका. किल्ली एक आहे. तिनंच सगळी कुलुपं उघडली जातात.

'कहनी रहनी निज तत जानै.....'

तेच सूत्र आहे - स्वतःला जाणणं. म्हणून ध्यानावर एवढा जोर आहे माझा.

लोक माझ्याकडे येतात. म्हणतात 'रागीट आहे. काय करू?' त्यांना मी सांगतो, 'तुम्ही वेगळा विचार करू नका. तुम्ही ध्यान करा.' त्यांना कळत नाही. ते म्हणतात, 'ध्यान केल्यानं क्रोध जाईल का?'

ध्यानामुळे जाणीव येईल. क्रोध नाही जाणार. पण जाणीव आली तर क्रोध निर्माणच नाही होणार. ध्यानाने बोध वाढेल, क्रोध नाही जाणार. पण जे अबोधात आहेत, अज्ञानात आहेत त्यांनाच तर क्रोध येतो. कामवासनेनं पिडलेला येतो, म्हणतो 'बस् वेडा व्हायला लागलोय.' त्यालाही मी सांगतो 'ध्यान करा.' तो विचारतो, 'ध्यान केल्यानं कामवासना नष्ट होईल? यांचा काही संबंध तर दिसत नाही.'

नाही, ध्यानानं कामवासना कशी जाईल? पण ध्यानामुळे तुम्ही अंतरात सुखी होऊ लागाल. जो अंतरात सुखी आहे तो दुसऱ्याकडून सुख मागत नाही. जो स्वतः सुखी आहे तो दुसऱ्याच्या दाराशी सुख मागायला जात नाही. काम ही दुसऱ्याकडे सुखाची भिक्षा मागणंच आहे. जो अंतरात सुखी आहे त्याला संभोगात आनंद मिळू शकत नाही. ज्याला मोठा आनंद तो लहान आनंद कशाला मागेल? जिथे रुपयांचा वर्षाव होतो आहे तिथे कवडी कवडी मोजत कोण बसेल? आणि जिथे रत्नं-माणकं हातात आहेत तिथे समुद्रकिनाऱ्यावर रंगीत दगड, शंख-शिंपले गोळा करत कोण फिरेल? विषय संपला.

लोक मला म्हणतात.... तुम्ही तर.... आम्ही वेगवेगळी दुखणी घेऊन तुमच्याकडे येतो.... आणि तुम्ही एकच उपाय सांगता. मी तरी दुसरं काय करू शकतो? उपाय एकच आहे. लोकांना वाटतं मी त्यांच्या दुखण्यांची चर्चा करावी, त्यांच्या रोगांकडे लक्ष द्यावं. वेगळं एवढंच आहे की ते वेगवेगळे रोग घेऊन आले आहेत. रोगांना काही किंमत नाही आहे. औषध तर एकच आहे. आणि ते रामबाण आहे. वेगवेगळ्या उपायांची जरूरच नाही.

तुमचा सगळ्यांचा रोग एकच आहे. तो म्हणजे आत्मअज्ञान. बाकी सगळी दुखणी त्या एका रोगाच्या सावल्या आहेत. सावल्यांशी कोण लढणार? लढून कोणी कधी जिंकलं आहे का? तुम्ही मूळ रोगावर प्रहार करा. म्हणून सर्व ज्ञानी लोक म्हणतात आत्मज्ञान हा एकमात्र मार्ग आहे आणि आत्मज्ञानासाठी ध्यान ही एकमात्र किल्ली आहे.

आणि तेव्हा अशी घटना घडते;

'धरती उलटि आकासहि ग्रासै' -

तुम्ही - छोटे वाटणारे तुम्ही - छोटे नाही आहात. तुम्ही वामनाचा अवतार घेतला असेल तर वामनातही परमात्म्याचा अवतार लपलेला आहे. तुम्ही कितीही लहान असा, तुम्ही लहान नाहीच.

मुल्ला नसरुद्दीनच्या गावात एक सर्कस आली होती. त्याने सर्कसमध्ये विनंती अर्ज दिला. दुसरं काही काम मिळत नव्हतं म्हणून त्यानं विचार केला सर्कसमध्ये जावं. अर्जामध्ये त्यानं लिहिलं की मी जगातला सर्वांत मोठा ठेंगू माणूस आहे. मॅनेजर थोडा चकित झाला की हा काय प्रकारचा माणूस असावा? सर्वांत मोठा ठेंगू माणूस? बोलवायला हवं. कारण सर्कसमध्ये तर असे चमत्कार हवेच असतात, नसरुद्दीनला बोलावलं. नसरुद्दीन तिथे जाऊन उभा राहिला तर मॅनेजर चक्रावूनच गेला. असेल साधारण सहा फूट चार इंच. त्यानं विचारलं, 'तू स्वत:ला ठेंगू माणूस म्हणवतोस?' त्यानं उत्तर दिलं, 'मी आधीच लिहिलं होतं - सर्वांत मोठा ठेंगू माणूस. माझ्याहून मोठा ठेंगू दुसरा कोणी नाही आहे.'

तुम्ही कितीही ठेंगू असा, तुम्ही कितीही वामन असा, तुम्ही कितीही छोटं रूप धारण केलेलं असो, पण संपूर्ण परमात्मा तुमच्यामध्ये हजर आहे. कणभरही कमी नाही. थेंबामध्ये समुद्र हजर आहे. थेंबामध्ये समुद्राचं सारं सार आहे. एका थेंबाला जाणून घ्या, सारा समुद्र समजेल. आता समजून घेण्यासारखं उरलंच काय समुद्रामध्ये? एका थेंबाचं सूत्र पकडता आलं - एच टू ओ, की पुरा समुद्र पकडीत आलाच. एका थेंबाला तोडून जाणून घेतलं की उदजन आणि ऑक्सिजनचा मेळ आहे - सबंध सागराचं रहस्य उमगलं. आता प्रत्येक थेंब थोडाच तपासावा लागणार आहे?

म्हणून कबीरांचं वचन आहे, 'हेरत हेरत हे सखि, रह्या कबीर हिराई । बूंद समानी समुद्रमे सो कत हेरी जाई।' ही पहिली ओळ आहे. यानंतर अनेक वर्षांनी त्यांनी दुसरी ओळसुद्धा लिहिली. पहिल्या वचनात ते म्हणतात, 'बूंद समानी समुद्र मे, सो कत हेरी जाई।' थेंब समुद्रात हरवून गेला. आता त्याला परत कसा मिळवू?

काही वर्षांनंतर त्यांनी हे पद पुन्हा लिहिलं, लिहिलं, 'हेरत हेरत हे सखि, रह्या कबीर हिराई, समुद्र समाना बूंद मे सो कत हेरी जाई ।' समुद्र थेंबामध्ये सामावून गेला. आता त्याला वेगळं कसं काढायचं? थेंब समुद्रात पडला होता तेव्हा त्याला बाहेर काढण्याचा काहीतरी मार्ग होता. लहान वस्तू मोठ्या वस्तूमध्ये पडली होती. शोधता आली असती. पण आता मोठी पंचाईत झाली आहे. समुद्र थेंबामध्ये पडला आहे. आता त्याला कसं शोधू?

दुसरं पद समाधीचं आहे. पहिलं पद ध्यानाचं आहे. पहिल्या पदामध्ये कबीरांना ध्यानाची पहिली झलक मिळाली असणार. जपानमध्ये तिला सतोरी

म्हणतात - पहिली झलक, पहिली झलक मिळते तेव्हा असंच वाटतं की थेंब पडला समुद्रात. पण जेव्हा ध्यान परिपूर्ण होतं, ध्यान समाधी होऊन जातं जेव्हा ध्यानातून परत येणं बंद होऊन जातं, जेव्हा ध्यान सततच होतं, अहर्निश वाहणारा प्रवाह होतं, अखंड होतं, तेव्हा कबीरांनी दुसरं पद लिहिलं आहे. 'समुद्र समाना बूंद मे सो कत हेरी जाई ।'

आता आणखीनच पंचाईत झाली. थेंबाला कसंही शोधून काढलंच असतं. कसंही करून बाहेर काढलं असतं. इथे तर समुद्र थेंबामध्ये पडला आहे. आता शोधण्याचा काही उपायच राहिला नाही.

आणि हे खरं आहे. ध्यानानंतर परत येणं शक्य आहे, समाधीनंतर परत येणं शक्य नाही. ध्यानी तर परत येऊ शकतो, पडू शकतो. ध्यानी शिखरावर चढतो. एखाद्या क्षणी ध्यान प्रगाढ होतं - मग त्याला झोप लागते. मग उतरून खाली येतो. पुन्हा अंधाऱ्या गल्ल्यांमध्ये वाट चुकून फिरू लागतो. मग दऱ्यांमधला अंधार येतो. पर्वतावरचा सूर्य हरवून जातो. शिखराची चमक हरवून जाते. पुन्हा चढतो, पुन्हा हरवतो. ध्यानी तर खूप वेळा परत येतो. म्हणून सतोरी म्हणजे समाधी नाही.

समाधी ही तर अशी अवस्था आहे जिच्यामधून परत येणं नाही. बुद्धांनी दोन शब्द वापरले आहेत. ध्यानीला ते म्हणतात स्रोतापन्न - जो नदीच्या प्रवाहात उतरला आहे, पण मनात आलं तर परत येऊ शकतो. अजून किनारा आहे. 'स्रोतापन्न' स्रोतामध्ये उतरलेला. बस, फक्त उतरला आहे एवढंच. वाटलं तर उडी मारून किनाऱ्यावर परत येऊ शकतो.

समाधिस्थ झालेल्याला बुद्ध म्हणतात अनागामी, जो परत येऊ शकत नाही. नदी सागरात मिळून जावी आणि मग किनारा उरतच नाही तसा. कबीराचं पहिलं सूत्र तर स्रोतापन्नचं आहे आणि दुसरं सूत्र आहे अनागामीचं. आता काही उपाय नाही. आता तो समाधीमध्येच भोजन करेल, समाधीमध्येच झोपेल, समाधीमध्येच चालेल आणि समाधीमध्येच बोलेल. त्याचं असणं समाधिस्थ असेल. सागर थेंबामध्ये हरवून गेला.

'धरती उलटि आकासहि ग्रासै, यहु पुरिसा की बाणी।'

ही परम-पुरुषाची वाणी आहे. ज्यांनी जाणलं त्यांची वाणी आहे. आप्तपुरुषांची वाणी आहे. एक क्षण असा येतो की जेव्हा थेंब सागराला गिळून टाकतो. अंश ग्रासून टाकतो पूर्णाला. असा क्षण येतो की आत्म्यामध्ये परमात्मा लीन होतो. असा क्षण येतो की अणूमध्ये विराट हरवून जातं.

'बाज पियालै अमृत सौख्या....'

त्या क्षणी अमृत प्यायलं जातं - न पिता प्यायलं जातं. भांड्याची जरूर

नसते, पिण्याची जरूरी नसते. 'बाज पियालै अमृत सौख्या' अमृत प्यायलं जातं. ना भांड्याची जरूर असते ना पिण्याची जरूरी असते.

'.... नदी नीर भरि राख्या'--- तेव्हा नदी सागरामध्ये नाही मिळत. इथे तर सागरच नदीमध्ये मिळाला आहे. मग नदीमध्येच सागर सामावून जातो.

'.... नदी नीर भरि राख्या।'

म्हणून समाधिस्थ व्यक्ती भरून राहतो अनंत सागरामध्ये. तुम्ही कितीही घ्या त्याच्याकडून, संपणार नाही. जितकं हवं तितकं घ्या. घेण्यामध्ये संकोच करू नका. 'नदी नीर भरि राख्या।' आता ही नदी नाही राहिली की तुम्ही संपवून टाकाल, की उन्हाळ्याचे दिवस येतील आणि सुकून जाईल, थोडी रेती आणि डबक्यांमध्ये थोडं पाणी एवढीच शिल्लक राहील. आता ही काही नदी नाही आहे, जिला सूर्य सुकवू शकेल. 'नदी नीर भरि राख्या' आता तर नदीनं सागरच भरून घेतला आहे स्वत:मध्ये. आता नाही सुकणार ही. आता कोणताच सूर्य तिला सुकवून टाकू शकणार नाही. आता एखादा ग्रीष्म नाही येणार. आता ही सदाच भरपूर राहील. समाधी ही कायम हिरवीगार राहणारी अवस्था आहे. सदा यौवन!

'कहै कबीर ते बिरला जोगी, धरणि महारस चाख्या ।'

त्या जोग्याला कबीर म्हणतात 'विरळा' आहे.

तीन प्रकारचे लोक असतात - मी तुम्हाला सांगितलंच एक असाधू - जे धरतीचा रस चाखण्याचा प्रयत्न करतात. पण त्यांना ठाऊक नसतं तो रस कसा प्यावा हे. ठाऊक नसतं कुठून प्यावा ते. असाधू सुख मिळवण्याचा प्रयत्न करतो पण सुख कसं मिळवायचं ते त्याला माहीत नसतं.

असाधूही मिळवण्याचा प्रयत्न करत असतो सुखच. पण त्याला मिळतं दु:ख! इच्छा असते सुखाची, मिळतं मात्र दु:ख! कारण फक्त इच्छा असणं पुरेसं नाही. जरूरी आहे, पुरेसं नाही. मार्गही हवा. मग विधीही पाहिजे. आणि मग नीटपणे शोधही केला गेला पाहिजे. नीट शोध करण्यासाठी चेतना पाहिजे, शुद्ध पाहिजे. असाधू सुख शोधतो पण जिथे शोधतो तिथे त्याला दु:ख मिळतं.

साधूही सुख शोधत असतो. त्याच्याजवळ थोडी सूत्रं आहेत पण ती सगळी उलटी आहेत. किल्ली जर कुलपात उलटी घातली तर कुलूप उघडत नाही. डोकं फोडून घेतो साधू. किल्ली हातात आहे. उलटी धरली आहे. कुलूप अगदी जवळ आहे. किल्ली थोडी नीट करून घेण्याची जरूर आहे. पण उलटी किल्ली कुलपात घालण्याचा प्रयत्न करतो आहे. त्यामुळे कधी कधी असंही होतं की कुलूपही खराब होऊन जातं. मग कदाचित किल्ली सरळही धराल तरी कुलूप उघडणं कठीण होऊन जातं.

मग संतपुरुष आहेत. जे किल्ली सरळ धरतात. जे एकाला शोधतात.

एकाची साधना करतात. निजतत्त्वाला जाणून घेतात. मग त्यांचं बोलणं आणि वागणं एक होऊन जातं. कुलूप उघडलं जातं.

तुम्ही कुलपं पाहिली असाल, कोड्यासारखी कुलपं. ज्यांना किल्ली लावावी लागत नाही. त्यांचे काही आकडे ठरलेले असतात. खूप बडे श्रीमंत लोक अशा प्रकारची कुलपं वापरतात. ते आकडे एका ठराविक क्रमानं बसवले की कुलूप उघडतं. तो क्रम कुणाला ठाऊक असणार? ज्याला ठाऊक आहे तोच ते आकडे योग्य क्रमानं लावू शकतो. चोर या कुलपाची किल्ली नाही बनवू शकत. कारण ते तर मोठं गणिती काम आहे. नाही. माहीत असेल तरच ते काम करता येईल. कारण तुम्ही असं चुकत क्रम लावण्याचा प्रयत्न कराल तर लाख वेळा कराल तेव्हा चुकून एखाद्या वेळी जमलं तर जमेल. तेही निश्चित नाहीच.

हे बोलणं आणि वागणं त्या कुलपावरचे दोन आकडे आहेत. हे दोन्ही आकडे अगदी बरोबर जमतात जेव्हा तुम्ही खरे जे आहात तेच तुम्ही बोलता. जे बोलता आहात तेच तुम्ही असता. जेव्हा तुमच्या असण्यामध्ये काही द्वंद्व उरत नाही, एकच संगीत गुंजत राहतं तेव्हा कुलूप उघडलं जातं. संतपुरुष हे कुलूप उघडतात एकाला जाणून घेऊन. ते दोन्ही जुळवून घेतात. आयुष्य लागत नाही. ते आकडे आपले आपण जमून जातात. एकाला जाणून घेतलं की दोन जमून जातात. अद्वैताला जाणून घेण्यानं द्वैत जमून जातं.

'कहै कबीर ते बिरला जोगी, धरणि महारस चाख्या ।'

आणि अशी व्यक्ती फक्त परमात्म्याचा आनंद घेत नाही, अशी व्यक्ती धरणीचा महारसही चाखते. अशी व्यक्ती परमतत्त्वाची चव तर घेतेच, त्या परमात्म्यालाही पिऊन टाकतेच पण या निसर्गाचीही चव घेते. तो फुलांना पाहूनही आनंदित होतो. तुम्ही फुलांना पाहून एवढे आनंदित होणार नाही.

थोडा विचार करा, बुद्ध फुलांच्या जवळून जात. बुद्धांना फुलांमुळे जसा आनंद मिळत असे तसा तुम्हाला नाही मिळणार. कारण खरा प्रश्न फुलांचा नाहीच आहे. खरा प्रश्न तुमचा आहे. बुद्ध आपल्या आनंदानं भरलेल्या हृदयानं फुलांकडे पाहतात. फूल अनंत रहस्यानं भरून जातं. फुलांत तुम्हाला तेच दिसतं जे तुम्ही आहात. फूल म्हणजे तर आरसा आहे. फुलाच्या आरशात बुद्ध स्वत:लाच पाहतात. म्हणून फुलं जो सुगंध बुद्धांना देतील तो तुम्हाला नाही देणार.

ज्यानं स्वत:च्या हृदयाची किल्ली मिळवली, ज्यानं आतलं हृदय उघडलं, त्याच्या हातात 'मास्टर-की' लागली. त्याच्या हातात गुरुकिल्लीच आली. तो फुलालाही उघडेल. तो झरेही उघडेल. तो भोजनही उघडेल. तो प्रेमालाही उघडेल. आणि सर्व बाजूंनी त्याच्यावर पाऊस पडेल. त्याची संवेदनशीलता अनंत होऊन जाते.

लक्षात घ्या, महायोगी संवेदनाहीन नसतो. उलट अतिशय अधिक संवेदनशील

असतो. महायोगी अस्वादात जगत नाही. परमस्वादात जगतो. म्हणून परमस्वाद हे आपलं व्रत बनवून घ्या. आणि महायोगी जगाच्या विरोधात नसतो. जगातूनही परमात्म्याचा रसच प्राप्त करून घेतो.

एकदा स्वत:चा दिवा जळू लागला की सर्व बाजूंनी आनंदाच्या धारा वाहणं सुरू होतं. म्हणून कबीर त्याला महायोगी म्हणतात. 'विरला योगी' म्हणतात.

'...धरणि महारस चाख्या ।'

योगी आहेत... जे परमात्म्याचा रस चाखतात ते महायोगी नाहीत. त्यांचा परमात्मा अजून अर्धा आहे. ते अधुरे योगी आहेत, जे डोळे बंद करून परमात्म्याचा रस तर चाखतात पण डोळे उघडून निसर्गाची चव घ्यायला मात्र भितात. त्यांचा योग संपूर्ण नाही आहे. ते भयभीत आहेत. यांचा परमात्मा पुरेसा नाही. यांची भीती जावी एवढा यांचा परमात्मा नाही आहे.

खरं म्हणजे योगी आपले डोळे बंद करून परमात्म्याची चव घेत असतो. डोळे उघडून बाहेरच्या जगाची चव घेत असतो. आतमध्ये चैतन्य चाखतो. बाहेर संवेदना चाखतो. बाहेर आणि आत - सगळं मिटून जातं. आत आणि बाहेर एक होऊन जातं. जे बाहेर आहे तेच आतही आहे. जे आत आहे तेच बाहेरही आहे. जोपर्यंत आत आणि बाहेर हा भेद आहे तोपर्यंत तुम्हाला महायोगाची प्राप्ती होणार नाही. ज्या दिवशी एकच शिल्लक राहतो, त्या दिवशी आत काय आणि बाहेर काय? तुमच्या घराच्या बाहेर जे आकाश आहे तेच तर परम आकाशातही पसरलेलं आहे.

अंगण आणि आकाश यांच्यात भेद कुठे आहे? एकच आहेत, एकाच्याच या लाटा आहेत - आत आणि बाहेर. आत आणि बाहेर हे दोन किनारे आहेत. चैतन्याचा सागर मधून वाहतो आहे.

'कहै कबीर ते बिरला जोगी, धरणि महारस चाख्या।'

म्हणून मी तुम्हाला सांगतो, रसाचा विरोध करू नका. महारस चाखा. जीभ भाजून घेऊ नका. डोळे फाडून घेऊ नका. कान बधीर करून घेऊ नका. नाक मारून टाकू नका. जागवा. त्यांना संवेदनशील बनवा. घाबरू नका.

मला ही कहाणी खरी वाटत नाही की सूरदासानं डोळे फोडून घेतले - कारण काय तर डोळ्यांनी पाहिलं तर सुंदर स्त्रिया दृष्टीला पडतील या भीतीनं. त्यांनी जर असं केलं असेल तर ते कवडीमोल ठरतील. मला नाही वाटत त्यांनी असं केलं असेल. कारण सूरदासांच्या वचनांमध्ये इतका रस आहे, म्हणून मी म्हणतो की नसेल केलं. ज्याच्या बोलण्यामध्ये इतका रस आहे तो डोळे कसे फोडून घेईल? ही कोणी मूर्ख लोकांनी रचलेली आहे. ज्याच्या वचनांमध्ये कृष्णाच्या रूपाचं असं वर्णन आहे, तो डोळे कसे फोडून घेईल?

नाही. जर सूरदास होऊन गेले असतील तर त्यांना सुंदर स्त्रियांमध्येही कृष्णच

दिसले असतील. जर सूरदास होऊन गेले असतील तर सुंदर स्त्रीच्या पैंजणांत त्यांना कृष्णाचा झंकारच ऐकू आला असेल. जर सूरदास होऊन गेले असतील तर सुंदर स्त्रीच्या रूपामध्ये त्यांनी त्या एकाचंच रूप पाहिलं असेल.

मी तुम्हाला नाही सांगत! रसाला मारू नका, नाही तर तुम्ही कधीही संपूर्ण परमात्मा जाणून घेण्यास समर्थ होणार नाही. आणि अधुरा परमात्मा काय परमात्मा आहे? अधुरा परमात्मा म्हणजे जणू एखादी अर्धी बातमी. बातमी कधी अर्धी असू शकते का? बातमी पूर्ण होते तेव्हाच तर ती बातमी होते. तेव्हाच होते. अर्धा परमात्मा कधी परमात्मा होतो का? ही तर तुमच्या मनाची धारणा आहे. सिद्धांत आहे, शास्त्र आहे.

परमात्मा तर पूर्ण आहे. निसर्ग हे त्याचं अंग आहे. शरीर त्याचं घर आहे. तुम्ही महारस प्राप्त करून घेऊ शकाल हे लक्षात ठेवा. रूपात अरूप दिसू लागेल, आकार निराकार दिसू लागेल. शुद्धामध्ये विराटाचा प्रतिध्वनी ऐकू येऊ लागेल. तेव्हा तुम्ही ह्या अवस्थेला पोचाल - जिला कबीर म्हणतात,
'कहै कबीर ते बिरला जोगी, धरणि महारस चाख्या ।'

आज एवढंच.

■

प्रीति लागी तुम नाम की, पल बिसरे नाही ।
नजर करो अब मिहर की, मोहि मिलो गुसाई ॥
बिरह सतावै मोहि को, जिव तड़फे मेरा ।
तुम देखन की चाव है, प्रभु मिला सबेरा ॥
नैना तरसै दरस को, पल पलक न लागे ।
दर्दबंद दीदार का, निसि बास जागे ॥
जो अब कै प्रीतम मिलें, करूं निमिख न न्यारा ।
अब कबीर गुरू पाइया, मिला प्राण पियारा ।

प्रवचन तिसरे
प्रीति लागी तुम नाम की

प्रेम ही जीवनाची परम समाधी आहे. जीवनाच्या ऊर्जेचं प्रेम हेच शिखर आहे. तेच गौरीशंकर आहे. ज्यानं प्रेमाला जाणून घेतलं त्यानं सर्व जाणून घेतलं. जो प्रेमापासून वंचित राहिला तो सगळ्यापासूनच वंचित राहिला.

प्रेमाची भाषा नीटपणे समजून घेणं जरुरीचं आहे. प्रेमाचं शास्त्र नीटपणे समजून घेणं जरुरीचं आहे. कारण प्रेम हीच तीर्थयात्रा आहे. पोचणारे पोचतात ते त्या मार्गानेच आणि जे पोचले नाहीत ते अशामुळे पोचले नाहीत की त्यांनी जीवनाला वेगळाच रंग दिला– जो प्रेमाचा रंग नव्हता.

प्रेमाचा अर्थ आहे समर्पणाची अवस्था – जिथे दोन संपून जातात आणि एकच शिल्लक राहतो. जिथे प्रेमी आणि त्याच्या प्रेमाची व्यक्ती आपल्या सीमा नाहीशा करून टाकतात. जिथे त्यांच्यातलं अंतर समग्ररूपेण – अगदी संपूर्णपणे शून्य होऊन जातं. प्रेमी आणि त्याची प्रेमाची व्यक्ती एकमेकांच्या जवळ येतात असं म्हणणंही योग्य ठरणार नाही कारण जवळ येणं हेही थोडंसं दूरचंच असतं. ते जवळ नाही येत, एकमेकांच्या मध्ये हरवून जातात. जवळपणामध्येही अंतर आहे. प्रेमाला तेवढं अंतरही सहन होत नाही. प्रेम दोनाला एक बनवून टाकतं. प्रेम अद्वैत आहे. हे प्रेम आपण थोडं समजावून घेऊया.

तुम्हीदेखील प्रेम केलं आहे. ज्यानं प्रेम केलं नाही असा माणूस शोधून काढणं कठीण आहे. चुकीच्या पद्धतीनं केलं असेल, चुकीच्या व्यक्तीवर केलं असेल पण प्रेम केल्याशिवाय कोणीच राहू शकत नाही. कारण ही तर जीवनाची नैसर्गिक अभिव्यक्ती आहे.

तर तीन तऱ्हांचं प्रेम आहे ते समजून घ्या. पहिलं – ज्या प्रकारच्या प्रेमात शंभरातले नव्व्याण्णव लोक अडकतात ते, ते वस्तूंचं प्रेम आहे. पैशाचं, संपत्तीचं, घराचं, तिजोरीचं, वस्तूंचं प्रेम, प्रेमाच्या दृष्टीनं सर्वात खोटं आहे.

पण त्यातही काहीतरी विशेष आहे. म्हणूनच शंभरातले नव्व्याण्णव लोक त्या प्रेमात अडकतात आणि ते विशेष म्हणजे वस्तूंसाठी तुम्हाला स्वत:ला समर्पित करावं लागत नाही. उलट तुम्ही वस्तूंना स्वत:साठी समर्पित करून घेता. तुमची कार, तुमची कार आहे. तुमचं घर, तुमचं घर आहे. तुम्हाला समर्पण करावं लागत नाही. आणि तुम्हाला ही जाणीव होते की या वस्तू तुम्हाला समर्पित झालेल्या आहेत. एक प्रकारचं अद्वैत साधलं जातं.

तुमच्या हातात एक रुपया आहे. रुपयाची सीमा आणि तुमची सीमा संपून गेली. सीमा संपून जाण्यामध्ये रुपया अडचण नाही आणत. आणि तुम्हाला समर्पण करण्यासाठी आग्रहही नाही धरत. रुपया समर्पित आहे. तुम्हाला हवं ते करा, रुपया ब्र काढणार नाही तोंडातून. तुम्हाला हवं तर नदीत फेकून द्या, हवं तर भिकाऱ्याला

देऊन टाका, वाटलं तर काहीतरी वस्तू विकत घ्या, हवं तर तिजोरीत नीट ठेवून द्या. रुपयाला स्वत:चं काही मत नाही. रुपया पूर्णपणे समर्पित आहे.

तुम्ही वस्तूंना समर्पित करून घेतलं आहे. म्हणून अद्वैत साधलं गेलं असं तुम्हाला वाटू लागतं. पण हे वाटणं खोटं आहे. कारण वस्तूंच्या समर्पणाला काही अर्थच नाही आहे. वस्तू तर जिवंत नसतात. त्यांचं समर्पण करणं आणि न करणं सारखंच आहे. तुम्ही भ्रमात आहात.

रुपया तुम्हाला जेवढा समर्पित आहे तेवढाच तुम्ही तो एखाद्या भिकाऱ्याला दिलात तर त्यालाही समर्पित आहे. नदीत फेकून दिलात तर नदीलाही समर्पित आहे. तिजोरीत ठेवा, तिजोरीला समर्पित आहे.

रुपया तर वेश्या आहे. त्याचं काही समर्पण नाही आहे. तो ज्याच्याजवळ आहे त्यालाच समर्पित असतो. त्याला काही आत्मा असतो का? पण कोणाला समर्पित झाला तर असा भ्रम होऊ शकतो की अद्वैत साधलं गेलं.

शंभरातले नव्व्याण्णव लोक याच प्रेमात जगतात आणि संपून जातात – वस्तूंचं प्रेम! हे सोयीचंही असतं. कारण रुपया, धनदौलत कोणतीही भांडणांची परिस्थिती निर्माण नाही करत. तुम्हाला त्याच्याशी भांडावं लागत नाही. कसलाही संघर्ष नाही. मोठी शांती आहे. तिजोरी गप्प बसली आहे. तुम्ही आज्ञा केली की कामाला लागते. आज्ञा दिली नाहीत तर शांतपणे तुमची वाट बघत राहते. धन हा अगदी परिपूर्ण सेवक आहे. म्हणून शंभरातले नव्व्याण्णव लोक पैसा मिळवण्यालाच प्रेम समजतात.

शिवाय पैशात सुरक्षा आहे. मित्रावर प्रेम करा. खात्री नाही देता येणार की तो उद्याही प्रेम करेल. उद्याचं कुणाला ठाऊक आहे? क्षणात हवा बदलते. ऋतू बदलतो. क्षणभरापूर्वी जो प्रेमानं वागत होता तो आता रागानं भरून गेला आहे. आत्ता मित्र असलेला आत्ता शत्रू होऊ शकतो.

म्हणून मित्रावर भरवसा करता येत नाही. पत्नीचा काय भरवसा? पतीचा काय भरवसा आहे? आज आहे, उद्या कशावरून असेल? प्रेमावरही एक वेळ भरवसा ठेवू, मृत्यूचा काय भरवसा? धन कधी मरत नाही. धन अमृत आहे. व्यक्ती तर मरून जातात.

कालच एक तरुणी मला विचारत होती, की तिचं एका व्यक्तीवर प्रेम आहे. पण दोघांच्या वयांत खूप अंतर आहे. तिचं वय असेल तीसच्या आसपास आणि त्या व्यक्तीचं वय आहे पन्नास वर्षं. प्रेम दोघांमध्ये सखोल आहे पण तिला भीती वाटते आहे. तिला भीती अशी वाटते आहे की तो माणूस लवकर मरून जाईल तर तिला विधवा म्हणून आयुष्य काढावं लागेल. जीवनाच्या अखेरीला दु:ख सहन करावं लागेल. यातना सहन कराव्या लागतील म्हणून ती स्वत:ला रोखते आहे,

थांबवते आहे.

मरणाचं भय तर आहेच. माणूस मरतो, वस्तू कुठे मरतात? आणि जेव्हा माणूस मरतो तेव्हा त्याला रिप्लेस नाही करता येत. कोणताही दुसरा माणूस त्याची जागा नाही घेऊ शकत. कारण प्रत्येक व्यक्ती विलक्षण असते. एक फियाट कार मेली तर तिची जागा दुसरी फियाट घेऊ शकते. काही फरक नाही. एकासारख्या लाखो मोटारी आहेत.

पण एक माणूस मरून गेलं तर त्याच्यासारखं दुसरं माणूस या जगात कुठेही नसतं. एकदा त्याचा वियोग झाला की तो कायमचाच असतो. दुसरं कोणीही त्याची जागा घेऊ शकत नाही. त्याची जागा कायमची रिकामी राहते आणि हृदयातली रिकामी जागा दुःख देते, जखम करते. धोका असतो व्यक्तीच्या प्रेमात पडण्यामध्ये. पन्नास वर्षांच्या माणसाच्या प्रेमात पडण्यात धोका तर आहेच पण तीस वर्षांच्या व्यक्तीच्या प्रेमातही धोका आहे. कारण तीस वर्षांची व्यक्तीही मरतेच.

मरण तर सदा असतंच. त्याच्याबाबत कसलीच सुरक्षा नसते माणसांकडे. एक म्हणजे माणसं बदलू शकतात; आणि बदलली नाहीत तरी मरू शकतातच.

आणखी एक मोठा धोका आहे. ज्या व्यक्तींबद्दल तुम्हाला आज प्रेम आहे, कदाचित उद्या त्या व्यक्ती तुमच्या प्रेमात असतीलही पण तुम्हालाच त्यांच्याबद्दल प्रेम वाटेनासं होईल. तेव्हा त्या व्यक्ती ओझं होऊन जातील. ते ओझं खाली उतरवणं कठीण होऊन जाईल. तेव्हा त्यांच्या बेड्या तोडणं अशक्य होऊन जाईल. तेव्हा कुठे पळाल? कसे पळाल? आणि आपणच दिलेली वचनं मजबूत बेड्या बनतील आपल्या पायांतल्या. प्रेमाच्या भरात आपण बोललेले शब्द मानगूट पकडतील. कुठे जाल? फार मोठा धोका आहे.

वस्तूंच्या प्रेमात काही धोका नाही. अगदी सुरक्षित आहे. वस्तू कधी मरत नाहीत. मेल्या तरी बदलता येतात आणि जरी तुमचं प्रेम संपून गेलं तरी त्या वस्तू बेड्या नाही बनत. तुम्हाला एक मोटार खूप आवडत होती. आज तुमचं मन उडलं तिच्यावरून, बाजारात नेऊन विकून टाकता. मोटार रडतभेकत नाही. आरडाओरडा करत नाही, दयेची भीक मागत नाही. गुपचुप निघून जाते. म्हणून नव्व्याण्णव टक्के लोक....!

वस्तूंचं समर्पण सोयीचं असतं. स्वतः समर्पण करावं लागत नाही, अहंकार सुखरूप राहतो आणि वस्तू तो अहंकार वाढवतातच.

प्रेमात तर अहंकार हरवून जाणार. वस्तूंच्या प्रेमामध्ये तो राहतो, वाढतो. जेवढी तुमची संपदा असते तेवढा अहंकार वाढू लागतो. वस्तूंबद्दलचं प्रेम हे खरं प्रेम नसतंच, तो प्रेमाचा आभास असतो. पण तेच पहिलं प्रेम आहे. यातच नव्व्याण्णव टक्के लोक पडलेले असतात. म्हणून बुद्ध तृष्णेच्या विरोधात आहेत. कारण

वस्तूंबद्दलचं प्रेम म्हणजेच तृष्णा. महावीर परिग्रहाच्या विरोधात आहेत कारण वस्तूंबद्दलचं प्रेम म्हणजेच परिग्रह. सर्व ज्ञानी व्यक्ती संग्रह करायला विरोध करतात. कारण संग्रह करणं याचा अर्थ आहे तुमचं प्रेम चुकीच्या रस्त्यानं चाललं आहे.

वस्तूंच्या प्रेमानं वेडा झालेला जो माणूस असतो – तुम्ही कंजूष माणसाला पाहिलं आहे? त्याच्या चेहऱ्याचा कधी अभ्यास केला आहे? तुम्ही स्वतःच कंजूष असाल तर आरशात कधी स्वतःच्या कंजूषपणाचं प्रतिबिंब पाहिलं आहेत? कृपण माणसाइतका कुरूप माणूस दुसरा कुणी नसतो.

म्हणून तुम्हाला कुणी कंजूष म्हटलं की फार दुःख होतं. तुम्ही भले कंजूष असा, पण कंजूष म्हटलं कुणी की फार मोठा आघात होतो, कंजूष माणसालाही होतो. याच्याहून दुसरी मोठी शिवी नाही. की कोणी तुम्हाला कृपण म्हणावं. का?

कारण कृपण याचा अर्थ आहे तुम्ही वस्तूंच्या प्रेमात पडला आहात. वस्तू तुमच्याहून खालच्या पातळीवर आहेत. तुम्हाला आत्मा आहे. तुम्ही आपल्याहून कमी दर्जाच्या गोष्टीच्या प्रेमात पडला आहात. आणि ही गोष्ट मान्य करायला कोणीही तयार नसतं की मी वस्तूंच्या प्रेमात पडलो आहे. वस्तूंच्या प्रेमाचा अर्थ आहे, तुमचा आत्मा खाली वाकू लागला आहे. वस्तूंच्या प्रेमाचा अर्थ आहे, तुम्ही स्वतःचा आत्मा हरवू लागला आहात. कारण जिथे तुमचं प्रेम असेल तिथेच तुमचा आत्मा असणार. जिथे तुमचं प्रेम असेल तिथेच तुमचं हृदय धडधडणार.

जो माणूस वस्तूंवर प्रेम करतो तो हळूहळू वस्तूंसारखाच होऊ लागतो. कारण माणसाचं रूपांतरण करणारी प्रेम ही फार मोठी शक्ती आहे. तुम्ही ज्यावर प्रेम करता, त्याच्यासारखेच होऊन जाता.

दोन व्यक्ती जर एकमेकांवर प्रेम करत असल्या तर हळूहळू त्या दोन्ही व्यक्तींमध्ये परस्परांचं प्रतिबिंब दिसू लागतं, हे तुमच्या कधी ध्यानात आलं आहे? जर एका स्त्रीनं एखाद्या पुरुषावर मनोभावानं प्रेम केलं असेल तर तुमच्या लक्षात येईल की हळूहळू तिच्या चालण्यात, तिच्या डोळ्यांत, तिच्या चेहऱ्यात त्या पुरुषाचा ठसा दिसू लागतो.

जर एखाद्या पुरुषानं एखाद्या स्त्रीवर असंच एकांतरूपेण प्रेम केलं असेल तर त्याच्या बोलण्यात त्या स्त्रीचं माधुर्य आलेलं तुम्हाला जाणवेल. त्यांच्या हाव-भावांत, भाव-भावनांत एकमेक मिसळून जातात. त्यांनी जर असं प्रेम केलेलं असेल तर गर्दीतही तुम्ही त्या दोघांना एकमेकांचे प्रेमी म्हणून ओळखून काढू शकता. कारण एकमेकांचं प्रतिबिंब त्यांच्या चेहऱ्यावर पडू लागलेलं असतं. प्रेमी हळूहळू एकमेकांसारखे होऊ लागतात.

शरीरशास्त्रज्ञ यावर खूप चिंतन करत आहेत की हे कसं घडतं? मूल जन्माला येतं तेव्हा त्याच्या चेहऱ्यामध्ये कधी स्त्रीची झलक दिसते तर कधी

पुरुषाची. कधी दोघांचीही झलक दिसत नाही तर कधी दोघांची एकत्रित अशी दिसते. कधी अगदी तिसऱ्याच व्यक्तीची झलकही दिसते, ज्याचं काही देणंघेणंनसतं.

शरीरशास्त्रज्ञ चिंतन करत आहेत की हे कसं घडतं? जर स्त्री आणि पुरुषाच्या ऊर्जेमुळेच ही घटना घडून येत असेल तर नेहमीच असं घडलं पाहिजे पण असं होत नाही. मनोवैज्ञानिक एका विलक्षण निष्कर्षाला पोचले आहेत. तो असा की जर स्त्री पुरुषावर मनापासून प्रेम करत असेल, पूर्ण प्रेम करत असेल तरच तिच्या मुलांमध्ये तिच्या पतीचं प्रतिबिंब पडेल. कारण पतीचं रूप तिच्या मनात पूर्णपणे समाविष्ट झालेलं असतं. तिच्या रोमारोमात सामावून गेलेलं असतं.

जर स्त्री स्वत:वरच प्रेम करत असेल, पतीवर प्रेम करत नसेल आणि पती एक नोकरचाकर असेल तर स्त्रीचं स्वत:चं रूपच त्याच्यात प्रवेश करेल आणि असंही होऊ शकतं की स्त्री, पत्नी एकाची असेल, मूल दुसऱ्या कुणाचं असेल आणि तिच्या मनात विचार आणखी तिसऱ्या माणसाचा असेल तर त्या पुरुषाचं रूपही त्या मुलामध्ये प्रवेश करेल.

कारण प्रतिबिंब तर मनात उमटतं. मनाच्या आरशावर उमटलेलं प्रतिबिंब असतं. जर स्त्रीचं एका पुरुषावर प्रेम असेल आणि तिला मूल दुसऱ्या एखाद्या पुरुषापासून होणार असेल तरीही तिचं ज्याच्यावर प्रेम असेल त्याच पुरुषाचं रूप त्या मुलामध्ये उतरेल. म्हणजे प्रतिबिंब शरीरानं नाही निर्माण होत, प्रतिबिंब मनामुळे निर्माण होतं.

जेव्हा दोन व्यक्ती एकमेकांवर प्रेम करतात तेव्हा हळूहळू एकमेकांसारखे होऊ लागतात. त्यांचं वागणं, त्यांच्या सवयी, त्यांचं वर्तन. जीवनाच्या अखेरच्या क्षणांमध्ये- तुम्हाला जाणवेल की - ते दोघं एकच होऊन गेले होते. त्यांचं द्वैत हरवून गेलं होतं.

वस्तूंवर जो माणूस प्रेम करतो तो वस्तूंसारखाच होऊन जातो. म्हणून कृपणाहून अधिक कुरूप माणूस दुसरा नसतो. कारण विराट आत्मा होता, तो क्षुद्राच्या प्रेमात लहान होऊन गेला. म्हणून कृपण माणूस तुम्हाला नेहमी छोटा दिसेल. क्षुद्र, उथळ दिसेल. तो माणूसपणाच्या कसोटीवरही उतरत नाही, परमात्म्याच्या कसोटीची गोष्टच नको. तो पूर्ण मनुष्यही नाही आहे असं तुम्हाला आढळेल. त्याच्या मनुष्यपणामध्ये काहीतरी कमी असलेलं तुम्हाला आढळेल. वस्तू खूप आहेत त्याच्याजवळ, चेतना कमी आहे. शुद्ध कमी आहे, ओझं जास्त आहे. कृपण माणसाच्या चेहऱ्यावर तुम्हाला धनामध्ये जी अहिंसा लपलेली असते ती दिसून येईल.

धन फार मोठ्या हिंसेतून निर्माण होतं. ते फार मोठं शोषण आहे. धनावर रक्ताचे डाग असतातच. ते त्यातून मुक्त होऊ शकत नाही. ते कुणाकडून तरी

हिसकावून घेतलेलं असतं. कोणावर तरी जबरदस्ती केले गेलेली असते. कोणाला तरी मारून टाकलेलं असतं. मग या मारण्याच्या पद्धती कितीही सुधारलेल्या का असेनात. मारणाऱ्यालाही कळत नाही, मरणाऱ्यालाही पत्ता लागत नाही. पण यामुळे काही फरक पडत नाही. संपत्तीवर रक्ताचे डाग पडतातच.

म्हणून कृपण माणसाच्या चेहऱ्यावरही डाग येतील. कृपणाच्या तोंडातून लाळ टपकताना तुम्हाला दिसेल. तो नेहमीच वस्तूंसाठी वेडा झालेला असतो. त्याला फक्त वस्तूच दिसत असतात. दुसरं काही दिसतच नाही. त्याच्या दृष्टीनं जग हे व्यक्तींचा, माणसांचा महोत्सव नाही तर फक्त वस्तूंचा बाजार आहे. विकत घ्यायचं, गोळा करायचं, मरून जायचं. जगायचं नाही आहे.

कृपण जगत नाही, फक्त जगण्याची तयारी करतो. तयारी कधीच पूर्ण होत नाही. जगण्याची संधी कधीच येत नाही. फक्त ठरवतो की कधीतरी जगू. जगणं स्थगित करतो, पुढे ढकलतो. आज कसं जगणार, महाल होईपर्यंत? आज जगणं शक्य तरी कसं होईल, तिजोरी भरपूर भरून जाईपर्यंत? जोपर्यंत सगळ्या उद्यांची व्यवस्था होत नाही, भविष्यकाळ पूर्ण सुरक्षित होत नाही तोपर्यंत कसा जगू शकणार? मूर्ख माणूस जगू शकतो, कृपण म्हणतो, समज असलेला माणूस कसा जगू शकेल? उद्याची चिंता निश्चिंतपणामध्ये बदलली, तिजोरी असो, बँक बॅलन्स असो, सर्व सुखं, सोयी मिळोत, मग मी जगेन.

असा क्षण कधीच येत नाही. सिकंदरला असा क्षण मिळाला नाही, तुम्हाला कसा मिळू शकेल? कोणालाही नाही मिळत. सर्व व्यवस्था पूर्ण होईल असा क्षण येतच नाही.

ज्यांना जगायचं आहे त्यांना नेहमीच अर्धवट व्यवस्थेमध्ये जगावं लागतं. ज्यांना जगायचं आहे, त्यांना नेहमी अर्ध्या तयारीनंच जगावं लागतं. त्यांना आजच जगावं लागतं. ज्यांना हसायचं आहे, नाचायचं आहे, ते अंगण वाकडं असल्याची काळजी करत बसत नाहीत. म्हण आहे – नाचता येईना अंगण वाकडं. जगण्याची कला येत नाही आणि लोक म्हणतात, अंगण वाकडं आहे, ते आधी सरळ करून घेऊ. ते कधी सरळ झालेलं ऐकलं नाही आहे. ते मरून जातात, अंगण वाकडंच राहतं.

वस्तू जमवणाऱ्याच्या चेहऱ्यावर तुम्हाला रुपयाचा गुळगुळीतपणा दिसून येईल – रुपया घरंगळत जातो ना या हातातून त्या हातात... शिळा होत जातो. प्रत्येक हाताची घाण त्याला चिकटत जाते. प्रत्येक प्राणाची तृष्णा त्यात भरत जाते. रुपया सरकत जातो एका हातातून दुसऱ्या हातात – हजारो हातांत.

रुपयाहून अधिक उष्टं या जगात दुसरं काहीही असू शकत नाही. उच्छिष्ट! किती हातांमधून जातो. किती प्रकारच्या घाणीतून जातो. किती प्रवास करतो.

गुळगुळीत होऊन जातो. तसाच गुळगुळीतपणा आणि झिजलेपणा तुम्हाला कृपणाच्या चेहऱ्यावर आणि डोळ्यांत दिसेल. तिथे तुम्हाला ताजेपणा नाही दिसणार पहाटेच्या दवबिंदूंचा! तिथे तुम्हाला सुगंध नाही दिसणार ताज्या उमललेल्या फुलांचा! तिथे तुम्हाला रुपयाचं झिजलेपण दिसेल.

कृपण कधीही नवा, खरा नसतो. नेहमी उधार असतो. त्याच्या आयुष्यात कधीही कोणतीही ऊर्जा पहाटेसारखी नसते. नेहमी थकावटच असते. तो नेहमी उबलेला, कंटाळलेला असतो.

साहजिकच आहे की पैशाबरोबर कुणाच्या आयुष्यात नृत्य ना कधी आलं आहे, ना कधी येऊ शकणार आहे. कंटाळा येतो. म्हणून श्रीमंत माणूस बोअर झालेला तुम्हाला दिसेल, उबलेला कंटाळलेला दिसेल. त्याच्या चेहऱ्याकडे लक्ष देऊन पाहाल तर तुम्हाला जाणवेल की तो थकलेला आहे. त्याला विश्रांती हवी आहे. पण तो विश्रांती घेऊ शकत नाही कारण अजून खूप वस्तू जमवायच्या बाकी आहेत.

हळूहळू कृपण माणूस वस्तूंसारखा होऊन जातो. त्याच्या वस्तूंमध्ये आणि त्याच्यामध्ये फारसा फरक राहात नाही. तो आणि त्याचं घर यांच्यात फरक उरत नाही. कारण प्रेमी एकमेकांसारखे होऊन जातात. म्हणून कधीही क्षुद्रावर प्रेम करू नका. नाही तर तुम्ही क्षुद्र होऊन जाल. ज्यावर तुम्ही प्रेम कराल त्याच्यासारखेच होऊन जाल.

धन आणि वस्तूंवर प्रेम करणारा माणूस माणसांची घृणा करतो. कारण प्रत्येक मनुष्य त्याला धोकादायक वाटत असतो. प्रत्येक मनुष्य आणि मनुष्याचा प्रत्येक संबंध त्याला भयभीत करून टाकतो. कारण मनुष्याबरोबर संबंध निर्माण करण्याचा अर्थ होतो, आपल्या संपत्तीमध्ये भागीदार आणणं. कृपण माणसांपासून दूर राहण्याचीच इच्छा करत असतो. मनुष्यांपासून दूर राहण्याची इच्छा करत असतो. माणसांपासून एका अंतरावर राहात असतो. कोणी आपल्या खिशापर्यंत पोचू नये – त्याच्या तिजोरीपर्यंत येऊ नये.

कृपण - वस्तूंवर प्रेम करणाऱ्या माणसांच्या मनात मनुष्यांबद्दल घृणा भरलेली असते. आणि परमात्म्यासंबंधी उपेक्षा. म्हणून खरा नास्तिक कृपण हाच आहे, वस्तूंवर प्रेम करणारा आहे. मग तो भले मंदिरात पूजा करत असला तरी त्याच्या पूजेच्या मागे त्याची धनाची मागणीच लपलेली असते. तो परमात्म्याची मागणी नाही करत, आणखी धनच मागतो.

परमात्मा अगदी प्रत्यक्ष त्याच्यासमोर येऊन उभा राहिला आणि म्हणाला तू एक वर माग. तर तो परमात्म्याखेरीज इतर सर्व गोष्टींचा विचार करेल. एक रोल्स रॉईस मागू की राष्ट्रपतीपद मागू की सगळ्या जगातली संपत्ती मागू. त्याला एक

गोष्ट सुचणार नाही की परमात्म्यालाच मागावं. हे त्याच्या मनातच येणार नाही. हे त्याला सुचण्याच्या पलीकडचं आहे.

वस्तूंच्या घेऱ्यात जो सापडला आहे तो माणसाची घृणा करेल आणि परमात्म्याची उपेक्षा. आणि गमतीची गोष्ट ही आहे की हेच तीन लोक तुम्हाला मंदिरात मशिदीत बसलेल आढळतात. या लोकांनीच मंदिरं, मशिदी भरून गेलेल्या असतात. यांच्यामुळेच धर्म मरून गेला. हे लोक वस्तू मागण्यासाठीच तिथे जातात. यांची तिजोरी आणखी मोठी कशी होईल, यांचं राज्य आणखी कसं पसरेल हेच मागायला ते परमात्म्याकडे जातात.

लक्षात ठेवा, जे परमात्म्याजवळ परमात्म्याखेरीज दुसरं काहीतरी मागण्यासाठी जातात ते परमात्म्याच्या जवळ कधीच पोचू शकत नाहीत. जाणकार लोक तर असं सांगतात की जे परमात्म्यालाही मागत नाहीत तेच, त्याच्याजवळ पोचू शकतात – जे मागतच नाहीत. ज्यांचं मागणं संपूनच जातं. जे काहीही न मागता त्याच्या दरवाज्याशी उभे राहतात. 'बिन मांगे मोती मिले।' तो त्यांच्यावर बरसतो.

पण ती खूप दूरची गोष्ट आहे. कारण बुद्ध कधीतरी त्याच्या दरवाजावर न मागता उभे राहतात. पण तुम्ही ज्या जगात जगता आहात – भिकाऱ्यांच्या - तिथे निदान एवढं तरी करू शकताच – परमात्म्याला मागा.

एवढाच फरक आहे भक्त आणि ज्ञानी यांच्यामध्ये. भक्त परमात्म्याला मागतो, ज्ञानी तेवढंही मागत नाही. म्हणून ज्ञानाहून भक्ती उच्च नाही आहे. भक्ती दरवाजापर्यंत घेऊन जाते म्हणून. पण शेवटच्या क्षणी भक्तीलाही दूर व्हावं लागतं. कारण मीलन तेव्हाच पूर्ण होतं. परमात्म्याची मागणीही उरत नाही तेव्हा – कारण तेवढी मागणीसुद्धा परमात्मा आणि तुमच्यामध्ये शिल्लक राहतेच. तेवढी मागणीही नको.

वस्तूंच्या घेऱ्यात सापडलेला, माणूसच खरा नास्तिक आहे. म्हणून पश्चिम नास्तिक आहे. तिथले लोक परमात्म्याला मानत नाहीत म्हणून नाही. तिथे तुमच्याहून अधिक लोक चर्चमध्ये जातात. हिंदूंमध्ये मंदिरात जाण्याचे काही नियम असे नाहीच आहेत. जा नाही तर नका जाऊ. मनात येईल तेव्हा जा. पण ख्रिश्चन लोकांमध्ये नियम आहे की रविवारी जायचंच.

मंगळावरून येऊन जर कुणी तुमची मंदिरं तपासली तर त्याला ती नेहमी रिकामीच आढळतील. किंवा मग क्वचित एखादा माणूस येताजाताना दिसेल. कुणाची पत्नी आजारी आहे, यावं लागलं. कोणी दिवाळं काढण्याच्या स्थितीला पोचतोय, यावं लागतं.

पण चर्चमध्ये मेलेले लोकच सापडतील कारण रविवारी जायलाच पाहिजे असा नियम आहे. ती एक सामाजिक रूढी आहे. पण पश्चिमेची धावपळ वस्तूंसाठी आहे. म्हणून पश्चिम आस्तिक होऊ शकत नाही.

म्हणून आपण आस्तिक आहोत असं तुम्ही समजू नका. नेहमी असं होतं की कोणीतरी म्हटलं की पश्चिम आस्तिक नाही आहे की तुम्ही फार खूष होता. तुम्हाला वाटतं – आपण आहोत आस्तिक. तुम्हीदेखील आस्तिक नाही आहात.

आस्तिक असणं ही मोठी क्रांतिकारक घटना आहे. तिचं पूर्व-पश्चिमेशी काही देणंघेणं नाही आहे. ही भूगोलाची बाब नाही आहे. आस्तिक होणं ही परम क्रांती आहे. क्वचित एखादी व्यक्ती आस्तिक होते. समाज तर अजून एकही आस्तिक झालेला नाही. हिंदू समाज नाही, जैन समाज नाही, भारतीय समाज नाही की चिनी समाज नाही. कोणताच समाज, कोणतंच राष्ट्र अजून धार्मिक बनलेलं नाही कारण समाज तर नव्व्याण्णव टक्के लोकांचा बनलेला आहे – जे लोक वस्तूंवर प्रेम करतात त्यांचा.

दुसरं प्रेम आहे – व्यक्तींचं प्रेम. व्यक्तींवरचं प्रेम हे वस्तूंवरच्या प्रेमापेक्षा वरच्या दर्जाचं आहे. तुम्ही निदान समान धर्मी, समान जातीय व्यक्तीवर प्रेम करत असता. तुम्ही निदान एखाद्या चैतन्यावर प्रेम करत असता. कबूल आहे की तोही तुमच्यासारखाच अहंकारानं भरलेला आहे. तरीही तो जागा होण्याची शक्यता आहे – जशी तुमची आहे. व्यक्तींचं प्रेम वस्तूंच्या प्रेमापेक्षा वरचं आहे. जो व्यक्तींवर प्रेम करतो त्याच्या जीवनात वस्तूंबद्दल उपेक्षा असते आणि परमात्म्याबद्दल तटस्थता!

हे शब्द नीट समजून घ्या. कारण शब्दकोशामध्ये उपेक्षा आणि तटस्थता या दोन्ही शब्दांचा एकच अर्थ लिहिलेला आहे. ते चुकीचं आहे. जो माणूस व्यक्तींवर प्रेम करतो तो वस्तूंबद्दलच्या उपेक्षेने मरून जातो. तो वस्तू देऊन टाकू शकतो, सहजपणे दान करून टाकू शकतो. त्या वस्तूंची पकड त्याच्यावर राहात नाही.

कारण ज्यानं व्यक्तींवर प्रेम केलं, ज्यानं उच्च दर्जाच्या प्रेमाचा रस चाखला त्याला तत्क्षणी कळून येतं की वस्तूंकडून तर काही मिळण्यासारखं नाही. व्यक्तींकडून मिळण्यासारखं आहे. म्हणून व्यक्तींना वस्तू देण्यामध्ये काही अडचण नाही. तो वाटून टाकू शकतो. तो दानी होऊ शकतो. तो कृपण राहात नाही. त्याची कृपणता नष्ट होऊन जाते. त्याला ठाऊक असतं की व्यक्तीच्या प्रेमात सुरक्षा नाही आहे. पण व्यक्तीचं प्रेम जिवंत आहे.

वस्तूंचं प्रेम मेलेलं असतं, सुरक्षा असते. जशी प्लास्टिकच्या फुलांमध्ये सुरक्षितता असते तशीच. कोमेजण्याचं भय नसतं. खऱ्या गुलाबाचं फूल तर सकाळी उमलेल, संध्याकाळी कोमेजून जाईल. भीती कोमेजून जाण्याची आहे. पण म्हणून काय प्लास्टिकची फुलं घेऊन फिराल? जीवनात धोका असतो. प्लास्टिकला काही धोका नाही. वर्षानुवर्षं ते तसंच्या तसंच राहील. मनात आलं की धूळ झटकून टाका, ते फूल पुन्हा ताजं दिसू लागेल.

खरी फुलं तर उमलतात आणि कोमेजतात. खऱ्या फुलांची मजा हीच आहे

की ती क्षणभरासाठी जीवन आणि मृत्यू यांच्यापलीकडे पोचतात. खऱ्या फुलांचं खरेपण हेच आहे की क्षणभर ती मृत्यूवर विजय मिळवतात. फक्त एका क्षणापुरती - चारही बाजूंना पसरलेल्या मृत्यूच्या मध्येही ती कमळासारखी वर येतात. क्षणभरासाठी जीवनाचा उद्घोष होतो.

प्लास्टिकच्या फुलांमध्ये हा उद्घोष कधीही होत नाही. वस्तूंचं प्रेम हे प्लास्टिकच्या फुलांबद्दलचं प्रेम आहे. ज्याला खरी फुलं मिळतात तो प्लास्टिकची फुलं फेकून देतो कचऱ्यात. त्याला वस्तूंना सोडावं लागत नाही, व्यक्तींचं प्रेम मिळालं की वस्तू आपोआप दूर व्हायला सुरुवात होते. वस्तूंचं प्रेम हे तर व्यक्तीच्या प्रेमाचं सबस्टिट्यूट होतं, परिपूरक होतं.

व्यक्तींवर प्रेम करणारा माणूस कृपण नाही राहात. त्याच्या जीवनात कंटाळा उबग नसतो, तर उत्साह असतो, आनंदाचे रोमांच असतात. पावलांमध्ये एक ध्यास असतो. गळ्यातून एक लहानसं गीत उमटणं सुरू होतं.

हे पक्षी गाताना तुम्ही बघत आहात – ती प्रेमाची गीतं आहेत. माणसाच्या कंठाला काय झालं आहे? माणूस कोकिळेसारखी लकेर का घेऊ शकत नाही? माणूस चातकासारखी हाक का घालू शकत नाही? माणूस का...? लहान लहान पक्षी गाऊ शकतात काही न शिकता – कोणत्याही संगीत महाविद्यालयामध्ये प्रवेश न घेता, कोणत्याही गुरूच्या चरणांशी वर्षानुवर्षं सेवा न करता – पक्षी गाऊ शकतात, माणसाच्या गाण्याला काय झालं आहे?

माणसांचं गीत वस्तूंच्या खाली दबून जाऊन मरून गेलं आहे. माणसांच्या कंठात वस्तू भरून गेल्या आहेत. गीत उमटूच शकत नाही आहे. व्यक्तींवर प्रेम जडलं की ही अडचण दूर होते. एक रोमांच उभा राहतो, एक ध्यास निर्माण होतो. जीवनात अर्थ आहे असं वाटू लागतं. जीवनातून कंटाळा नष्ट होतो आणि वाटू लागतं – जीवनात एक रस आहे.

पण व्यक्तीचं प्रेमही कधी पूर्ण प्रेम होऊ शकत नाही. पूर्णत्वाला जाऊ शकत नाही. कारण दोन अहंकार कसे नाहीसे होणार? दुसऱ्याचा अहंकार नष्ट करण्याचा प्रयत्न दोघंही करत असतात. प्रेमी माणसाला वाटत असतं की प्रेमिकेचा अहंकार नष्ट व्हावा आणि तिनं मला समर्पित व्हावं.

सर्वच प्रेमी हेच म्हणत असतात – जे कृष्णानं अर्जुनाला म्हटलं होतं – 'मामेकं शरणं व्रज!' सगळं सोडून तू मला शरण ये!

कृष्णानं म्हटलं होतं त्याला अर्थ होता. कारण तिथं जो होता तो अहंकारशून्य होता. तिथे एक शून्य – महाशून्य होतं. तेव्हा कृष्णानं म्हटलं, सगळं सोडून मला शरण ये. यात काही अडचण नाही कारण कृष्ण महाशून्य आहे. अर्जुन त्यात बुडून जाऊ शकतो.

पण दोन प्रेमीही हेच म्हणत आहेत – मामेकं शरणं व्रज! पती पत्नीला सांगतो आहे, ये मला शरण! पत्नी म्हणते आहे, तूच ये! लाख प्रयत्न केले जातात. छुपे, प्रकट, जाणूनबुजून, अजाणता, की दुसरा झुकेल आणि संपून जाईल. म्हणून प्रेम हा एक संघर्ष होऊन जातो. व्यक्तींवर प्रेम करणं हा एक संघर्ष होऊन जातो.

म्हणून तुम्हाला कृपण माणसाच्या आयुष्यात थोडी शांतता आहे असं आढळेल. पण प्रेमी माणसाच्या आयुष्यात मात्र तुम्हाला शांतता असलेली आढळणार नाही. रोमांच सापडतील पण त्या रोमांचांच्या मागे अशांती लपलेली असेल आणि एक संघर्ष चाललेला आहे सतत, असं दिसेल. कोणी संपून जावं? कोणालाच संपून जाण्याची इच्छा नसते. कोणीही संपून जाण्याच्या तयारीत नसतं आणि समर्पणाखेरीज प्रेम पूर्ण होऊ शकत नाही. संपून गेल्याशिवाय ती परम अनुभूती प्राप्त होणार नाही.

आणि संपून जायचं तरी कसं? पतीनं पत्नीसाठी स्वतःला पुसून टाकायचं आणि पत्नीनं पतीसाठी स्वतःला नष्ट करायचं? समाजानं खूप प्रयत्न करून पाहिले. खूप समजावलं स्त्रियांना की पती परमेश्वर आहे. पतींनीच सांगितलं हे. पुरुषांनीच समजावून सांगितलं आहे की तू दासी आहेस. त्या लिहितातही पत्रामध्ये 'तुमची दासी' असं – पण पत्रातला भाव मात्र तसा नसतो. खाली सही असते फक्त. पतीला त्या म्हणतातसुद्धा की तुम्ही स्वामी आहात. पण त्यांच्या वागण्यात तसं काही दिसून येत नाही. हे सगळं वरवरचं आहे हेच दिसतं.

पुरुषाचे प्रयत्न स्त्रीला झुकवण्याचे असतात आणि स्त्रीचे प्रयत्न पुरुषाला झुकवण्याचे असतात. पुरुषानं आक्रमक उपाय केले आहेत. स्त्रीनं अधिक सूक्ष्म उपाय केले आहेत. ते आक्रमक उपाय नाही आहेत. ते अधिक सखोल आहेत. पुरुष सरळ डोकं पकडून वाकवू पाहतो. स्त्री पाय धरून झुकवण्याचा प्रयत्न करते. पण प्रयत्न करतेच झुकवण्याचा.

आणि जोपर्यंत या दोघांपैकी कुणालाही एकाला पक्की खात्री वाटणार नाही की दुसऱ्याला झुकवलं आहे तोपर्यंत तो किंवा ती आश्वस्त होऊच शकत नाही. यातला धोका असा आहे की दुसरा खरोखरच झुकला तर पहिला एखाद्या वस्तूसारखा होऊन जातो. त्याच्यामधली व्यक्ती हरवून जाते.

म्हणून पत्नीनं जर संपूर्ण समर्पण केलं तर तुमचा तिच्यातला रस संपून जाईल. म्हणून तर आपल्या पत्नीमध्ये काही रस न वाटणारे पुरुष दिसतात. जर पत्नी खरोखरच झुकली, संपूर्णपणे झुकली - जशी तुम्हाला हवी आहे - तर ती एक वस्तू बनून जाते.

म्हणून हिंदूंनी म्हटलं आहे की पत्नी ही संपत्ती आहे. त्यांनी वाकवलं असणार.

ज्यांनी हे लिहिलं आहे त्यांचा हा अनुभव असणार की पत्नी जर वाकली, झुकली तर ती संपत्ती होते. तेव्हा मग ती गाय-बैलासारखी होते. बांधा, हाकला, जे हवं ते करा. आज्ञा करा, ती मानते. आणि मरून गेली की तुम्ही दुसरी पत्नी घेऊन या. परिपूरक सब्स्टिट्यूट असतो त्याची जागा भरून काढता येते. ती आता कार झाली, घर झाली पण स्त्री नाही राहिली. तिचं व्यक्तिमत्त्व संपून गेलं.

आता मोठी पंचाईत आली. झुकली नाही तर भांडण आहे. पण जोवर झुकत नाही तोवरच आकर्षण आहे. कारण ती व्यक्ती आहे, आत्मा आहे, आत्मवान आहे, तिला स्वत:ची शक्ती आहे. तिला स्वत:चं व्यक्तित्व आहे. झुकू लागली, वाकू लागली की शांतता तर मिळेल पण मनात दुसऱ्या स्त्रियांबद्दलचं आकर्षणही निर्माण होऊ लागेल. आणि स्त्री झुकण्यामध्ये जितका विरोध करेल, अडचणी आणेल तेवढी आव्हान देणारी वाटू लागेल.

हे पुरुषाच्या बाबतीतही सत्य आहे. पुरुष जर संपूर्णपणे झुकला तर स्त्रीला तो पुरुष वाटतच नाही. त्याची काही स्थितीच शिल्लक नाही. झुकलं नाही तर झुकवण्यासाठी संघर्ष चालू राहतो. कारण जोपर्यंत झुकत नाही तोपर्यंत 'मी जिंकले' अशी तिला खात्री वाटत नाही. म्हणजे व्यक्तींच्या बाबतीत हा विषयाचा संघर्ष असतो. झुकण्याने पूर्ण होत नाही कारण झुकण्याने व्यक्ती वस्तू होऊन जाते. गोष्ट संपलीच. आणि झुकायचं नसेल तर संघर्ष चालू राहतो. समर्पण नाही होऊ शकत.

पण जो माणूस माणसांवर प्रेम करतो त्याच्या मनात वस्तूंबद्दल उपेक्षा निर्माण होते. ही फार मोठी घटना आहे. तो परिग्रही नसतो. आणि परमात्म्यासंबंधी तो तटस्थ होऊन जातो.

तटस्थता याचा अर्थ आहे, तो परमात्म्यासंबंधी मोकळ्या मनाचा आहे. त्यानं अजून निर्णय नाही केला, परमात्मा आहे की नाही याचा, पण त्याचं मन विचारांना मोकळं आहे. पश्चिमेत ज्याला ॲग्नॉस्टिक म्हणतात, अज्ञेयवादी, अनिर्णित, त्याचा निर्णय अजून मुक्त आहे, तो उभा आहे. असूही शकतो आणि नसूही शकतो. शोधल्यावर कळेल. जाईन, शोधीन वेळ मिळाला की. हा जरा सूक्ष्म मुद्दा आहे, नीट समजून घ्या.

व्यक्तींवरच्या प्रेमामध्ये दोन अवस्था असतात. एक अवस्था अशी की व्यक्ती झुकली नाही तर संघर्ष. आणि व्यक्ती झुकली तर ती वस्तू बनून जाते. दोन्ही पर्याय निवडण्याजोगे नाहीत. दोन घटना घडतील. म्हणून व्यक्तींवर प्रेम करणाऱ्या माणसांच्या आयुष्यात दोन घटना घडतील.

तरुण व्यक्ती माणसांवर प्रेम करेल. वय होता होता त्या दोन घटनांपैकी एक घटना घडून आलेली असणार. एक तर त्यानं व्यक्तींकडून हार मान्य करून वस्तूंवर

प्रेम करायला सुरुवात केली असेल किंवा मग व्यक्तींमध्ये जो थोडासा रस वाटला त्या ज्ञानाच्या आधारावर परमात्म्याचा शोध करायला लागला असेल. एक तर तो व्यक्तींच्या पलीकडे जाऊन महाव्यक्तीवर, समष्टीवर प्रेम करू लागेल किंवा मग खाली उतरून वस्तूंवर प्रेम करू लागेल.

या दोन घटना घडतात याचं कारण असं की व्यक्तींच्या प्रेमामध्ये दोन पर्याय कायम उपलब्ध असतात. व्यक्तींच्या प्रेमात रस मिळतो आणि व्यक्तींच्या प्रेमात संघर्षही मिळतो. दु:खही मिळतं आणि सुखही मिळतं. व्यक्तींबद्दलचं प्रेम दुहेरी आहे. प्रेमी सुखही देतात आणि दु:खही देतात. तुम्हांला सगळ्यांना हे माहीत आहे— जर कधी कुणावर प्रेम केलं असेल तर— त्यापासून दोन्ही गोष्टी मिळतात.

आता पुढचं तुमच्यावर अवलंबून आहे. तुम्ही जर व्यक्तीकडून मिळालेल्या दु:खावरच लक्ष केंद्रित केलंत तर हळूहळू तुम्ही वस्तूंच्या प्रेमात पडू लागाल. आणि जर व्यक्तींकडून मिळालेल्या सुखाचा विचार करत राहाल तर हळूहळू महाव्यक्तींच्या शोधात निघाल. इथेच गुरूची आवश्यकता आहे असं वाटायला सुरुवात होते.

कृपणाला तर गुरूचा काहीच उपयोग नाही. कृपण तर गुरूला घाबरत असतो. कारण गुरूच्या ठायी समर्पित व्हावं लागतं आणि कृपण यालाच घाबरत असतो. तो समर्पण करू शकत नाही. म्हणून कृपण जर चुकून गुरूच्या जवळ आलाच तरी स्वत:ला समर्पित नाही करत. एक आंबा घेऊन येतो. एक-दोन केळी घेऊन येतो. ही स्वत:ला वाचवण्याची युक्ती आहे. तो म्हणत असतो – हे घ्या महाराज, मला सोडा. एवढं पुरेसं आहे.

गुरूकडे येताना केळी घेऊन येत आहात की आंबे घेऊन येत आहात. काहीतरी विचार करा. आणायचं असेल तर स्वत:ला आणा. नाही तर येऊ नका. त्याहून कमी चालणार नाही. त्याहून कमीमध्ये जो गुरू खुश होतो तो तुमच्यातलाच एक आहे. तो गुरू नाहीच आहे. तोही तिसऱ्या दर्जाचाच माणूस आहे, जो वस्तूंच्या प्रेमात पडलेला आहे.

गुरूला तुम्ही हवे आहात. त्याहून कमी चालणार नाही. स्वत:चं मस्तकच घेऊन या. कबीरानं म्हटलं आहे, ज्याची हिंमत असेल त्यानं यावं, मस्तक इथं ठेवावं आणि सगळं घेऊन जावं. पण मस्तक ठेवलं पाहिजे ही अट आहे.

गुरू एक मृत्यू आहे कारण गुरू म्हणजे एक पुनर्जन्मही आहे. मृत्यूच्या नंतरच पुनर्जन्म होणार. गुरु म्हणजे एक मृत्यू आहे कारण गुरु म्हणजे एक जन्मही आहे. आता केळ्याची काय चूक आहे? केळ्यानं तुमचा काय गुन्हा केला आहे? त्याला तुम्ही गुरूच्या पायाशी का वाहात आहात? माणूस नेहमीच दुसऱ्या वस्तू अर्पण करत आला आहे. कधी पशू अर्पण करत आला आहे, कधी फळ अर्पण

करत आला आहे, कधी फुलं अर्पण करत आला आहे. हे सगळं तो करतो फक्त स्वत:ला वाचवण्यासाठी.

मग माणसाने खूप युक्त्या शोधून काढल्या आहेत. नारळ वाहतो. कारण तो माणसाच्या मस्तकासारखा दिसतो. तो सब्स्टिट्यूट आहे, परिपूरक आहे. त्याला डोळेही आहेत, दाढीही आहे, मिशाही आहेत, सगळं आहे. म्हणून तर हिंदीमध्ये त्याला खोपडा म्हणतात – खोपडी. तो अर्पण करतो माणूस मंदिरात जाऊन. स्वत:चं मस्तक घेऊन जा!

माणूस सिंदूर वाहतो. ते रक्ताचं प्रतीक आहे. स्वत:चं रक्त वाहा, सिंदूर वाहून काय होणार? माणूस प्रतीकं शोधून काढतो, स्वत:ला वाचवतो.

जो या प्रतीकांना मान देतो तोही तुमच्याच जातीचा एक भाग आहे. तो तिसऱ्या दर्जाचा प्रेमी आहे. गुरु आणि शिष्य एकाच नावेत बसले आहेत. आणि तुम्ही दोघेही बुडणार आहात. 'आप डुबते पांडे ले डुबे जजमान!' गुरुजी तर बुडतच होते आणि तेवढ्यात तुम्हीही त्याच नावेत चढला आहात.

दुसऱ्या प्रकारचा माणूस – जो व्यक्तींवर प्रेम करत असतो त्याच्या आयुष्यात गुरु येण्याची शक्यता निर्माण होते. देव करो आणि त्याला गुरु मिळो! नाही तर तो तिसऱ्या दर्जाच्या प्रेमात अडकून जाण्याची भीती आहे. आत्ताच पहिल्या दर्जाच्या प्रेमाच्या पायरीवर जाण्याची संधी आहे. गुरु त्याला शिकवेल की हा जो कलह आहे त्याचं कारण प्रेम हे नाही. या कलहाचं कारण आहे अहंकार. प्रेमामध्ये तुम्हाला प्रेयसीकडून किंवा प्रियकराकडून जे दु:ख मिळालं ते दु:ख प्रेमामुळे नाही मिळालं – ते दु:ख तुम्हाला मिळालं अहंकारामुळे.

प्रेमामुळे तर सुखच मिळालं. एवढा अहंकार असूनही थोडं तरी सुख मिळालं हा चमत्कारच आहे. पण या जगात प्रेमामुळे कोणालाही दु:ख मिळालेलं नाही. प्रेमामुळे दु:ख मिळालं असं तुम्हाला वाटू लागलं तर तुम्ही वस्तूंच्या प्रेमाकडे वळाल. कारण तिथे कोणतंच दु:ख नाही.

पण तुम्ही जर हे समजावून घेतलंत की दु:खाचं मूळ अहंकारात आहे. आणि तुम्ही एक अहंकार दुसऱ्या अहंकाराला कसा समर्पित करू शकाल? समर्पणात येणारी अडचण हा दुसरा अहंकारच आहे. कारण दुसरा अहंकार मागणी करत असतो समर्पणाची. परमात्मा तेवढा मागत नाही समर्पण!

जिथे ही मागणी नसते तिथे समर्पण करणं सोपं असतं. प्रेमामुळे थोडंसं सुख मिळालं, तुम्ही संपूर्ण समर्पण करू शकलात तर अनंत सुखाची वर्षा होईल. सुखाचे ढग दाटून आले आहेत – आलेलेच आहेत. तुमच्या हृदयातला अहंकार थोडासा कमी झाला की हा वर्षाव झालाच.

ज्याला प्रेमामध्ये मिळणारं सुख कळलं आहे तोच परमात्म्याच्या दिशेनं

जातो. अडचण माझ्याच मनात होती, माझ्या अहंकाराची होती हेही त्यानं ओळखलं आहे. आता मी त्या स्थानाचा शोध घेईन जिथं मी माझा अहंकार सोडून देऊ शकेन. व्यक्तींच्या बरोबर असताना अहंकार कसा सोडून देता येईल? त्या सर्व व्यक्ती तुमच्यासारख्याच आहेत. तुम्ही जिथे उभे आहात त्याच स्तरावर तेही उभे आहेत.

कोणीतरी विराट हवं आहे. कोणीतरी इतकं मोठं, विराट हवं आहे की ज्याच्या पायाशी तुमचं मस्तक पोचू शकेल. तिथपर्यंत पोचलो तरी मोठाच प्रवास झाला. कोणीतरी हवं आहे शून्यासारखं, जे काहीच मागणार नाही आणि म्हणूनच तुम्हाला चुपचाप समर्पण करण्याची संधी देईल. जो 'वाक' म्हणणार नाही. कारण कोणी 'वाक' म्हटलं की तुमचा अहंकार आड यायला लागतो. तो म्हणतो, 'नको वाकूस'.

जेव्हा कोणीतरी म्हणतं 'वाक' तेव्हा अहंकारामध्ये मिजास येते. तो म्हणतो, का झुकू? का झुकू– तो कोण मला झुकायला सांगणारा? मी का म्हणून कोणासमोर वाकू? अहंकाराची ताकद वाढत असते. सूडाची भावना बळावत असते. परमात्मा तुम्हाला नाही सांगत की 'वाक'. तो महाशून्य आहे. तो आकाश आहे. तुम्हाला वाकायचं असलं, तुमची मर्जी. आणि जिथे वाकायला सांगणारा कोणी नसतो तिथे वाकणं अहंकाराला सोपं जातं.

तिसऱ्या प्रकारचं प्रेम आहे – परमात्म्याचं प्रेम. ते प्रेम पूर्ण प्रेम असतं. कारण तिथे तुम्ही झुकता. आधीच कोणीतरी तुम्हाला झुकायला सांगणारा तिथे नसतो. परमात्मा असतो थोडाच! असता तर माणूस कधीच वाकला नसता. न असण्याचं नाव आहे परमात्मा! परमात्म्याचं अस्तित्व थोडंच आहे! अस्तित्व असतं तर अडचण आली असती. परमात्मा ही एक गैरहजेरी आहे. परमात्मा उपस्थिती नाही आहे, परमात्मा ही परम-अनुपस्थिती आहे. ॲबसोल्यूट ॲबसेन्स!

म्हणून तर तुम्ही त्याला शोधू शकत नाही. लाख धावाधाव करा, हिमालयात जा, कैलासावर चढा, मानसरोवरात शोधा, कुठेच सापडत नाही. परमात्मा ही एक महान गैर-हजेरी आहे, अनुपस्थिती आहे. तो असा आहे – नसल्यासारखा. त्याचं असणं न असण्यासारखं आहे. त्याचं असणं शून्यवत आहे. तो आकाशासारखा आहे.

म्हणून कबीर 'आकाश' हा शब्द पुन्हापुन्हा वापरतात. तो परमात्म्याचा स्व-भाव आहे. शून्य हा त्याचा स्व-भाव आहे. तो तुम्हाला वाकवत नाही. तुम्ही वाकत असाल तर तिथे कोणी हसत नसतं. कारण तेवढं हास्यही तुम्हाला थांबवेल. तुम्ही वाकत असाल तर कोणी तुमच्या पाठीवर शाबासकीची थाप देत नसतं कारण तेवढ्यातच मिजास परत येईल की अरे इथेही कोणीतरी हजर आहे. तुमची मिजास परत येईल. संघर्ष सुरू होईल.

परमात्म्याशी लढण्याचा काही मार्ग नाही. तो इतका लपलेला आहे की तुम्ही कसे लढणार? परमात्म्याची प्राप्ती करून घेण्याचाही मार्ग नाही. फक्त स्वत: हरवून जाणं एवढाच मार्ग आहे. जे गमावतात तेच कमावतात. जे कमवायला निघतात त्यांना कधीच काही सापडत नाही.

माझ्याकडे लोक येतात. म्हणतात आम्हांला ईश्वर शोधायला आहे. मी त्यांना सांगतो, शोधा तुम्ही. पण तुम्हाला सापडणार नाही. ते विचारतात का? आमचं काय चुकलं?

काय चुकलं हा प्रश्न नाहीच आहे. शोधणाऱ्याला कधीच सापडत नाही. जो गमवायला तयार आहे त्यालाच मिळतं. गमावणं हाच एक उपाय आहे त्याच्या प्राप्तीचा. कारण तो स्वत:च हरवला आहे. तुम्हीही तसे व्हा – त्या क्षणी तुमची भेट होईल. तुम्ही अनुपस्थित होऊन जा. तुमचा अहंकार निघून जाऊ दे. तुम्ही राहू नका. तुम्ही असे व्हा जणू नाहीच आहात – त्या क्षणी मीलन घडलं. आतलं आकाश बाहेरच्या आकाशात मिसळून गेलं.

आणि तेव्हा प्रेमाचा परम प्रकाश प्रकट होतो. तेव्हा प्रेमाचा गौरीशंकर उभा राहतो. प्रेम म्हणजे मोक्ष आहे. कारण प्रेम तुम्हाला तुमच्यापासून मुक्ती देतं. प्रेम परम प्रकाश आहे. कारण तुमच्या अहंकाराखेरीज दुसरा अंधार नाहीच आहे. सगळीकडे सूर्य उगवलेला आहे. तुम्हीच डोळे मिटून बसला आहात. डोळे उघडले – प्रकाशच प्रकाश!

ज्याला अशी प्रतीती होऊ लागली – अशी प्रतीती केव्हा होते? जेव्हा तुम्ही व्यक्तीवरचं प्रेम जाणून घेतलं असेल आणि त्यातली विफलताही, तेव्हा! जेव्हा तुम्ही व्यक्तीवरच्या प्रेमाचं सुख भोगलं असेल आणि दु:खही, तेव्हा! म्हणून मी सतत सांगतो, प्रेम करा. कारण त्या प्रेमाशिवाय तुम्ही परमात्म्याच्या दिशेनं जाणार कसे? तेच प्रेम तुम्हाला परमात्म्याकडे जाण्याची चव देईल. तेच प्रेम तुम्हाला व्यक्तीपासून मुक्त होण्याची संधीही देईल. प्रेम ही मोठी विलक्षण कला आहे.

पण वस्तूंवर प्रेम करू नका, नाही तर तुम्ही व्यक्तींवर प्रेम करण्यापासून दूर राहाल. कारण व्यक्तींचं प्रेम तुम्हाला तृप्तीही देईल आणि तृप्त होण्यापासून दूरही ठेवेल. हीच तर विशेष गोष्ट आहे. व्यक्तींचं प्रेम तुमचा घसा ओला करेल आणि तहानही भागवणार नाही. उलट तहान अधिकच प्रखर होऊन जळू लागेल.

व्यक्तींचं प्रेम एक अशी द्विधा मन:स्थिती देईल, मार्गाच्या अशा दोन दिशांच्या चौकात आणून उभं करेल जिथून एक रस्ता वस्तूंच्या प्रेमाकडे जातो. जिथे संचय करणारा माणूस पडतो आणि वाट चुकून भटकत राहतो, तो नरक आहे. आणि जिथून दुसरा रस्ता स्वर्गात जातो, परमात्म्याच्या दिशेनं जातो.

मी सतत माझ्या साधकांना सांगत असतो की एक गोष्ट लक्षात ठेवा,

जोपर्यंत तुमचं प्रेम पक्व होत नाही, जोपर्यंत तुम्ही प्रेमाला जाणून घेत नाही तोपर्यंत प्रार्थना सुरू होणार नाही आणि प्रेमाला जाणून घेणं याचा अर्थ आहे, प्रेमाचा स्वर्ग जाणून घेणं आणि प्रेमाचा नरकही जाणून घेणं. प्रेमाचा नरक तुम्हाला व्यक्तींच्या प्रेमातून वर नेईल आणि प्रेमाचा स्वर्ग तुम्हाला परमात्म्याच्या प्रेमाकडे घेऊन जाईल.

आता आपण कबीरांची ही सूत्रं समजून घेण्याचा प्रयत्न करू.

'प्रीति लागी तुम नाम की, पल बिसरे नाही ।'

जेव्हा एखादा माणूस व्यक्तीच्या प्रेमाच्या पलीकडे जातो, परमात्म्याचं प्रेम जागृत होतं 'तब प्रीति लागी तुम नाम की ।' फक्त नावच ठाऊक आहे, अजून त्याचा तर काही पत्ता नाही आहे. अजून त्या प्रेमिकाला पाहिलेलंही नाही आहे. आता तो भेटला तर ओळखणारसुद्धा नाही. ओळख नाही पटणार. आता तर त्या प्रेमीची वार्ता कळली आहे. वाऱ्याची एक झुळूक आली आहे. 'प्रीति लागी तुम नाम की' आता तर फक्त नाव ऐकलं आहे. एक झलक मिळाली आहे.

ही नावाची प्रीती कशी निर्माण होते? कारण ज्याला पाहिलं नाही, ओळखलं नाही, ज्याला कधी आलिंगन दिलं नाही, ज्याचा कधी स्पर्श झाला नाही त्याच्याबद्दल प्रीती कशी निर्माण होते?

व्यक्तींच्या जगात, दोन नंबरच्या प्रेमामध्ये तर ज्या स्त्रीला तुम्ही पाहिलं आहे, ओळख झाली आहे, स्पर्श केला आहे तिच्यावरच प्रीती जडते. एखादी अपरिचित स्त्री, कुठे तिबेटमध्ये असेल, जिच्याबद्दल काहीही माहितीच नाही आहे, ना तिचं कधी छायाचित्र पाहिलं आहे, ना कधी तिला एखाद्या चित्रपटात पाहिलं आहे, तिच्यावर तुमचं प्रेम बसतं? कसं बसेल? समजा, तिचं नाव कुणी सांगितलं तरी काय फक्त नाव ऐकून प्रेम जडेल?

मग परमात्म्याचं प्रेम कसं जागृत होतं? प्रीति लागी तुम नाम की – ही घटना कशी घडून येते? हे अघटित कसं घडून येतं? याचं एक रहस्य आहे. ही घटना गुरूमुळे घडते.

कबीराचे गुरू होते रामानंद. कबीर त्यांना नाचताना पाहात. तंबोरा वाजतो आहे, रामानंद नाचत आहेत. कबीर त्यांच्याजवळ बसले आहेत. त्यांच्यामधून वाहणाऱ्या आनंदाच्या झऱ्याचा स्पर्श होतो आहे. त्यांची मस्ती, त्यांची समाधिस्थ आनंदाची अवस्था, सतत रामानंदांना सर्व अवस्थांमध्ये पाहात. त्या रूपामध्ये हळूहळू अरूपाची झलक दिसू लागते. रामानंदांच्या जवळ राहता राहता रामाच्या जवळ जाऊ लागतात. कारण रामानंद म्हणजे रामाची प्राप्ती झाल्यानंतर मिळालेला आनंद.

हे कबीरांच्या गुरूंचं नाव मोठं गोड आहे – रामानंद, ज्याला राम मिळाला आणि जो त्या आनंदानं भरून गेला आहे तो. रामाबद्दल कबीराला काही ठाऊक

नाही पण रामानंदांमध्ये घडून आलेला आनंद ठाऊक आहे. तो घडतो आहे, क्षणोक्षणी बरसतो आहे. तिथे ढग गडगडत आहेतच. 'चहुं दिस दमके दामिनी।' तिथे तर वीज चमकते आहे. त्या रामानंदांचा रोग लागतो आहे. रामानंद हाच साथीचा रोग होऊन गेला आहे.

आजारपण जसं पकडतं तसं आरोग्यही पकडतं आणि रोग लागतात त्यांचे काही जंतू असतात तसेच आरोग्याचेही जंतू असतात आणि तशीच परमात्म्याची धुंदीही लागते कारण ते परम आरोग्य आहे.

रामानंदांजवळ एक नवीच शिरशिरी उठू लागली. एक नवी हाक! कोणीतरी दुरून बोलावतं आहे. ओळख नाही, देख नाही पण हृदय उचंबळत आहे. 'प्रीति लागी तुम नाम की ।' अजून तुझ्याबद्दल काहीच माहीत नाही. आत्ता फक्त नाव ऐकलं आहे. तेही रामानंदांकडून ऐकलं आहे. पण रामानंदांमध्ये असं काही घडून येतं आहे की हे नाम नक्की कुणाचं तरी आहे याची खात्री पटू लागली आहे. त्याला शोधून काढायला हवं.

बुद्धांना कुणीतरी विचारलं, तुमचं ऐकल्यानं ज्ञानप्राप्ती होईल का? तुम्हाला जाणून घेतल्यानं ज्ञान मिळेल का? बुद्ध म्हणतात, नाही. बुद्धांचं बोलणं ऐकून तर फक्त तहान जागृत होते. ज्ञान तर फक्त परमात्मा भेटल्यावरच मिळेल, सत्य प्राप्त झाल्यानंतरच मिळेल. बुद्धांच्या जवळ तर फक्त दु:ख मिळतं, विरह जाणवतो, हृदय रुदनानं भरून जातं. डोळ्यांत अश्रू भरून येतात. एक अनोळखी हाक, एक आवाज जो कोणत्या दिशेनं आला ते उमगतच नाही, जिथे कधीही पाऊल पडलं नाही असा एक रस्ता, असा एक मार्ग बोलावू लागतो आणि ती हाक अशी येते – पल बिसरे नाही । एक क्षणही विसरत नाही.

'प्रीति लागी तुम नाम की पल बिसरे नाही'
नजर करो अब मेहरकी, मोहे मिलो गुसाई ।'

आता खूप झालं. आता थोडी कृपा माझ्यावरही करा. 'नजर करो मेहरकी' माझ्यावरही अनुकंपा करा. आता भेटा मला, गुसाई. खूप विरह झाला.

ज्या दिवशी पहिल्या प्रथम विरहाची भावना निर्माण होते, विरहाची भावना याचा अर्थ आहे – परमात्म्याच्या प्राप्तीखेरीज कशातच काही अर्थ नाही असं वाटू लागणं. असं वाटतं, सारं काही पणाला लावावं पण परमात्म्याची प्राप्ती करून घ्यावी. असं वाटू लागतं स्वत:ला हरवून टाकायला तयार आहे पण आता तुझ्यापासून दूर राहणं शक्य नाही. मी सगळं कर्ज फेडायला तयार आहे, कोणतीही किंमत द्यायला तयार आहे पण तुझ्याशी मीलन झालंच पाहिजे. ज्या दिवशी सारं जीवन-मरण पणाला लागतं, ज्या दिवशी आपण जगत असतो ते त्याच्यासाठी आणि मरतो तेही त्याच्यासाठीच, त्या दिवशी मग क्षणभरही त्याची आठवण मनातून जात नाही.

जागेपणी, झोपेत, प्रेमिक प्रेयसीचीच आठवण करत असतो. गालिबच्या काही ओळी आहेत – की रात्री क्षणभरदेखील पापणी मिटत नाही - कारण काय सांगावं - तू कोणत्याही क्षणी येशील. मला कळणारच नाही- मी झोपून राहीन, तू दारावर टकटक करशील आणि निघून जाशील.

मोठी अस्वस्थशी स्थिती असते प्रेमिकाची. पानं सळसळली- वाटतं प्रेयसी आली किंवा प्रियकर आला. झाडांमधून वाऱ्याची झुळूक जाते, प्रेमिक दार उघडून बघतो - येणं झालं वाटतं. रस्त्यावरून लोक येत-जात असतात, पावलांचा आवाज येतो, प्रेमिक धावत दाराशी जातो की कदाचित आली असेल.

'प्रीति लागी तुम नाम की, पल बिसरे नाही ।'

एक क्षणभरही विसरायला होत नाही आणि तेव्हाच खरी आठवण असते. जी विसरली जाते, जिला सांभाळून सांभाळून आणावं लागतं ती कसली आठवण?

कबीर म्हणतात, पाणवठ्यावरून पाणी भरून घेऊन चाललेली स्त्री, गप्पा मारत असते, गाणी म्हणत असते, मैत्रिणीशी हसत चेष्टामस्करी करत जात असते पण तिचं सगळं ध्यान तर डोक्यावरच्या पाण्यानं भरलेल्या घड्याकडे असतं. सगळं चाललेलं असतं वरच्या वर. ती हातानं नाही घडा सांभाळत. घडा तसाच सांभाळला जातो. आठवण सांभाळते घड्याला (गप्पा होतात, चर्चा होते, हसणं- गाणं होतं, हजार गप्पागोष्टी होतात) पण हे सगळं बाहेर बाहेर घडत असतं. केंद्रस्थानी एक सुरति निर्माण झालेली असते, घड्याला सांभाळायचं आहे ही एक स्मृती तयार झालेली असते.

विरहाचा अग्नी पहिल्या प्रथम उफाळतो, तो गुरूमुळे. गुरूच्या शिवाय हा अग्नी नाही निर्माण होऊ शकत. जोपर्यंत तुम्ही अशा माणसाला भेटला नसाल – ज्याच्या जीवनातून मीलनाचा सुगंध दरवळतो आहे, गोसावी आले आहेत याच्या अंतरात असं तुम्हाला जाणवू लागेल, ज्याच्या पावलांच्या चाहुलीत तुम्हाला कोणत्या तरी रीतीनं त्या अज्ञात परमात्म्याची धून ऐकू येऊ लागेल, ज्याच्या पाऊलखुणांमध्ये फक्त त्याच्याच पावलांच्या खुणा नसतील तर परमात्म्याची पदचिन्हंही सापडू लागतील. म्हणूनच तर आपण बुद्धाची पावलं जपून ठेवली आहेत. ती काही सिद्धार्थ गौतम नावाच्या माणसाची पावलं नाही आहेत. नाही तर कोणी एवढं केलं असतं? किती लोक या पृथ्वीवर चालून गेले आहेत? त्या पावलांमध्ये, जे लोक निकट होते त्यांनी आणखीही कुणाची तरी पावलं पाहिली आहेत. त्या बुद्धाच्या मूर्तीमध्ये फक्त शुद्धोदनाचा मुलगा गौतम सिद्धार्थ याची प्रतिमा नाही आपण निर्माण केली, त्या प्रतिमेमध्ये काहीतरी अ-प्रतिम आहे – जे कोणत्याच प्रतिमेमध्ये, मूर्तीमध्ये बांधता येत नाही, कोणतीच मूर्ती ते सांभाळू शकत नाही, ते अमूर्त त्यात चमकत आहे. त्या थेंबामध्ये आपण सागर पाहिला

आहे. त्या पानामध्ये आपल्याला संपूर्ण वृक्ष उमगला आहे. त्या मुठीमध्ये आपण सारं आकाश पाहिलं आहे. आपण हे कोणाला समजावून सांगू शकत नाही, समजावून देऊ शकत नाही.

म्हणून शिष्याची मोठी पंचाईत आहे. शिष्य आपल्या गुरूच्या संबंधात कोणाला काहीही समजावून सांगू शकत नाही. कारण जे त्यानं पाहिलं आहे, ते त्यानं पाहिलं आहे. समजावून सांगण्याचा काही मार्ग नाही. पुरावा देण्याचा काही मार्ग नाही.

कोणता प्रियकर आपल्या प्रेयसीबद्दल सांगू शकतो? तुम्ही लाख सांगा की तुमची प्रेयसी विश्वसुंदरी होण्याच्या योग्यतेची आहे, कोणी ऐकत नाही. विश्वसुंदरीची छायाचित्रं छापून येतात. तुम्ही बघता आणि अशी फेकून देता की – ही? माझ्या पत्नीची काय बरोबरी करणार? किंवा माझ्या प्रेयसीची काय बरोबरी करणार? आणि शेजारी विचारात पडतात की तुम्ही या स्त्रीसाठी वेडे का झाला आहात? असं काय पाहिलंत तुम्ही तिच्यात? डोकं फिरलंय का तुमचं? वेड लागलंय का तुम्हाला? जादू केलीय का तुमच्यावर? त्या स्त्रीनं तुम्हाला काय खायलाप्यायला घातलं आहे का? ताईत वगैरे बांधला आहे का? काय गडबड काय आहे? आम्हांला तर हिच्यात विशेष काही दिसत नाही आहे?

शिष्य ही गुरूच्या संबंधात काही सांगू शकत नाही. कसलाच पुरावा देऊ शकत नाही. पुरावा नसलेलं असं काहीतरी घडलं आहे. पुराव्याखेरीज घडलं आहे. काहीतरी पाहिलं आहे, बस् - पाहिलं आहे, त्या पाहण्यानं तो मोहित होऊन गेला आहे. तुम्ही गुरूकडे येता तेव्हा परमात्म्याविषयीचा विरह जागृत होतो.

जसं जसं गुरूबद्दलचं प्रेम वाढत जातं, तसतसा परमात्म्याचा विरह जाणवणं वाढत जातं हे सूत्र आहे.

हे सार समजावून घ्या. जसं जसं गुरूबद्दलचं प्रेम वाढत जातं, तसतसा परमात्म्याच्या विरहाचा अग्नी पेटू लागतो. हळूहळू गुरू तुम्हाला तळमळायला लावतो. जे काल तुमचं सुख होतं ते सगळं गुरू तुमच्याकडून हिरावून घेतो. सगळं हिसकावून घेतो. तुमची झोप हिरावून घेतो, तुमची शांती हिरावून घेतो. जसं जसं गुरूबद्दलचं प्रेम वाढत जातं, तसतसा परमात्म्याचा विरह वाढू लागतो. एक विलक्षण तहान तुमचा कंठ व्यापून टाकते. प्राण बांधले जातात.

आता तुम्ही तडफडू लागता – मासा तडफडतो तसे. कुणी माशाला पाण्यातून बाहेर काढून रेतीवर टाकलं तर तो मासा जसा तडफडतो तसं. अगदी तशाच प्रकारे गुरु प्रथम तुम्हाला तुमच्या चुकीच्या प्रेमातून काढून योग्य प्रेमाच्या रेतीवर टाकून देतो. तुम्ही तडफडू लागता. पहिल्या प्रथमच विरहाचा अग्नी पेटतो.

'प्रीति लागी तुम नाम की, पल बिसरे नाही ।
नजर करो अब मेहरकी, मोहि मिलो गुसाई ।।
बिरहै सतावै मोहि को जिव तडफे मेरा ।
तुम देखतकी चाव है, प्रभु मिला सबेरा ।।'
'विरह सतावै मोहि को, जिव तडफे मेरा –'

प्राण तडफडतात तुझ्यासाठी. श्वास चालतो तुझ्यासाठी. पळभरही विश्रांती नाही. आठवण टोचते काट्यासारखी – जणू हृदयात काटा रुतावा तसा. एक गोड दुःख घेरून टाकतं – त्या दुःखातून बाहेर पडण्याचा कोणताच उपाय सुचत नाही. विरहानं ग्रासलेला करणार तरी काय? रडतो, गातो, त्याच्या रडण्यात तुम्हाला गीत सापडेल आणि त्याच्या गाण्यात रडणं. तो हसतो तेव्हा त्याच्या हसण्यात तुम्हाला आसू सापडतील. त्याचे अश्रू वाहतील. त्या अश्रूंमध्ये तुम्हाला हास्य दिसेल.

कारण एका दृष्टीनं पाहिलं तर विरह निर्माण झाला म्हणून तो अगदी प्रसन्न असतो. कारण अर्धं मीलन तर झालंच. विरह जागृत झाला हे सौभाग्य आहे. प्रवास सुरू तरी झाला. योग्य मार्गाला तरी लागलो. मंदिर कितीही दूर असलं तरी कळस दिसू लागला आहे. अजून मंदिर दृष्टीला पडलेलं नाही पण आकाशात चमकणारा त्याचा सुवर्णकळस दिसू लागला आहे. आशा वाटू लागते, खात्री वाटू लागते. भक्त धावू लागतो.

'बिरह सतावै मोहि को जिव तडफे मेरा ।'
तुम देखन की चाव है –

बस् फक्त एकच इच्छा आहे. सर्व इच्छा एकाच इच्छेमध्ये मिळून गेल्या आहेत. – सर्व नद्या जशा एका सागरामध्ये मिळून जातात तशा – ती इच्छा आहे – तुम देखन की चाव!

'...प्रभु मिला सवेरा ।'

सकाळ झाली. आता अंधार नाही आहे. आता दिसू लागलं आहे. बस् आता एवढी एकच इच्छा आहे की या प्रकाशात तूही दिसावास.

ही ध्यानाची अवस्था आहे. आता प्रकाश तर आलेला आहे पण समाधी नाही लागत आहे. प्रकाश तर आला, सकाळ तर झाली पण अजून सूर्य उगवलेला नाही. रात्र निघून गेली, अंधार नाही आहे आता, सकाळ झाली, सबेरा – पण सूर्य अजून उगवलेला नाही. अजून सूर्याचं दर्शन झालेलं नाही.

कबीर म्हणतात,

'बिरह सतावै मोहि को जिव तडफे मेरा ।
तुम देखन की चाव है, प्रभु मिला सवेरा ।।'

सकाळ तर झाली, आता तरी नजरेला पड.
'नैना तरसै दरस को, पल पलक न लागे ।
दर्दबंद दीदार का, निसि बास जागे ॥

आता दृष्टीमध्ये फक्त एकच तडफड आहे, एकच तळमळ आहे– 'नैना तरसै दरस को' तुझं दर्शन होऊ दे. तू डोळ्यांना दिसू दे. जन्मजन्मापासून तहानेली नजर तृप्त होऊ दे. जन्मजन्मापासून तडफडणारी ही नजर तुझ्या रूपानं भरून जाऊ दे. आपल्या अंतरात तुला भरून घेऊ दे.

'पल पलक न लागे।'

एक पळभरही पापण्या मिटत नाही मी – मला भीती वाटते की मी पापणी मिटेन आणि त्याच क्षणी तू येशील. क्षणाची चुकामूक होईल. पापणी मिटायचीही भीती वाटते. एक क्षण... कोणी सांगावं, तोच मीलनाचा क्षण असेल.

'दर्दबंद दीदार का...'

जो पाहण्यासाठी वेडा झाला आहे, जो पाहण्यासाठी यातना सोसतो आहे, *'निसि बास जागे।'* तो कधीच झोपत नाही. झोपण्याची सोय त्याला नाही. तो जागाच असतो– दिवसाही आणि रात्रीही. कोणी सांगावं तो केव्हा येईल– केव्हा त्याचा रथ दाराशी येऊन उभा राहील. तो येईल आणि मला झोपलेला पाहील असं होऊ नये.

ध्यानाची स्थिती म्हणजे सतत जागृतीची अवस्था आहे, सतत जागं राहण्याचा प्रयत्न आहे.

'जो अब कै प्रीतम मिले करूं निमिख न न्यारा ।
अब कबीर गुरु पाइया, मिला प्राण पियारा ॥
जो अब कै प्रीतम मिले...'

हे शब्द मोठे विलक्षण आहेत. त्यांचा अर्थ....

कबीर म्हणतात, 'जो अबकै प्रीतम मिले' ते म्हणतात, भेटलास तर तू आधीही असशील– माझ्या नकळत भेटला असशील. आधीही तू भेटत राहिला असणारच कारण तुझ्याखेरीज आयुष्य आहेच कुठे? माझ्या श्वासांमधून वाहिला तर आधीही असशील. पण मी तेव्हा झोपलेलो होतो. माझ्या दाराशी तर तू खूप वेळा आला असशील कारण तू मला कसा विसरू शकशील? मी तुझाच आहे. कितीही वाट चुकून दूरवर गेलो असलो तरी तू सावलीसारखा माझ्या मागे आला असशील. पण मलाच तुझी ओळख नव्हती. तू किती रूपांमध्ये आला असशील कोणास ठाऊक. मी रूपं तर पाहिली पण तुला नाही पाहू शकलो. फुलांमध्ये तू हसला असशील. मला दिसलंच नाही, मी आंधळा होतो. वृक्षांमध्ये तू उमलला असशील,

मी गाफील होतो. माणसांच्या डोळ्यांमधून तू माझ्याकडे पाहिलं असशील पण मी समजलो की हे माणसांचे डोळे आहेत एवढंच. म्हणून कबीर म्हणतात, जो अब कै प्रीतम मिले!

ते असं नाही म्हणत की हे मीलन पहिल्याच वेळी घडतं आहे. ते असं नाही म्हणत की हे मीलन नवं आहे. आपण परमात्म्याशिवाय असूच शकत नाही. आपलं असणं तोच आहे. जसं मासा सागराशिवाय असूच शकत नाही. सागरात तो जन्मतो, सागरात जगतो, मरण पावतो सागरात, तसे आपण परमात्म्याच्या सागरात आहोत. चेतनेचा मासा परमात्म्याचा सागर! चेतना असूच शकत नाही परमात्म्याखेरीज. आपण चेतन आहोत.

तर कबीर असं काही म्हणत नाही आहेत की हे मीलन पहिल्या प्रथमच घडतं आहे. ते म्हणत आहेत, आम्ही भेटलो आहोत तर खूप वेळा पण मी बेशुद्धावस्थेत झोपलेलो होतो, मी गाफील नशेमध्ये गुंग होऊन पडलो होतो. तू आला असशील. त्या चुकांची क्षमा कर.

'जो अब कै प्रीतम मिले'

पण आता एक गोष्ट मात्र निश्चित आहे की आता या वेळी जर भेटलो, जर तुला ओळखू शकलो, कुठेही कोणत्याही चंद्र-ताऱ्याजवळ तुझी सावली दिसली तर पकडून ठेवीन. आता नाही सोडणार.

'...करूं निमिख न न्यारा।'

आता एका क्षणासाठीही तुझ्यापासून अलग होऊ शकणार नाही मी. आता मी तुला सोडून दूर जाणार नाही. आता मी तुझी सावली होऊन राहीन.

'अब कबीर गुरु पाइया।'

आणि आता खात्री आहे कारण गुरु भेटला आहे. आता भीती नाही. आता फार दिवस तू टिकणार नाहीस. आता तू कितीही प्रयत्न कर, लपू शकणार नाहीस. कितीही अवगुंठन घे, कितीही बुरखे पांघर, 'अब कबीर गुरु पाइया।' आता मी एकटा नाही आहे. आता माझ्याबरोबर असं कोणीतरी आहे जे तुला ओळखतं. असं कोणीतरी आहे जे तुला चांगलंच ओळखतं आणि ज्याला तू फसवू शकत नाहीस, ज्याच्यापासून तू लपून राहू शकत नाहीस. आता तो माझ्याबरोबर आहे, आता माझा हात त्याच्या हाती आहे.

'अब कबीर गुरु पाइया, मिला प्राण पियारा ।'

आता तू किती वेळ वाचशील? गुरु भेटला तर तूच भेटलास. जवळ जवळ भेटलासच. प्रवास संपत आला आहे. 'अब गुरु पाइया मिला प्राण पियारा।' आता प्राणप्रिय भेटलाच. मीलन झालंच समज.

गुरु भेटला म्हणजे परमात्म्याचं द्वार भेटलं. गुरु भेटला की गुरुद्वारा सापडलं, गुरु भेटला की आधार मिळाला. आता कोणीतरी हात धरला आहे. आता तू अंधारात भटकत नाही आहेस. आता तू उगाच अंधारात चाचपडत नाही आहेस. डोळे उघडे असलेला कोणीतरी आता आहे आणि तो परिपूर्ण प्रकाशात जगतो आहे.

'जो अब कै प्रीतम मिले, करूं निमिख न न्यारा।'
अब कबीर गुरु पाइया, मिला प्राण-पियारा।'

गुरूची प्राप्ती झाली म्हणजे परमात्म्याची प्राप्ती झालीच समज. म्हणूनच तर गुरूबद्दल इतकी चर्चा या देशात होत आली आहे. गुरूशिवाय काहीच होऊ शकणार नाही. गुरूशिवाय दुसरा उपायच नाही आहे.

या देशात गुरूला इतकं महत्त्व का आहे? ज्या ज्या कुणाला प्राप्ती झाली आहे त्या सर्वांना गुरूच्या माध्यमातूनच प्राप्ती झाली आहे. गुरूच्या दृष्टीतून पाहिल्यामुळे प्राप्ती झाली आहे. गुरूच्या हातांनी स्पर्श करून प्राप्ती झाली आहे. गुरूच्या हृदयाच्या स्पंदनात राहून प्राप्ती झाली आहे.

'जो अब कै प्रीतम मिले, करूं निमिख न न्यारा।
अब कबीर गुरु पाइया, मिला प्राण पियारा।'

आज इतकंच!

■

अंधे हरि बिन को तेरा, कबन्सु कहत मेरी मेरा ।
तजि कुलाक्रम अभिमाना, झूठे भरमि कहा भुलाना ॥
झूठे तन की कहा बड़ाई, जे निमिख माहि जर जाई ।
जब लग मनहि विकारा, तब लग नहिं छूटे संसारा ॥
जब मन निर्मल करि जाना, तब निर्मल माहि समाना ।
ब्रह्म अगनि ब्रह्म सोई, अब हरि बिन और न कोई ॥
जब पाप पुण्य भ्रम जारि, तब भयो प्रकाश मुरारी ।
कहे कबीर हरि ऐसा, जहां जैसा तहां तैसा ।
भूले भरम मरे जिन कोई, राजा राम करे सो होई ।

प्रवचन चौथे
अंधे हरि बिन को तेरा

मी जर तुम्हाला विचारलं की जग कुठे आहे? तर तुम्ही दाही दिशा दाखवाल. पण जग तर तिथे नाहीच आहे. तिथे तर परमात्मा आहे. मग कदाचित तुम्ही आतमध्ये दाखवाल. अकरावी दिशा दाखवाल. तिथे ही जग नाहीच आहे. तिथेही परमात्मा आहे. बाहेरही तोच आहे, आतही तोच आहे.

मग जग आहे तरी कुठे? बाहेर आणि आत यांच्या मध्यावर. ज्याला आपण मन म्हणतो– सगळं जग तिथेच आहे. मन ना बाहेर आहे, ना आत आहे. मन आत आणि बाहेर यांच्या मध्यभागी असलेली भिंत आहे आणि सारं जग म्हणजे मनाचा विस्तार आहे.

तुम्हाला जे दृष्टीस पडतं, ते, ते नसतं, जे खरंखुरं असतं. तुमची कामना तुमची वासना जे इच्छित असते तेच तुम्हाला दिसतं. तुमच्या इच्छेचा रंग सगळ्यावर चढतो. तुमच्या लालसेचा रंग सगळ्यावर चढतो आणि तुमच्या अंतरातली कामना तुम्हाला जे दाखवते तेवढंच तुम्ही पाहू शकता. तुमचं पाहणं शुद्ध नसतं. दृष्टी निर्मल नसते. विकारानं भरलेली असते.

विकार याचा अर्थ एवढाच आहे की तुम्ही आरशासारखे रिकामे नाही आहात की जे आहे ते तसंच दिसावं. तुम्ही ज्याचं प्रक्षेपण करता तेच तुम्हाला दिसतं. कुठे सौंदर्य दिसतं तर कुठे कुरूपता दिसते. कुठे तुम्हाला लाभ दिसतो तर कुठे तुम्हाला हानी दिसते. या सगळ्या तुमच्या धारणा आहेत. या तुमच्या वासना आहेत.

शुद्ध सत्य सगळीकडे भरलेलं आहे. बाहेर आणि आत. पण मन सगळं रंगवून टाकतं.

मी असं ऐकलं आहे की मुल्ला नसरुद्दीन एका कचेरीत नोकर होता. म्हातारा माणूस, सत्तर वर्षांचं वय पण जुना नोकर म्हणून कचेरीनं त्याला ठेवलं होतं. कचेरीत खूप लोक होते कामाला. पुरुष होते, स्त्रिया होत्या आणि स्त्रियांबद्दल पुरुष कायम चेष्टामस्करी करत असतात.

एक अतिशय सुंदर स्त्री होती कचेरीत. श्रावण महिना आला तेव्हा ती मुल्ला नसरुद्दीनला म्हणाली, मुल्ला साहेब, इथे मी राखी बांधू शकेन असं मला कोणीच दिसत नाहीये आणि मला भाऊही नाहीये. तुम्हीच एक सरळ व्यक्ती आहात. तर परवा राखीचा सण आहे. मी तुम्हाला राखी बांधीन. पण लक्षात ठेवा, एकवीस रुपये आणि एक साडी द्यावी लागेल.

नसरुद्दीन थोडा चिंतेत पडला. कपाळावर काळजीची रेषा उमटली. त्या स्त्रीला वाटलं की याला कदाचित एकवीस रुपये आणि साडी देणं परवडणार नसेल. ती म्हणाली, 'नाही नाही, तुम्ही चिंता करू नका. मी तर गंमत करत होते.' नसरुद्दीन म्हणाला, 'प्रश्न तो नाही आहे. तुमचा गैरसमज झाला आहे. एकवीसच्या

जागी बेचाळीस रुपये घ्या. एका साडीच्या जागी दोन साड्या घ्या. पण निदान आपलं नातं तरी बिघडवू नका.'

आत मन आहे. त्याचे स्वत:चे रंग असतात, स्वत:च्या इच्छा असतात. ते दुसऱ्या कोणालाही दिसत नाहीत. फक्त तुम्हाला दिसतात. तुमचं मन दुसऱ्या कोणाला दिसेलच कसं? तुम्ही कोणत्या जगामध्ये राहात आहात त्याचा पत्ता कोणालाही लागत नाही. तुम्हाला थोडी जाणीव झाली की तुम्हाला स्वत:लाच पत्ता लागू लागेल.

आणि तुमचं मन सगळ्या गोष्टींना रंगवू लागतं. तुम्ही कोणाला तरी आपलं म्हणता, कोणाला तरी परकं म्हणता, कोणाला मित्र, कोणाला शत्रू. कोण मित्र आहे? कोण शत्रू आहे? जो तुमच्या वासनांना अनुकूल असतो तो मित्र. जो प्रतिकूल असेल तो शत्रू. कोणी चांगला वाटतो, कोणी वाईट. कोणाच्या सहवासात राहावंसं वाटतं, कोणापासून दूर जावंसं वाटतं. हे सगळे तुमच्या मनाचे खेळ असतात.

चेकॉव्ह हा एक मोठा रशियन लेखक होता. त्यानं आपल्या आठवणींवर आधारित अशी एक कथा लिहिली. त्याच्या मित्राचा मुलगा सुमारे दहा वर्षांपूर्वी घर सोडून पळून गेला होता, मित्र श्रीमंत होता. पण सर्वसाधारणपणे श्रीमंत माणसं असतात तसाच कंजूष होता. मुलाचं आणि बापाचं काही पटत नव्हतं. म्हणून मुलगा घर सोडून पळाला होता. एकुलता एक मुलगा होता. जेव्हा तो पळून गेला तेव्हा बापामध्ये मिजास होती, पण हळूहळू मिजास कमी झाली. मृत्यू जवळ येऊ लागला. दहा वर्षं उलटली. मुलगा परत येण्याची काही चिन्हं दिसेनात.

शोधायला माणसं पाठवली. बाप थोडा नरमला. कारण मुलगाच तर मालक आहे साऱ्या संपत्तीचा. आणि मरण तर केव्हाही येऊ शकतं. काही पत्ता लागत नव्हता. पण एक दिवस एक पत्र आलं की मुलगा फार अडचणीत आहे आणि शेजारच्याच शहरात आहे. वडिलांना बोलावलं आहे. तुम्ही आलात तर मी घरी परत येईन. स्वत: येण्याची माझी हिंमत होत नाही, लाज वाटते, अपराधी वाटतं असं लिहिलं होतं.

तर बाप गेला शहरात. एका शानदार हॉटेलमध्ये उतरला. पण रात्री त्याला त्याच्या खोलीच्या बाहेर कोणीतरी खोकतं आहे असं ऐकू आलं. तर दरवाजा उघडून त्यानं त्या माणसाला सांगितलं – इथून जा– काय झोपू देणार आहेस की नाही? पण रात्र थंडीची होती. बर्फ पडत होतं. तो माणूस जाईना. त्याला धक्के देऊन व्हरांड्याच्या बाहेर घालवून दिलं आणि मग जाऊन शांतपणे झोपला.

सकाळी हॉटेलच्या बाहेर मैदानात खूप गर्दी जमलेली दिसली. कोणीतरी मेलं आहे. तर तोही गेला बघायला. ज्या माणसाला रात्री व्हरांड्यातून हाकलून दिलं

होतं त्याचे कपडे ओळखले. गर्दीमध्ये आणखी पुढे जाऊन पाहिलं तर चेहरा ओळखीचा वाटला. हा तर त्याचाच मुलगा आहे.

स्वत:च्याच मुलाला त्यानं रात्री बाहेर हाकललं. मनाला ठाऊक नसेल की हा आपला आहे तर तो आपला नसतोच. मनाला ठाऊक असेल की हा आपला आहे तर तो आपला असतो. सगळा मनाचा खेळ आहे. क्षणापूर्वी काही संबंध नव्हता. एक माणूस मरून पडला आहे. गर्दी जमली आहे. आणि क्षणभरानंतर आता छाती पिटून बाप रडतो आहे की माझा मुलगा मेला आहे. आणि आता हे दु:ख जन्मभर राहणार आहे की मीच त्याला मारलं.

सारा खेळ मनाचा आहे. जर आता एखादा माणूस आला आणि म्हणाला, सिद्ध करून दिलं की हा मुलगा माझा आहे, तुझा नाही, तुझी काहीतरी चूक झाली आहे, तर अश्रू सुकून जातील. आनंद परत येईल. क्षणात सगळं बदलून जातं. मनाची भावना बदलली की सगळं बदललं.

चेकॉव्हनं आणखी एक कथा लिहिली आहे. दोन पोलीस रस्त्याने जात होते. तेवढ्यात एक कुत्रा एका आवारा माणसाला चावला. कुत्राही मोकाटच होता. त्या आवारा माणसानं कुत्र्याचा पाय पकडून ठेवला आहे. हॉटेलजवळ गर्दी जमली. लोक म्हणत आहेत, याला मारूनच टाका, हा इतरांनाही त्रास देतो आहे. पिसाळला असला तर पंचाईत. हा कुत्रा फारच त्रास देतो आहे या भागात.

दोन्ही पोलीससुद्धा गर्दीमध्ये उभे होते. त्यांच्यापैकी एक जण म्हणाला, मारूनच टाका कारण आम्हांलाही रस्त्यावरून चालू देत नाही हा. कुत्रे नेहमीच विरुद्ध असतात- संन्यासी, पोलीस, पोस्टमन ज्या कोणी कोणत्याही प्रकारचा गणवेष घातलेला असेल त्याच्या मागे लागतातच. एकदम चिडूनच जातात. आम्हांलाही रात्री चालू देत नाही. भुंकतो, त्रास देतो, मारूनच टाका.

तेव्हा दुसऱ्या पोलिसानं कुत्र्याकडे नीट निरखून पाहिलं आणि म्हटलं, विचार करून काय ते कर. हा तर पोलीस इन्स्पेक्टर जनरलचा कुत्रा दिसतो आहे. भटका नाही आहे. मी चांगला ओळखतो त्याला.

सगळं पालटून गेलं. जो पोलीस कुत्र्याला मारून टाका म्हणत होता तो त्या आवारा माणसावर ओरडू लागला, काय गडबड माजवली आहेस रे? ट्रॅफिकला अडथळा आणतो आहेस? सोड या कुत्र्याला- तुला ठाऊक आहे हा कुणाचा कुत्रा आहे ते? किती मौल्यवान आहे ते? कुत्र्याला उचलून त्यानं खांद्यावर घेतलं आणि त्या आवारा माणसाचा हात पकडून म्हटलं चल चौकीवर.

तेवढ्यात दुसरा पोलीस म्हणाला, नाही नाही, माझी चूक झाली. हा कुत्रा इन्स्पेक्टर जनरलचा नाही आहे, दिसतो त्याच्यासारखा फक्त. कारण त्याच्या डोक्यावर एक काळी खूण आहे आणि याच्या डोक्यावर नाही आहे.

कुत्र्याला टाकलं खाली त्या पोलिसानं आणि म्हटलं, कुठला भटका कुत्रा आणि मी उचलून घेतला – त्या माणसाला सांगितलं– पकड त्याला आणि ठार मारून टाक. त्या माणसानं पुन्हा कुत्र्याला पकडलं आणि त्याची तंगडी धरून त्याला जमिनीवर आपटणार तेवढ्यात दुसरा पोलीस म्हणाला, नाही, तरी पण थोडी शंका वाटतेच आहे– न जाणो तोच कुत्रा असेल कारण दिसतो आहे अगदी तसाच. पुन्हा सगळं उलटं झालं. पुन्हा दोन्ही पोलीस त्या माणसावर तुटून पडले – तुला लाख वेळा सांगितलं आहे की इथे गडबड करू नकोस. सोड त्या कुत्र्याला. पुन्हा कुत्रा खांद्यावर.

अशी ही गोष्ट चालू राहते. खूप वेळा उलटसुलट जाते. आणि सारं आयुष्य ही अशीच कहाणी असतं. माझं- तर सगळं बदलून जातं. तुझं-पुन्हा सगळं बदलून जातं. जग जसंच्या तसंच आहे. ना आकाश तुमचं आहे, ना तारे तुमचे आहेत, ना नद्या-पर्वत तुमचे आहेत, ना माणसं तुमची आहेत. अगदी तुमच्यामधून निर्माण झाली असली तरी तुमची नसतात. ना कोणी आपलं आहे, ना कोणी परकं आहे. सगळे आहेत ते परमात्म्याचे आहेत. सर्वांमध्ये कोणी आहे तर तो परमात्माच आहे. माझं-तुझंचा सगळा खेळ मनाचा आहे आणि मन जग निर्माण करतं.

आता लक्षात ठेवा, तुम्ही कदाचित विचार करत असाल की एक जग आहे आणि आम्ही सगळे त्या जगात राहात आहोत तर तुम्ही चुकता आहात. इथे जितकी मनं आहेत तितकी जगं आहेत. इथे जितके लोक आहेत तितकी जगं आहेत.

आणि एकेका माणसाच्या आतही एकच मन असतं तर गोष्ट सोपी होती. एकेका माणसाच्या आत अनेक मनं असतात. सकाळी तुमचं मन एक असतं, दुपारी दुसरंच असतं. सकाळी तुम्ही आपल्या पत्नीसाठी प्राण द्यायला तयार होतात की मी तुझ्याशिवाय क्षणभरही जगू शकणार नाही. दुपारी म्हणत आहात, तुझ्याबरोबर जगूच शकणार नाही. संध्याकाळी हवा पुन्हा बदलेल. ऋतू पुन्हा बदलेल. संध्याकाळी तुम्ही पुन्हा मोठ्या प्रेमानं पत्नीजवळ बसाल. जणू पोलीस पुन्हापुन्हा तुमच्या कानात सांगतो आहे की ही आपली आहे. मग सांगतो आहे, नाही, आपली नाही आहे, शत्रू आहे.

यामुळेच तर सगळा त्रास आहे. सारा वेळ तुमचं मन काही ना काही सांगत राहतं आणि मनसुद्धा एक नाही तुमच्या आत- अनेक आहेत. महावीरानं म्हटलं आहे, माणूस 'बहुचित्तवान' आहे, पॉलिसायकिक आहे. एकच मन असतं तर काहीतरी उपाय सोधून काढला असता. हजार मनं आहेत. म्हणून कुणाचं ऐकून वागावं हे तुम्हाला कळतच नाही. तुमच्या आत एक आवाज थोडाच आहे? हजार आवाज आहेत. सगळा संमिश्र कोलाहल आहे. तुम्ही म्हणजे एक बाजार आहात,

जमाव आहात.

तर एकेका माणसाचीही खूप जगं आहेत आणि इतके लोक आहेत या भूमीवर, त्या सर्वांची जगं आहेत.

सत्य दृष्टीला पडेल ते एक असेल. असत्यं व्यक्तिगत असतात. सत्य सार्वजनिक असतं. सत्य युनिव्हर्सल असतं, सार्वभौम असतं. तुमचं सत्य आणि माझं सत्य वेगवेगळं असू शकत नाही. तुमचं असत्य तुमचं, माझं असत्य माझं. असत्य खाजगी असतात, प्रायव्हेट! सत्य खाजगी कधीच नसतं. सत्य तर सार्वभौम असतं. म्हणून जिथे तुम्हाला वाटेल की तुमच्या सत्यामध्ये कोणत्याही प्रकारचा खाजगीपणा आला आहे तिथे खुशाल शंका घ्या. सत्य कधी खाजगी असतं का? सत्य तर सर्वांचं असतं. सत्यामध्ये सर्व असतात.

म्हणून तुम्ही जर म्हटलंत की माझा धर्म हिंदू आहे तर शंका घ्या. तुमचा धर्म हा तुमच्या मनाचा खेळ आहे. कारण तो मुसलमानाच्या विरुद्ध आहे. तुमचा धर्म जर जैन असेल तर तो हिंदूच्या उलट आहे. तुमचा धर्म जर सिख आहे तर तो जैनच्या विरुद्ध आहे. आणि धर्म तर सत्याचा असतो. तुमचा आणि परक्याचा असा नसतो. माझा आणि तुझा नसतो. ज्या दिवशी माणूस धार्मिक होतो त्या दिवशी त्याच्या धर्मामध्ये सर्व लीन होऊन जातात. सगळं कुराण, सगळं बायबल, सगळे वेद! त्या दिवशी त्याच्याजवळ सार्वभौम सत्य असतं.

पण जेव्हा मन हरवून जातं तेव्हाच हे घडू शकतं. मन तर सार्वभौमाला येऊच देणार नाही. मन जग आहे. अ-मन जगाच्या पलीकडे जाणं आहे. मनापासून मुक्त होणं म्हणजे जगापासून मुक्त होणं आहे. आणि तेव्हा तुमचं सत्य तुमचं नसेल, सर्वांचं असेल. माणसांचंच नाही तर वृक्षांचही असेल, दगडांचंही असेल, चंद्रताऱ्यांचही असेल. कारण सत्य तर एकच असतं. सत्य हा तर अस्तित्वाचा प्राण आहे. ती काही मनाची कल्पना नाही, धारणा नाही. तो तर जीवनाचा प्रवाह आहे.

म्हणून शुद्ध धर्म फक्त धर्म असेल, ना हिंदू, ना मुसलमान, ना ख्रिश्चन. हिंदू, मुसलमान, ख्रिश्चन हे मनाचे खेळ आहेत. चर्च, मंदिर, मशीद, गुरुद्वारा मनाने बनवलेले आहेत. ते मनाचं जाळं आहे.

तुम्ही धर्माकडेही मनाच्या दृष्टीतूनच पाहिलं आहे. म्हणून धर्मसुद्धा वाटला गेला आहे. मनाने तुम्ही ज्या गोष्टीकडे पाहाल ती त्या क्षणी वाटली जाईल. मन तुकडे करण्याची प्रक्रिया आहे. मन तोडण्याची पद्धत आहे. तुम्ही काचेचा तुकडा पाहिला असेल, प्रिज्म म्हणतात तो- लोलक. त्यामधून सूर्याचा किरण जाऊ दे- सात रंगांचे तुकडे होतात त्याचे. इंद्रधनुष्य बनून जातं. तुकड्याच्या आधी, काचेच्या तुकड्यामधून जाण्याच्या आधी किरण एकसंघ होता, शुभ्र होता, श्वेत होता.

तुकड्यातून जाताच त्याचे सात तुकडे होतात. सप्तरंगी जाळं पसरतं. इंद्रधनुष्य तयार होतं.

मन काचेचा तुकडा आहे, प्रिज्म आहे. जीवनचेतनेचा किरण काचेच्या या तुकड्यातून गेला की सात रंगांमध्ये वाटला जातो. त्याचं शुभ्रपण हरवून जातं. त्याची निर्दोषता, सरलता, निष्पापपण हरवून जातं. त्याचे सात रंग होऊन जातात. जग-संसार म्हणजे सात रंग. संसार-जग म्हणजे मनाच्या मदतीनं पाहिलेलं सत्य. जग म्हणजे धारणा, वासना, कामना यांच्यामागे झाकून गेलेला परमात्मा.

मन भ्रांती आहे. आणि मनाच्या भ्रांतीमधून जगाची विराट भ्रांती निर्माण होते.

मन आत नाही कारण आत तर परमात्मा आहे. आणि मन बाहेरही नाही कारण परमात्मा बाहेरही आहे. म्हणजे मन दोघांच्या मध्ये आहे.

मनाला आपण काय म्हणूया? हिंदूंनी 'माया' म्हटलं आहे. माया हा शब्द समजण्यासारखा आहे. मायाचा अर्थ 'खोटं' असा नाही, मायाचा अर्थ 'भ्रम' असाही नाही. मायाचा अर्थ आहे खरं आणि खोटं यांच्या मधलं. भ्रम आणि यथार्थ यांच्या मधलं.

मनाला अगदी खोटंही म्हणू शकत नाही कारण ते आहे आणि किती जन्मांपासून तुम्हाला चुकीच्या मार्गानं नेत आहे! खोटी गोष्ट हे कसं करू शकेल? जर मन नसेलच, अजिबात नसेल तर इतक्या मोठ्या जगाला तुम्ही स्वत:च्या चारही बाजूंना निर्माण करून घेतलं आहेत ते कसं करू शकला असतात? मन आहे तर! नाही आहे असं म्हणणंही योग्य होणार नाही कारण शाश्वत नाही आहे, क्षणभंगुर आहे. निर्माण होतं, नाश पावतं, पुन्हा निर्माण होतं, पुन्हा नाश पावतं.

सागरासारखं नाही आहे, बुडबुड्यासारखं आहे. बुडबुडा तयार होतो, फुटून जातो. निर्माण होतो, नष्ट होतो. आणि तुम्ही जर बुडबुड्यामधून जगाकडे पाहिलंत तर तुम्ही ना बाहेर जगता ना आत जगता. ती तर एकच बाब असते आत आणि बाहेर. तुम्ही मध्यावर जगायला सुरुवात करता.

ही जी मध्यावरची अवस्था आहे ती स्वप्नासारखी आहे. स्वप्न असतं, नाही तर तुम्ही ते रात्री कसं पाहिलं असतं? एखाद्या दिवशी सकाळी उठून तुम्ही म्हणता आज एकही स्वप्न पाहिलं नाही आणि एखाद्या दिवशी म्हणता आज स्वप्नं पडली. स्वप्न होतं खरं. पाहिलं आहे, आठवतं आहे. सांगताही येतं आहे. स्वप्नात असं असं घडलं याची थोडीफार तरी आठवण आहे. आहेही, पण सकाळी जाग आल्यावर हेही कळतं की नाहीही.

स्वप्न हे एक न सुटणारं कोडं आहे. 'आहे' म्हटलं तर चूक. 'नाही' म्हटलं तरी चूक. असं काहीतरी आहे की 'आहे' असंही आहे आणि 'नाही' असंही काही आहे. मध्यावर आहे. अर्धं अर्धं आहे. अर्धं सत्य आहे, अर्धं खोटं आहे. खरेपणाचे

थोडे गुण त्यात आहेत कारण ते 'पाहिलं आहे' आणि थोडे गुण खोटेपणाचे आहेत कारण ते सापडलं नाही.

पाहिलं पण हाती आलं नाही- हे स्वप्न आहे.

दिसली पण हाती लागली नाही – ही माया आहे.

पाहिलं पण कधीच उपलब्ध झालं नाही, हे जग आहे. नेहमी वाटत राहिलं की आहे आणि जवळ गेल्यावर कळलं की नाही आहे. दूरवरून कळलं. जवळ गेल्यावर हरवून गेलं. इंद्रधनुष्य दिसतं. तुम्ही त्याच्याजवळ जाण्याचा थोडा प्रयत्न करा. जसे जसे तुम्ही जवळ जाल, इंद्रधनुष्य नाहीसं होऊ लागेल. जिथे इंद्रधनुष्य दिसलं अगदी त्याच ठिकाणी जाऊन पोचाल, इंद्रधनुष्य नसेलच तिथे. दुरूनच दिसतं ते. दूरत्व पाहिजे. जवळ येण्यानं ते नष्ट होऊन जातं.

तुम्ही मूर्च्छित असता तेव्हाच स्वप्न दिसतं. शुद्धीत आलात की स्वप्न भंगून जातं. मी स्वप्न पाहतो आहे एवढीच शुद्ध आली तरी स्वप्न भंगून जातं.

गुर्जिएफ आपल्या शिष्यांना सांगत असे की जोपर्यंत तुम्ही स्वत:ची स्वप्नं मोडू शकत नाही तोपर्यंत तुम्ही मायाही मोडू शकणार नाही. आणि तो योग्यच सांगत होता. त्यानं मोठी विलक्षण प्रक्रिया शोधून काढली होती. तो सांगत असे, तुम्ही जगाला तोडू शकणार नाही– अजून तुम्ही स्वप्नातूनही मुक्त होऊ शकलेला नाही. जगापासून मुक्त होणं तर फार दूरची गोष्ट आहे. जग हे एक विराट स्वप्न आहे. ते स्वप्न तुम्ही जन्मजन्मांपासून पाहात आला आहात. इतक्या वेळा पाहिलं आहेत की ते स्वप्न पाहूनपाहून आता खरं झालं आहे. इतके लेप चढले आहेत तुमच्या अनुभवांचे जगावर की जग नाही आहे यावर विश्वास ठेवणं अशक्य झालं आहे. प्रथम तुम्ही स्वप्न तोडून टाका.

तर गुर्जिएफ आपल्या साधकांना जे सांगत होता तेच मी तुम्हांलाही सांगतो– मोठा मौल्यवान प्रयोग आहे. केलात तर त्याचे मोठे परिणाम होऊ शकतील.

झोपण्याच्या वेळी रोज पाच सात मिनिटं– आता अगदी झोप लागणार असं तुम्हाला वाटू लागेल त्या वेळी– तुम्ही फक्त एकाच गोष्टीचं स्मरण ठेवण्याचा प्रयत्न करा– जे काही मी पाहणार आहे, ते स्वप्न आहे हे जाणून घेईन. जे काही मी पाहीन, जाणून घेईन की हे स्वप्न आहे.

तीन महिने काही परिणाम होणार नाही. तीन महिने तुम्ही हे म्हणत राहाल पण रात्री स्वप्न पाहिलं की विसरून जाल. सकाळी उठल्यावर आठवण होईल की जे काही पाहीन, ते स्वप्न आहे हे लक्षात ठेवीन पण लक्षात राहिलं नाही. स्वप्नानं पकडून ठेवलं.

पण तीन महिन्यांनंतर थोडं थोडं भान येण्याची अवस्था सुरू होईल. थोडी शंका निर्माण होऊ लागेल. थोडासा संदेह जागृत होईल. स्वप्नही पडेल आणि आत

थोडी बेचैनीही निर्माण होईल की काहीतरी गडबड आहे. अजून स्पष्ट होणार नाही की हे स्वप्न आहे. पण एक बेचैनी, काहीतरी ठीक नाही आहे, काहीतरी गडबड आहे– कोणत्या तरी जाळ्यात गुंततो आहे अशी एक जाणीव हळूहळू होऊ लागेल.

तुम्ही जर प्रयत्न चालू ठेवले तर हळूहळू तुम्हाला जाणवेल, सहा महिने पुरे होत आले असतील, एक दिवस अचानक स्वप्न बघत असतानाच, तुमची झोपमोड होणार नाही पण तुम्ही जागे व्हाल. कारण झोपमोड झाली तर मग याला काही अर्थच उरणार नाही.

झोपमोड झाली तर कोणालाही कळेलच की हे स्वप्न होतं. पण हे कळतं तेव्हा स्वप्न संपूनही गेलेलं असतं. त्याला काही किंमत नाही. किंमत वर्तमानाची असते– या आताच्या क्षणाची असते. एक दिवस तुम्हाला जाणवेल– तीन आणि सहा महिन्यांच्यामध्ये एक दिवस अचानक तुम्हाला जाणवेल की झोप तर लागलेली आहे पण आतमध्ये तुम्हाला जाग आली आहे. तुम्ही पाहात आहात की हे स्वप्न आहे.

जसं तुम्हाला जाणवतं की हे स्वप्न आहे, स्वप्न उद्धरून जातं, रिकामी जागा शिल्लक राहते आणि ज्या स्थानापासून स्वप्न उद्धरित झालं आहे आणि ज्या ठिकाणी त्यानं ही रिकामी जागा मागे ठेवली आहे ते 'अ-मन' असतं. ती नो-माईंडची पहिली झलक आहे. मनाच्या न असण्याची पहिली झलक आहे.

मग तुम्ही हे वाढवत न्या. हळूहळू हा रोजचा क्रम होईल. स्वप्न येताक्षणी तुम्हाला जाग येईल. एक क्षणही जाणार नाही. स्वप्न भंगून जाईल. झोप तशीच राहील आणि तुमच्या लक्षात येईल की झोपेमध्ये जर स्वप्न भंगू लागलं तर जागेपणी विचार भंगू लागले आहेत. जागेपणी तुम्ही विचार करू लागलात की अचानक आतमध्ये एक शुद्ध येईल की हे विचार आहेत, हेही स्वप्न आहे. विचारही थांबेल.

झोपेमध्ये स्वप्न नष्ट होईल, जागेपणी विचार नष्ट होईल तर तुम्ही जगापासून मुक्त झालात.

जग त्यागण्यासाठी हिमालयात जाण्यानं काही होत नाही. घर सोडून बैरागी होण्यानं काही होत नाही. कारण घर म्हणजे जग थोडंच आहे? पत्नी, मुलं, पती थोडंच जग आहे? जग तर तुमच्या अंतरातल्या पाहण्याच्या पद्धतीमध्ये लपलेलं आहे. मूर्च्छेमध्ये लपलेलं आहे. मग तुम्ही कुठेही गेलात तरी काय फरक पडतो? तुम्ही हिमालयात जाल. तुम्ही एका वृक्षाखाली झोपडी बांधून घ्याल. ती झोपडी तुमची होईल, जसा महाल तुमचा होता. आता जर कुणी येऊन त्या झोपडीवर हक्क सांगू लागलं तर भांडण होईल. मारामारी होईल. पोलीस प्रकरण होईल. याला काय न्यायालयाची जरूर आहे की शहराची जरूर आहे की कायद्यांची जरूर आहे?

तुम्ही भांडायला लागाल की हे झाड माझं आहे. मी पहिल्यापासून इथे आहे, निघ इथून. 'माझं' तिथेच तुम्हाला धरून ठेवेल. कोणी तुमचे पाय चेपू लागेल. तो तुमचा 'आपला' होऊन जाईल. तो आजारी पडला तर तुम्ही दु:खी व्हाल. तो मेला तर तुम्ही रडाल. बस् घर मांडलं गेलं. गृहस्थी निर्माण झाली.

एक संन्यासी मृत्युशय्येवर पडला होता. त्याच्या शिष्यांनी विचारलं, आमच्यासाठी एखादा शेवटचा संदेश आहे का? तर त्यानं उत्तर दिलं, 'माझ्या गुरूनं मला जे सांगितलं होतं पण मी ते मानलं नव्हतं ते मी तुम्हाला सांगतो. तुम्ही प्रयत्न करा. मी असफल झालो आहे.'

सगळे जागरूकपणे बसून ऐकू लागले. एक अगदी महत्त्वाची गोष्ट असणार – गुरूंनी याना सांगितली पण त्यांनाही ती जमली नाही तीच ते आम्हांला सांगणार आहेत. त्यानं सांगितलं – कधीही मांजर पाळू नका.

शिष्य गोंधळून गेले. हे कोणतं ब्रह्मज्ञान आहे? वेदांतही याचा उल्लेख नाही, कुराणात नाही, बायबलमध्येही नाही, हा कोणता धर्म आहे? मरायच्या वेळी डोक्यात काही गडबड झाली आहे की काय? सन्निपात झाला आहे की काय? आम्ही विचारतो आहोत की एखादी किल्ली देऊन जा– सूत्र आणि तुम्ही सांगता आहात मांजर पाळू नका. साठी बुद्धी नाठी झाली आहे का?

त्यानं सांगितलं नाही, माझ्या गुरूंनी हेच सांगितलं होतं पण मी तसं वागू शकलो नाही. मी तुम्हांला माझी कहाणी सांगतो, ती तुम्ही लक्षात ठेवा.

गुरूंनी मृत्यूच्या वेळी – मीही त्यांना हेच विचारलं होतं की काय करू? एखादा संदेश, एखादं सारसूत्र? त्यांनी सांगितलं मांजर पाळू नकोस. मीही असंच समजलो की बुद्धी भ्रष्ट झाली आहे. मरताना डोकं ठिकाणावर राहिलेलं नाही. वयही खूप झालं होतं. साधारण नव्वद वर्षांचे होते. आता बुद्धी काम करत नाही आहे. मांजर पाळण्याचा काय संबंध? पण तीच चूक झाली. त्यांची बुद्धी नीट काम करत नाही आहे असं समजलो तिथेच चुकलं.

मग वर्षं लोटली. मी सगळं सोडून जंगलात राहू लागलो. साधना करत होतो. शास्त्रांचा अभ्यास करत होतो. ध्यान, मनन यांच्यात गुंतलो होतो. काहीही जवळ नव्हतं, फक्त दोन लंगोट्या होत्या, पण झोपडीत उंदीर यायचे आणि लंगोट्या फाडायचे. तेव्हा मी गावातल्या लोकाना विचारलं, काय करावं? ते कधीकधी जेवण घेऊन फळं घेऊन येत असत. त्यानी सांगितलं, एक मांजर पाळा.

आणि मला आठवणही झाली नाही की गुरूंनी मरताना सांगितलं आहे की मांजर पाळू नकोस. हे काही कठीण काम नव्हतं. सरळ सोपी निर्दोष गोष्ट होती. मांजर पाळण्यात कसली कटकटही नाही. मांजर म्हणजे काय सगळा संसार आहे? कोणीही ज्ञानी माणसानं असं सांगितलेलं नाही की मांजर पाळणं संसार मांडणं

आहे. ज्ञानी लोकांनी सांगितलं आहे,पत्नी पाळू नका, पती पाळू नका. मांजर पाळू नका, असं कोणी सांगितलं आहे? आणि मांजराशी आपलं काय देणंघेणं? उंदीर आणि मांजर– परस्पर सगळं निपटून जाईल.

गोष्ट पटली. मांजर पाळलं. पण मोठी पंचाईत झाली. मांजराला कधी उंदीर सापडत, कधी सापडत नसतं. मांजर उपाशी राहिली तर त्यालाही दु:ख होत असे. त्यानं गावातल्या लोकांना पुन्हा विचारलं, काय करू? त्यांनी सांगितलं, असं करा, एक गाय पाळा. तुम्हालाही दूध मिळेल आणि मांजराचंही काम होईल. साहजिकच गायही पाळली गेली.

आता गाईसाठी गवत पाहिजे. गावकरी कधी गवत आणत, कधी आणत नसत. मग तो म्हणाला हे तर मोठंच संकट आलं. आता गाईची काळजी घ्यावी लागते, तिला खाणं पाहिजे, गवत पाहिजे, पाणी पाहिजे. गावकऱ्यांनी सांगितलं, नाही तरी तुम्हाला बसल्या बसल्या दुसरं कामही नाही आहे तर थोडं बी पेरा, थोडा गहू पेरा. तुमचंही काम होईल, गाईचंही काम होईल, मांजरांचही काम होईल.

सुरुवात झाली मांजरापासून. गाय आली. शेत आलं, पेरलं गेलं. पण संन्याशाला कधी कधी तब्येत ठीक नसली तरी शेतात काम करावं लागत असे. पाणी प्यायचं आहे किंवा पेरणीची वेळ आली आहे. हळूहळू करणं जास्त महत्त्वाचं झालं. ध्यान- धारणा कोपऱ्यात पडली. वेळच मिळत नसे. कधी पाऊस पडला नाही तर पाणी ओढावं लागे. गावकऱ्यांना विचारलं, आता काय करावं? मीही म्हातारा होऊ लागलो आहे. लोकांनी सांगितलं असं करा, गावात एक मुलगी आहे. थोड्या मोठ्या वयाची आहे, तिचं लग्न होत नाही आहे. तिला तुमच्या सेवेत लावून देतो.

काही धोका दिसला नाही. मुलगी सेवेला आली. मुलगी शेतीही बघू लागली. मांजराची देखभाल करू लागली, गाईचीही देखभाल करू लागली. सेवा तीच करत असे. दमून गेले तर पायही चेपत असे. औषधही देत असे. हळूहळू मोह निर्माण झाला. प्रेम निर्माण झालं. मांजर सगळं घेऊन आली. सगळा संसार घेऊन आली.

शेवटी एक दिवस गावकरी स्वत:च आले आणि म्हणाले, 'हे आता योग्य नाही. कारण तुमचं प्रेम जमलं आहे आणि हे थोडं अनैतिक आहे. आता प्रेम जमलंच आहे तर लग्न करूनच टाका.'

संन्यासी म्हणाला हेही योग्यच आहे. लग्न झालं. मुलं झाली. मरतेवेळी त्याला आठवलं, गुरूंनी सांगितलं होतं मांजर पाळू नकोस.

त्यानं सांगितलं, मी तुम्हांलाही सांगतो आहे की मांजर पाळू नका आणि लक्षात ठेवा की मीही हीच चूक केली होती. गुरूची बुद्धी भ्रष्ट झाली आहे असं समजलो होतो. मला भीती हीच वाटत आहे की तुम्हीही हीच चूक कराल आणि

मांजर पाळाल.

खरं म्हणजे गुरूंनी थोडी चुकीचीच गोष्ट सांगितली. मी त्या जागी असतो तर सांगितलं असतं लंगोटी ठेवू नकोस. कारण मांजर ही थोडी दूरची गोष्ट आहे. लंगोटी असेल तर उंदीर येतील. उंदीर असतील तर मांजर येईल. खरं संकट त्या लंगोटीपासूनच सुरू झालं आहे. म्हणून तुम्हांला जर कुणाला समजावून सांगायचं असेल तर लंगोटीबद्दल सांगा. मांजराबद्दल सांगू नका. ते सूत्र उपयोगी नाही पडलेलं.

खरं म्हणजे कोणतीही एक गोष्ट बाकी सगळ्या गोष्टी घेऊन येते. कारण प्रश्न संसाराचा नाही, प्रश्न मनाचा आहे. तुम्ही कुठे पळून जाल? कुठेही गेलात तरी कमीत कमी तुम्ही स्वत: तरी असालच ना! तुम्ही स्वत:च लंगोटी आहात आणि तुम्ही आहात तर बाकी सगळंही आहे. तुम्ही असाल तर लंगोटी येणारच. लंगोटी उंदरांना घेऊन येईल, उंदीर-मांजर, मांजर-गाय आणि संसार वाढत जाईल.

तुम्हाला पत्ताही लागणार नाही– एकेका पावलानं वाढत जातो. इतका हळू हळू वाढतो की तुम्हाला ते वाढणं कळूनही येत नाही. जग, संसार एकदम तुमच्यावर झडप घालत नाही. लंगोटीनंतर थेट पत्नीच आली असती तर कळलं असतं. कारण ती एक मोठी उडी झाली असती. पण मध्ये पायऱ्या होत्या.

जग पायऱ्यांवरून येतं आणि परमात्मा मोठी उडी मारून येतो. जगाची येण्याची पद्धत क्रम अशी आहे आणि परमात्म्याची येण्याची पद्धत अ-क्रम अशी आहे. संसार हळूहळू येतो कारण उडी मारून आला तर झोपलेले लोकही जागे होतील. परमात्मा अशी मोठी उडी घेऊन येतो कारण झोपलेल्यांना जागं करायचंच आहे. झोपलेल्यांना झोपेतच राहू द्यायचं नाही आहे.

म्हणून आयुष्याची जी परम कृतार्थता आहे, परम धन्यता आहे ती एका उडीमध्येच होऊन जाते. आणि जीवनाचा जो रोग आहे, जो नरक आहे तो इंचाइंचानं येतो. हळूहळू येतो. तो इतका गुपचुप येतो की त्याच्या पावलांचा आवाजही येत नाही. कुठून येतो तेही समजत नाही.

लंगोटी पाळू नका. पण जर तुम्ही असाल तर लंगोटी ठेवावीच लागेल. म्हणून नीट समजून घेतलं तर कळेल की तुम्हीच लंगोटी आहात. जोपर्यंत तुम्ही नष्ट होत नाही तोपर्यंत जग नष्ट होणं शक्य नाही. तुम्ही म्हणजे तुमचं मन. तुम्ही म्हणजे तुमचा अहंकार. तुम्ही म्हणजे तुमचा भाव की मी आहे. जिथे 'मी' आहे तिथे जग आहे. जिथे मी नाही तिथे जग नाही.

म्हणून ध्यानात ठेवा, ज्या ज्या गोष्टींनी तुमचा 'मी' वाढत असेल, ज्या ज्या गोष्टींनी तुमच्या 'मी'ला पुष्टी मिळत असेल, अहंकार बळावत असेल त्या गोष्टींपासून, सावध राहा. सोडायला नाही सांगत आहे कारण सोडण्यानं काही होणार नाही.

सोडण्यानंही अहंकार वाढतो. सावध राहा.

तुमच्याजवळ लाखो रुपये आहेत. तोच तुमचा अभिमान आहे, ताठा आहे. तुम्ही द्या सोडून ते लाखो रुपये, तुमच्यामध्ये नवीन ताठा निर्माण होईल की मी लाखो रुपये सोडून दिले. आणि हा दुसरा ताठा, दुसरी घमेंड पहिल्यापेक्षा जास्त असेल. कारण लाखो तर कित्येक जणांजवळ असतील पण लाखो सोडून देणारे खूप नाही आहेत. ते पुष्कळ जणांकडे आहेत- त्या घमेंडीत काही विशेष नाही. पण लाखो सोडून देणारे विरळा आहेत. म्हणून घमेंड आणखी वाढेल.

लक्षात ठेवा, तुम्ही अहंकारासंबंधी जागृत राहिला नाहीत तर तुम्ही जे काही कराल ते अहंकारानेच होईल. भोगही, त्यागही, संसारही, वैराग्यही आणि तुमचा अहंकार अधिकाधिक पुष्ट होत जाईल. शरीराला साफ मारून टाकणं होईल कदाचित पण तुमचं मन वाढतच जाईल.

मुल्ला नसरुद्दीनची पत्नी चांगली जाडजूड होती. डॉक्टरांचा सल्ला घेतला. डॉक्टरांनी सांगितलं, घोड्याची स्वारी करणं फायद्याचं होईल. म्हणून रोज सकाळी घोड्यावरून रपेटीला जावं. महिन्याभरानं डॉक्टरांनी नसरुद्दीनला विचारलं, 'काय हालहवाल आहे? काय बातमी? काही झालं का?'

नसरुद्दीननं सांगितलं बिचारी वाळून कोळ झालीये. डॉक्टर म्हणाला, मी आधीच सांगितलं होतं– खुष झाला होता. नसरुद्दीन म्हणाला, नाही, तुम्हाला कळलं नाही, पत्नी नाही, घोडी. पत्नी तर आणखीच सुटली आहे.'

घोडीला बारीक करू नका. शरीर घोडी आहे. त्याला कितीही उपवास घाला, काही उपयोग नाही. पत्नी तर लठ्ठच होत जाईल. तो अहंकार आहे तुमच्या आतला.

तर तुम्ही ज्यांना त्यागी म्हणता ते शरीराला मारून टाकतात. कमी खातात, कमी झोपतात, भुकेचा ताप सहन करतात, पण आतला अहंकार वाढत जातो. जेवढं वजन शरीरात कमी होतं तेवढंच वजन अहंकारानं वाढू लागतं म्हणून त्यागी-तपस्वी लोकांपेक्षा जास्त अहंकारी माणसं, तुम्हाला कुठेही सापडणार नाहीत. ते तर अहंकाराची शिखरं आहेत. शुद्ध अहंकार पाहावा तो त्यागी माणसामध्ये.

भोगी माणसामध्ये थोडा अशुद्ध असतो. ते तेज नसतं. कारण भोगी माणसाला स्वत:लाच वाटत असतं की चुकीचं वागतो आहोत. म्हणून भोगी थोडा घाबरलेला असतो. भोगीला वाटत असतं हे योग्य नाही चाललेलं. म्हणून अहंकार पूर्ण शक्तीनिशी प्रकट होत नाही. थोडा नमलेला दबलेला असतो. भोगी थोडा विनम्र असतो. कारण अपराधी भावना असते.

त्यागी माणसाची अपराधी भावना पूर्णपणे नाहीशी झालेली असते. त्यागी ताठ्यानं चालतो. त्यागी माणसाची पताका फडफडत असते. त्यागी भयंकर अहंकारानं भरलेला असतो.

भोगी माणसाचंही जग आहे. त्यागी माणसाचंही जग आहे. कारण जिथे अहंकार आहे तिथे जग आहे.

ज्या दिवशी 'मी'ची भावना गळून जाते त्याच दिवशी सगळी स्वप्नंही मिटून जातात. हे मोठं जगाचं स्वप्न आहे. उघड्या डोळ्यांनी पाहिलेलं स्वप्न. स्वप्नं दोन तऱ्हांची असतात. एक जे तुम्ही बंद डोळ्यांनी पाहता ते. ती स्वप्नं इतकी धोकादायक नसतात कारण ती रोज सकाळी भंगून जातात. एक स्वप्न आहे उघड्या डोळ्यांनी पाहिलेलं. हे जे विराट तुम्हाला चारही बाजूना जाणवतं आहे हे फार धोक्याचं आहे. कारण जन्मामागून जन्म, तुम्ही जन्मता आणि मरता पण हे स्वप्न भंगत नाही. ज्यानं हे स्वप्न नष्ट केलं तो फार भाग्याचा आहे.

हे कसं नष्ट करता येईल? कबीराची ही सूत्रं हे स्वप्न नष्ट करण्याचं मार्गदर्शन करणारी आहेत.

'अंधे हरि बिन को तेरा।'

कबीर म्हणतात, जर कुणाला आपलं मानायचंच असेल तर हरीखेरीज दुसऱ्या कुणालाही आपलं मानू नकोस.

एक दिवस तर हरीही राहणार नाही. कारण तीही एक कल्पनाच आहे- की हरी माझा आहे– शेवटच्या स्वप्नाचा एक भाग आहे. पण जे स्वप्नात आहेत, ज्यांना स्वप्नाचा काटा रुतला आहे तो काटा दुसऱ्या काट्यानेच काढावा लागणार आहे. दुसरा काटा पहिल्या काट्यासारखाच आहे.

तुम्ही रस्त्यानं चालला आहात. काटा टोचला. त्या क्षणी तुम्ही दुसरा बाभळीचा काटा घेता, पहिला काटा दुसऱ्या काट्याने काढता आणि मग दोन्ही काटे फेकून देता.

जग काटा आहे, धर्मही काटा आहे. आता, बायको माझी, नवरा माझा, मुलगा माझा, घर माझं, पैसा माझा, इभ्रत माझी, पद माझं– हे काटा आहेत. 'हरी माझा' हा दुसरा काटा आहे. या काट्यानं बाकी सगळे काटे काढून टाकता येतील. मग या दुसऱ्या काट्याला जखमेमध्ये जपून ठेवू नका. नाही तर तुम्ही मूर्ख ठराल, मूढ ठराल. सगळी मेहनत फुकट गेली. तुम्ही सगळ्यावर पाणी फिरवलं. दुसराही काटा आहे. त्याचा काही उपयोग होता.

म्हणून पतंजलीने योगसूत्रांमध्ये ईश्वरालाही एक विधी मानलं आहे. तोसुद्धा जगापासून मुक्त होण्याचा विधी. मोठी आश्चर्याची गोष्ट आहे. मनुष्यजातीच्या इतिहासात इतक्या स्पष्टपणे ईश्वराला विधी म्हणणारा दुसरा माणूस झाला नाही. पतंजलीने स्पष्ट म्हटलं आहे की हाही एक विधी आहे. या विधीने रोग नष्ट होईल. रोग नष्ट झाल्यानंतर औषध फेकून द्या. ते सांभाळत बसू नका.

बुद्धांनी म्हटलं आहे, तुम्ही नावेत बसून नदी पार करता. नाव नदीच्या

पलीकडे जाण्यासाठी आहे. नदीच्या पलीकडे पोचल्यावर तुम्ही नावेला विसरून जाता. तिला नदीमध्येच सोडून जाता. तिला डोक्यावर घेऊन चालायला लागू नका. मग गावामध्ये, नगरामध्ये जाऊन असं म्हणू नका, कसं सोडणार या नावेला? तिनंच तर नदीच्या पार नेऊन सोडलं आहे.

मग तुम्ही मूर्ख आहात. तुम्ही नदी ओलांडली नसती तर तेच बरं झालं असतं. आता हे आणखी एक संकट वाढलं. त्याच किनाऱ्यावर राहता तर बरं झालं असतं. कमीत कमी डोक्यावरचं नावेचं ओझं तरी नसतं. आता तुम्ही डोक्यावर नाव घेऊन चालता आहात.

खूप लोक शास्त्रांना धरून ठेवतात, सिद्धांतांना पकडून ठेवतात. खूपसे लोक परमात्म्यालाही पकडून ठेवतात. तेव्हा परमात्माच लंगोटी बनून जातो. मग त्याच लंगोटीने सगळा संसार परत येतो.

'अंधे हरि बिन को तेरा।'

हाच काटा तर समजावून सांगत आहेत कबीर, की आता तू एक गोष्ट समजावून घे– हरीशिवाय तुझं दुसरं कुणीही नाही. पत्नीही तुझी नाही, सगळे परके आहेत, अनोळखी आहेत. रस्त्यात भेटलेले लोक आहेत. रस्त्यातच थोडेसे भ्रम उत्पन्न करून घेतले.

कधी तुमच्या मनात येतं, ज्यांना आपण आपलं समजतो, ते आपल्याला भेटले तरी कसे? तुमचे वडील तुमची जन्मकुंडली घेऊन गेले एका ज्योतिषाकडे. एका स्त्रीची जन्मकुंडली घेऊन दुसरे एक सज्जन तिथे आले. त्यांनी कुंडल्या जमवल्या. गणित जमवून घेतलं. गुण जमले. बँडबाजे वाजले. तुम्हांला सात चकरा मारायला लावल्या. ही स्त्री तुमची पत्नी झाली.

कालपर्यंत ही आपली नव्हती. योगायोग आहे. नदी आणि नावेचा योगायोग आहे. ही दुसऱ्या कुणाचीही होऊ शकली असती. काहीच अडचण नव्हती. दुसऱ्या कुणाचीही होऊ शकली असती. आणि तेव्हाही याच भ्रमात असती की हा माझा पती आहे. तुमची पत्नी दुसरी एखादी स्त्री असू शकली असती. तेव्हाही तुम्ही याच भ्रमात असता की ही माझी पत्नी आहे. दुसऱ्या पत्नीपासून वेगळी मुलं जन्माला आली असती. तेव्हा ती तुमची मुलं झाली असती. आता ती मुलं तुमची नाही आहेत. आता ती दुसऱ्या कुणाच्या तरी घरात खेळत आहेत.

योगायोगाला सत्य मानू नका. रस्त्यात भेटतात दोन माणसं. एकमेकांबरोबर चालू लागतात. गप्पा मारतात. मग रस्ते वेगळे होतात. निरोप घेतात. पण आपण मोठाच भ्रम निर्माण करून ठेवतो.

म्हणून तर विवाहाचा एवढा मोठा समारंभ करावा लागतो. त्या आयोजनामागे फार मोठं मनोवैज्ञानिक सत्य आहे. माझ्याकडे लोक येतात. विचारतात, काय जरूर

आहे नवऱ्यामुलाला घोड्यावरून आणण्याची? एवढा बँडबाजा, फटाके, फुलबाज्या वरात या साऱ्यामध्ये एवढा खर्च करण्याची? इतके लोक बोलावण्याची? या सगळ्यांची जरूरच काय? साधेपणानं लग्न होऊ शकत नाही का?

होऊ शकतं. पण हा भ्रम निर्माण होणं कठीण आहे. साधेपणानं लग्न नक्कीच होऊ शकतं. कशाचीच जरूर नाही आहे. तुम्हाला एक स्त्री भेटली. तुम्ही म्हटलं, आमचं लग्न झालं. दोघांनी एकमेकांभोवती सात फेरे घातले, घरी आलात. पण तुम्हालाही शंका वाटू लागेल की एवढ्यात ही आपली कशी झाली? भरवसा वाटायला तेवढाच त्रास व्हायला हवा की खूप काहीतरी घडतं आहे, असं काहीतरी महत्त्वाचं घडतं आहे जे दुसऱ्यांदा नाही घडणार.

आता घोड्यावर तर तुम्ही काही रोज बसत नाही. एकदाच बसणार. म्हणूनच तर 'दूल्हाराजा'. नवऱ्यामुलाला आपण म्हणतो 'दूल्हाराजा'. त्याला राजा बनवून टाकतो. एक दिवसाचा राजा असतो तो. नंतर कशी फजिती होणार आहे हे त्याला काही ठाऊक नाही. पण बसला आहे मोठ्या ऐटीत. कट्यार वगैरे लटकावली आहे. मुकुट वगैरे चढवला आहे. उधारीचे कपडे आहेत, काही हरकत नाही. पण आज भरपूर नट्टापट्टा केला आहे. वरातीत वऱ्हाडी मंडळी चालली आहेत. फौजफाटा आहे. मोठ्या मोठ्या लोकांना खाली पायी चालायला लावलं आहे. सगळे चालत जात आहेत. आणि नवरा मुलगा राजा बनला आहे एका दिवसाचा.

हे त्याच्या मनावर बिंबवणंच आहे. एक कंडिशनिंग आहे. एक संस्कार आहे. जुने लोक फार चलाख होते. त्यांनी पक्का हिशोब केलेला होता की एक घट्ट नातं निर्माण होतं आहे हा भ्रम त्याच्या मनात निर्माण झाला पाहिजे. आणि असं काहीतरी विलक्षण घडतं आहे जे पुन्हा नाही घडणार.

म्हणून पौर्वात्य लोक घटस्फोटाच्या विरोधात आहेत. पौर्वात्य लोक अधिक हुशार आहेत, पाश्चिमात्य अजून लहान आहेत. त्यांना अजून माणसाच्या मनाचा अनुभव नाही. पूर्वेला हजारो वर्षांचा अनुभव आहे. कारण घटस्फोटाची शक्यता ठेवली तर विवाह कधी पूर्णच होणार नाही.

आपण वेगळे होऊ शकतो या गोष्टीची शक्यता दिसत असेल तर मीलन कधी पक्कं होऊ शकणार नाही. ज्याच्यापासून वेगळं होऊ शकतो त्याच्याशी मीलन वरवरचंच होणार. संसार मांडला जाणारच नाही. आतमध्ये वाटत राहील... आतमध्ये वाटतच राहील की वाटलं तर उद्या वेगळे होऊ शकतो. ही आपली पत्नी आहे असं मानण्याची काही जरुरी नाही. ही कुणा दुसऱ्याचीसुद्धा होऊ शकली असती. दुसरी कोणती तरी स्त्रीही आपली पत्नी होऊ शकली असती. दुसऱ्या स्त्रीकडून आपल्याला मुलं झाली असती. मुलं ही काही फार मोठी गोष्ट नाही आहे.

पश्चिमेकडे गडबड झाली आहे. संसार डळमळू लागले आहेत. मी ऐकलं आहे

की हॉलिवुडमधला एक अभिनेता आपल्या पत्नीबरोबर बसला आहे आणि त्यांची मुलं खेळत आहेत. पत्नी म्हणाली, बघ, मी हजार वेळा सांगितलं आहे की काहीतरी करायला हवं. तुझी मुलं आणि माझी मुलं मिळून आपल्या मुलांना मारत आहेत.

पश्चिमेकडे शक्य झालं आहे. पतीची मुलं आहेत दुसऱ्या एका स्त्रीपासून झालेली. पत्नीची मुलं आहेत दुसऱ्या पतीपासून झालेली. आणि या दोघांनाही मुलं झाली आहेत. 'तुझी मुलं आणि माझी मुलं मिळून आपल्या मुलांना मारत आहेत. त्याना थांबवायला हवं.' पण जिथे तुझी मुलं, आपली मुलं आणि माझी मुलं– तिथे ''आपली ही भावना आपोआपच दुर्बल होऊ लागते. काय माझं आहे? सगळी वाळूची घरं भासू लागतात. इथे मजबूत असं काहीच नाही. इथे पक्कं काही नाही.

एका अभिनेत्रीला विमानतळावर विचारण्यात आलं, विवाहित की अविवाहित? तिनं सांगितलं- दोन्ही, कधीकधी. कधी विवाहित, कधी अविवाहित. दोन्ही कधी-कधी. जिथे अशी वाळूसारखी स्थिती असेल...

पूर्वेकडचे लोक हुशार, चलाख आहेत. वय चलाखी आणतं. म्हातारे बेईमान होतात, हुशार होतात. मुलं निर्दोष असतात. आयुष्याचे रागरंग काय असतात हे त्यांना ठाऊक नसतं.

म्हणून पूर्वेनं अशी पद्धत निर्माण केली की संबंध अशा रीतीनं मजबूत बनवायचे की हीच माझी पत्नी आहे हा भ्रम मनात पक्का होऊन जाईल. पूर्वेकडे असंही मानलं जातं, की हा मामला काही एका जन्मापुरता नसतो. पतीपत्नी अनेक जन्म एकमेकांच्या मागे लागलेले असतात. बायका तर यामुळं फार खुष असतात. नवरे थोडे काळजीत असतात की जन्मजन्मांतरापर्यंत? एक जन्मच पुरेसा आहे. पण पुढच्या जन्मातही याच देवीशी गाठ पडणार आहे? पण बायका फार खुष असतात की पळून कुठे जाशील? आता सुटका नाही.

हे समज पक्के करून दिलेले आहेत. मानसशास्त्राची प्रतीती आहे ही. यामुळे तुम्हाला वाटतं 'माझं'.

मूल तुमच्यामुळे जन्माला येतं. तुम्ही समजता, 'माझं'. तुमच्यातून काय निर्माण होतं आहे? तुम्ही केवळ एक प्रयोगशाळा आहात. मुलाच्या येण्याचा मार्ग म्हणजे तुमचं शरीर आहे एवढंच. याहून अधिक काही नाही. आणि आता तर विज्ञानही सांगत आहे की टेस्टट्यूबमध्ये मूल जन्माला येऊ शकतं. आईच्या गर्भाशयाची काही आवश्यकता नाही.

आणि विज्ञान सांगतं की आता तर कृत्रिम गर्भधारणेची सोय आहे. हजारो वर्षांपर्यंत व्यक्तीचं वीर्य बर्फामध्ये सुरक्षित ठेवता येतं. तुम्ही मरून जाल, हजार वर्षांनंतर तुमचा मुलगा जन्माला येऊ शकतो. तुमचं वीर्य जपून ठेवलं जाईल. मग तुमचा काय संबंध राहिला? दहा हजार वर्षांनंतर तुम्हाला मुलगा होऊ शकतो.

तुमचा कण न् कण मातीत मिसळून गेला तरीही तुमचा मुलगा जन्म घेऊ शकतो. आता तुमचा काय संबंध राहिला? काय देणंघेणं राहिलं?

तुम्ही फक्त मार्ग होतात. आपलं इथे कोणीही नाही. इथे तुम्ही परके आहात. इथे आपल्या माणसावर भरवसा ठेवून शांती मिळते हे खरं आहे. कारण तुम्हाला जर हे पक्कं समजून चुकलं की तुम्ही अगदी एकटे आहात तर तुम्ही घाबरून जाल. बैचेन व्हाल, हातपाय कापू लागतील.

रात्र अंधारी आहे. रस्ता अवघड आहे, निर्जन आहे. पुढे काय आहे ते ठाऊक नाही, मागे काय होतं ते ठाऊक नाही, स्वत:चा स्वत:ला पत्ता नाही. कोणाचा तरी हात हातात घेतला की थोडा धीर येतो, की कुणीतरी सोबत आहे. मग भले तोही आंधळा असेना, आम्हीही आंधळेच.

मी असं ऐकलं आहे की एक शिकारी जंगलात वाट चुकला. चार दिवसांचा भुकेला, तहानेला, आफ्रिकेच्या भयंकर निर्जन जंगलात. आशा सोडली जगण्याची. माणसाचा काही मागमूसही दिसत नव्हता कुठे की काही विचारावं, कुणाच्या मागून जावं. अगदी एकटा होता. चौथ्या दिवशी आशा साफच सोडून देत होता, सूर्य मावळत होता तेवढ्यात त्याला एका वृक्षाखाली एक शिकारी बंदूक घेऊन बसलेला दिसला. आनंदानं धावला त्याच्याकडे. त्याच्या आनंदाची तुम्ही कल्पना करू शकता. मरणापासून बचावला. जीवनदान मिळालं आनंदानं नाचू लागला. जाऊन त्या माणसाला मिठी मारली.

पण त्या माणसानं सांगितलं, भाऊ थोडा थांब. मी आठ दिवस भटकतो आहे. तू इतका आनंदित होऊ नकोस. मी भेटलो म्हणून प्रश्न सुटत नाही आहे.

पण थोडा दिलासा मिळतो. आंधळ्याच्या मागून तुम्ही चालत राहिलात तरी दिलासा असतो की पुढे कोणीतरी आहे. म्हणून तर आंधळ्यांच्या पाठीमागे नीट रांगेनं आंधळे चालत असत. पुढचा जो आहे तो आंधळा आहे याची काहीही फिकीर न करता. तुमच्यासारखाच तोही आंधळा आहे. आंधळे आंधळ्यांना सल्ले देत राहतात. साथ देत राहतात. मैत्री टिकवून धरतात.

जर एखाद्या अंधाऱ्या गल्लीमध्ये कोणी सोबत मिळालं नाही तर तुम्ही स्वत:च मोठमोठ्याने गाणं म्हणू लागता. माणूस धार्मिक नसेल तर फिल्मी गाणी म्हणतो, धार्मिक असेल तर हनुमानचालिसा म्हणतो. यात फरक काही नाही. आपलाच आवाज ऐकून असं वाटू लागतं की कोणीतरी सोबत आहे, आपण एकटे नाही. आपल्याच आवाजानं धीर येतो. हिंमत येते.

तुम्ही पाहिलं असेल, थंडीच्या दिवसांत यात्रेकरू नदीत स्नान करायला जातात तेव्हा जोरजोरात 'हरे राम हरे कृष्ण'- पाण्यात डुबकी मारतात आणि तोंडानं रामाचं नाव घेत राहतात. ते काही खरं रामाचं नाव घेत नसतात. रामाचं नाव

ओरडत राहिल्यानं थंडी कमी वाजते. मन गुंतून राहतं, थंडीचा पत्ताच लागत नाही. 'हरे राम- हरे कृष्ण' आणि घाईनं पाणी ओतून घेतलं.

कारण मी आपल्या गावात पाहिलं आहे हे, पुरुषोत्तम महिना येतो. माझं घर नदीकिनारीच आहे, जवळच आहे. तर स्त्रिया स्नान करायला येतात. अगदी सकाळी येतात पाच वाजता ब्राह्ममुहूर्तावर. त्या स्त्रियांना मी चांगलाच ओळखतो. ज्यांच्या तोंडून कधीही 'हरे राम हरे कृष्ण' ऐकू आलेलं नाही त्यासुद्धा पाण्यात उतरल्यावर एकदम हरे राम हरे राम करायला लागतात. तेव्हा मला वाटलं हे पाणी काहीतरी रहस्यमय दिसतं आहे. या स्त्रियांना मी चांगला ओळखतो. त्यांच्यापैकी कुणीच 'हरे राम'वाली नाही आहे. हे अचानक यांना काय होतं, पाण्यात उतरल्याबरोबर? तेव्हा मी पाण्यात उतरून पाहिलं पाच वाजता. तेव्हा समजलं. नास्तिकही म्हणेल. थंडगार पाणी. भीती वाटू लागते. त्या भीतीमध्ये काहीही बडबडा, धीर येतोच. अंधारात काहीही गुणगुणा, भरवसा वाटू लागतो.

आंधळे आंधळ्याचा हात धरतात, वाटतं, कोणीतरी आहे, एकटा नाही.

म्हणूनच तर तुम्ही समूहामध्ये जगता. म्हणूनच तर तुम्ही समूह बनवून जगता. एकटं असताना भीती वाटते. गर्दीमध्ये निश्चिंत वाटतं. इतके लोक आहेत. ठीकच होईल. गर्दी जिथे जाईल तिथे जाता. एकटं उभं राहण्याची कोणाचीही हिंमत नाही. कारण एकटं असताना कळून चुकतं की इथे माझं कुणीही नही. भीती वाटू लागेल. आत्मा कापू लागेल. त्या थरकापामध्ये जगू शकणार नाही.

म्हणून ज्यानं एकटेपणाला जाणून घेतलं तो परमात्म्याच्या शोधाला लागतो. समाजात राहून ज्याला वाटतं, सगळं मिळालं, तो परमात्म्याला वंचित होतो. जो एकटा राहिला तो शोधणारच. कारण एकटं कोणीच राहू शकत नाही. परमात्म्याला शोधावंच लागेल. कोणीतरी सोबत पाहिजे. खरा साथीदार पाहिजे.

'अंधे हरि बिनको तेरा, कबन्सु कहत मेरी मेरा।'

आणि तू कोणाकोणाला सांगतो आहेस की तू माझी आहेस, तू माझा आहेस? कोणाकोणाला सांगत फिरलास? आणि ज्यांना तू सांगतो आहेस, तेही तुझ्याजवळ आले आहेत कारण एकटं राहाण्याची भीती त्यांनाही वाटते आहे. एकांतात भीती वाटते.

तर रोगी, रोग्यांना आधार देत आहेत. आंधळे, आंधळ्यांना रस्ता दाखवत आहेत. अडाणी अडाण्यांना ज्ञान शिकवत आहेत.

'कबन्सु कहत मेरी मेरा ।

तजि कुलाक्रम अभिमाना, झुठे भरमि कहा भुलाना ।'

या कुल, वंश, परिवार, कुटुंब, समाज यांच्या गोष्टी सोडून दे. 'तजि

कुलाक्रम'- हा अभिमान सोडून दे. कारण जेव्हा तुम्ही कोणत्याही गोष्टीला 'माझी' म्हणता तेव्हा त्यातूनच तुमचा 'अहं' निर्माण होतो.

थोडा विचार करा, जर तुमचं काहीही नसेल, 'माझं' असं काही नसेल तर तुम्ही आपल्या 'मी'ला पोसू शकाल? 'मी' त्याच क्षणी कोसळून पडेल. त्याला तर 'माझं'च्या कुबड्या आवश्यक आहेत. म्हणून तुमच्या 'माझं'चा जेवढा विस्तार होत राहील तेवढा तुमचा 'मी' बळकट होत जाईल. तुमच्याजवळ मोठं राज्य असेल तर तुमचा 'मी' मजबूत असतो. लहानशी झोपडी असेल तर 'मी' तेवढाच असेल. मोठा महाल असेल तेवढा मोठा 'मी' असेल. दोन-चार, दहा रुपये खिशात असतील तर 'मी'ही तेवढाच असतो. कोट्यवधी रुपये असले तर 'मी'ही तेवढाच मोठा.

म्हणूनच तर लोक विस्तार करण्यासाठी धडपडत असतात. कोणतीही गोष्ट असो, वाढली पाहिजे. कोणत्याही प्रकाराने वाढू दे, काही फरक पडत नाही. प्रत्येक विस्तारामागे 'मी'ची भूक आहे. कारण मी विस्ताराखेरीज राहू शकत नाही.

असंही होऊ शकतं की तुम्ही धन जमवू नका, ज्ञान जमवा. तुमच्याजवळ अशी खूप माहिती आहे जी दुसऱ्या कुणाजवळही नाही, त्यानंही हेच होईल. हेही होऊ शकतं की तुम्ही माहितीही गोळा करू नका, त्याग करा. तुम्ही इतके उपवास केलेत की आजपर्यंत एवढे उपवास कोणीच केलेले नाहीत, त्यानंही हेच होईल. असंही होऊ शकेल की उपवासही करू नका, शिष्य गोळा करा, तुमचे जेवढे शिष्य आहेत तेवढे कुणाचेच नाहीत. त्यानंही हेच होईल. नेता व्हा, मतं गोळा करा. तुम्हाला किती मतं मिळाली ते बघा. त्यानंही हेच होईल.

एक गोष्ट लक्षात ठेवा. 'मी' विस्तारवादी आहे. अहंकार साम्राज्यवादी आहे, इंपिरियलिस्ट आहे. तो विस्तारामध्ये जिवंत राहतो. तुम्ही विस्तार केला नाही तर तो आक्रसू लागतो. तुम्हाला 'मी'ची सगळी भावना सोडून द्यायची असेल तर 'माझं'ची सगळी भावना सोडून द्या. ते अन्न आहे. ते मिळालं नाही तर 'मी' आपला आपणच गळून जातो.

ना पत्नी तुमची, ना मुलगा तुमचा, ना घर तुमचं, ना जमीन तुमची, कसे उभे राहणार तुम्ही? 'मी'ला कसं सांभाळणार? कुबड्या पाहिजेत, 'मी' तर अगदी लंगडा आहे. आपला आपण चालूच शकत नाही. 'माझं'च्या कुबड्या त्याला आधार देत असतात. काढा बाजूला सगळ्या कुबड्या, आणि सगळा इमला ढासळून गेलेला तुम्हाला दिसेल.

'तजि कुलाक्रम अभिमाना...'

हा 'माझं'चा अहंकार सोडून दे.

'झूठे भरमि कहा भुलाना ।'

'माझं'च्या साऱ्या गोष्टी खोट्या असतात. कोण इथे कोणाचं असतं? इथे तुम्ही स्वत: स्वत:चे असलात तरी पुष्कळ झालं. इथे कोण कुणाचं असतं?

'झूठे तन की कहा बडाई, जे निमिख माहि जर जाई।'

आणि या शरीराची तू काय प्रशंसा करतो आहेस? आणि या शरीराची तू काय स्तुतिस्तोत्रं गातो आहेस? या शरीराला घेऊन काय अभिमानानं फिरतो आहेस? या शरीराला तू घमेंडीत घेऊन फिरतो आहेस? क्षणभरात जळून खाक होईल. राख होऊन जाईल.

आणि या शरीराच्या आधारानंच तर तुझे 'तुझे-माझे'चे सगळे संबंध आहेत. तू म्हणतोस, 'ही माझी आई' कारण तिच्यातूनच तुझं शरीर निर्माण झालं. तुझ्या शरीराची काय किंमत आहे? तू म्हणतोस, 'हे माझे वडील' कारण यांच्यामुळे माझं शरीर निर्माण झालं. तू म्हणतोस, 'हा माझा मुलगा' कारण हा माझ्या शरीरातून जन्माला आला.

'...जे निमिख माहि जर जाई ।'

क्षणभरही लागणार नाही. ज्वाळा उठतील चितेच्या आणि सगळं राख होऊन जाईल. सगळे संबंध या क्षणभरात जाळून राख होणाऱ्या शरीराचे संबंध आहेत.

'झूठे तन की कहा बडाई ।'

तू या शरीराची स्तुती करत काय ताठ्यानं फिरतो आहेस?

'...जे निमिख माहि जर जाई ।'

बुद्ध आपल्या भिक्षूंना मरणघाटावर पाठवत असत, की जाऊन तिथे राहा, पाहा शरीराचं काय होतं ते. रोज प्रेतं येतात.

आणि तेव्हा तर विजेनं जाळण्याची साधनं नव्हती. तरीही 'निमिख माहि जर जाई ।' तेव्हा तर थोडा वेळ लागतच होता. पण आता तर कबीरांचं बोलणं अगदी खरं ठरलं आहे. आता तर विजेनं जाळतात. निमिखमात्रातच जळतात. अगदी शब्दश: खरं ठरलं आहे.

भिक्षूंना बुद्ध सांगत असत, बसा चितांच्या जवळ. ध्यान करा. त्या ध्यानानं खूप काही मिळेल. रोज भिक्षू बघत असे, चिता जळत असत. लोकांना चितेवर चढवलं जात असे. क्षणभरात सर्व राख होऊन जात असे. माणसं परतत असत. मित्र, प्रिय जन, आपले- ज्यांना सतत आपलं मानलं, ज्यांच्यासाठी या माणसानं आयुष्य खर्च केलं. त्यांच्यापैकी कोणीही याच्याबरोबर जात नाही. त्यांच्यापैकी कोणीही याच्याबरोबर एक क्षणभरही राहायला तयार नाही.

प्रेत आणलं जातं घरामध्ये तर घरातले लोक उतावीळ होतात की शक्य

तितक्या लौकर घेऊन जा. कारण जितका वेळ प्रेत समोर असेल तेवढा वेळ ते दु:ख जाणवत राहील. तोपर्यंत अश्रू गाळणं थांबणार नाही. पती मेला तरी त्याच्या प्रेताबरोबर रात्री घरात राहायला पत्नी तयार होत नाही.

आताच काही दिवसांपूर्वी इथे पुण्यामध्ये एका स्त्रीची हत्या करण्यात आली. पती घरी आला तर घरात थांबू शकला नाही, ज्या खोलीत हत्या झाली होती तिथे. हॉटेलमध्ये जाऊन राहिला. भीती वाटते. थरकाप होतो त्या खोलीत जाताना. तिथे त्यानं पत्नीच्या संगतीमध्ये अनेक राग-रंग पाहिले असतील, सुखाच्या अनेक क्षणांचा विचार केला असेल, स्वप्नं रंगवली असतील, तिथेच भीती वाटते आहे. मेल्याबरोबर ती व्यक्ती तुम्हाला भीती दाखवू लागते.

एक मित्र माझ्याकडे आले. त्यांनी सांगितलं, माझी पत्नी मरण पावली आहे. तर ती योग्य त्या ठिकाणी म्हणजे स्वर्गात वगैरे पोचली असेल की नाही? मी विचारलं, तुला तिची काळजी पडली आहे? पोचली असणार. कारण जेवढे लोक मरतात ते सगळे स्वर्गीय होऊन जातात. नरकात जाताना तर कोणी दृष्टीस पडत नाही. कारण जो माणूस मरतो त्याला आपण स्वर्गीय म्हणून टाकतो. अगदी राजकारणी पुढारीसुद्धा स्वर्गीय होऊन जातात तर मग बाकीच्यांचं काय? नरकात जाताना कुणी दिसत तरी नाही. तू घाबरू नकोस, पोचली असेल.

तो म्हणाला- नाही- जरा मला- आता तुमच्यापासून काय लपवून ठेवायचं? रात्री मी झोपतो तर तिची काहीतरी खुडबुड चालली आहे असं वाटतं- तिला सवय होती तशी- खूप वेळ तिला झोप यायची नाही म्हणून मग कुठे कपडे आवर, दुसरीकडे ठेव, सामान हलव, फर्निचर हलव असं करायची. रात्री मला असं वाटतं की घरात काहीतरी खुडबुड होते आहे. भीती वाटते आहे की भूत तर झाली नसेल ना? तर आज तीन महिने झाले मी त्या खोलीत झोपत नाही आहे.

तुझी पत्नी होती, प्रेमविवाह केला होता. आता मरून गेली तर इतका घाबरतो आहेस? एवढी कसली भीती? आणि तुला तर आनंद व्हायला हवा की भूत होऊन परत खोलीत हजर आहे. म्हणू लागला, क्षमा करा, असं म्हणू नका. मी घर सोडून जाईन. आत्ताच जाईनासा झालो आहे. कुलूप घालून ठेवलंच आहे. पण कधीतरी गेलो तरी असं वाटतं की खोलीत काहीतरी घडतं आहे.

ज्यांना तुम्ही आपलं मानलं, जर तुम्ही आत्म्याच्या रूपात त्यांच्याजवळ गेलात तर ते घर सोडून जातील. सगळा संबंध शरीराचाच होता. आत्म्याचा काही संबंधच नाही आहे आणि शरीराचंच सारं जग आहे.

'झूठे तन की कहा बडाई, जे निमिख माहि जर जाई ।
जब लग मनहि विकारा, तब लग नहि छूटे संसारा ।'

आणि जोपर्यंत मनामध्ये अहंकाराचा विकार आहे, मनामध्ये वासनेचा विकार आहे. मनामध्ये विकार आहे तोपर्यंत जग आहे. मनाचा विकार म्हणजेच जग आहे. आणि मनाची विकृत अवस्था तुमच्या जगाचा मूलाधार आहे. जग सोडून पळू नका. विकाराचा त्याग करा.

विकार म्हणजे काय आहे? मूर्च्छा, झोपेची अवस्था, एक बेशुद्धी.

'जब मन निर्मल करि जाना, तब निर्मल माहि समाना ।'

आणि जेव्हा मन निर्मळ होऊन जातं, तेव्हा कुठलंही स्वप्न मनात राहात नाही. स्वप्न म्हणजेच मन. कसलेही विचार बाकी नाही राहात मनामध्ये. विचार म्हणजेच विकार. तेव्हा मनच शिल्लक नाही राहात. तेव्हा फक्त निर्मळ आत्मा शिल्लक राहतो.

मनाचा संबंध जगाशी आहे, आत्म्याचा संबंध परमात्म्याशी आहे. मन असेल तर जग तुमच्या चारही बाजूंना! तुम्ही आत्मा झालात - मन शिल्लक नाही - परमात्मा चारही बाजूंना. तुम्ही जसे असाल तशाशीच संबंध जडू शकेल. कारण समान गोष्टींचंच मीलन होतं.

'जब निर्मल करि जाना, तब निर्मल माहि समाना ।'

ब्रह्म अगनि ब्रह्म सोई...।'

तेव्हा तुमच्या आतला लहानसा अग्नी, लहानसा दिवा परमात्म्याच्या महाअग्नीमध्ये मिसळून जातो.

'...अब हरि बिन और न कोई ।'

आता हरीशिवाय कोणीही शिल्लक नाही. तुम्हीही नाही. आता फक्त परमात्म्याचं असणं आहे.

'जब पाप पुण्य भ्रम जारि, तब भयो प्रकाश मुरारी ।'

हे वाक्य मोठं क्रांतिकारी आहे. कबीर म्हणतात, जेव्हा पाप आणि पुण्य हे दोन्ही भ्रम संपून जातात, दोन्ही पळून जातात, पापही, पुण्यही. तब भयो प्रकाश मुरारी । तेव्हाच मुरारीचं दर्शन होतं. तेव्हाच परमात्म्याची झलक मिळते.

पाप आणि पुण्य या दोन्हींच्या आत एक लपलेला रोग आहे. तो रोग आहे कर्त्याची भावना. अहंकार. पापी म्हणतो मी पापं केली. पुण्यात्मा म्हणतो, मी पुण्य केलं. पण दोघांमध्येही एक गोष्ट समान आहे, 'मी'.

आणि पापी तर थोडा घाबरत असतो जाहीर करायला की मी पापं केली आहेत. लपवत असतो- कुणाला कळू नये म्हणून. पण पुण्यात्मा घोषणा करतो. ढोल ताशे वाजवतो. दवंडी पिटवतो की मी इतकी पुण्यकर्मं केली आहेत. पुण्यकर्मांचा हिशोब लिहीत असतो. पापी एक वेळ विसरेल पण पुण्यात्मा नाही

विसरत. म्हणून पुण्यात्म्याचा अहंकार फार सूक्ष्म असतो.

ही गोष्ट लक्षात ठेवा. नीती समजावून सांगते की पाप सोडून द्या, पुण्य करा. धर्म सांगतो, दोन्ही सोडून द्या. कारण जोपर्यंत कर्ता आहे तोपर्यंत काहीच सोडून देता येणार नाही. नीती सांगते, पाप त्याज्य आहे, पुण्य करणीय आहे. म्हणून नीतीचा धर्माशी फार घनिष्ट संबंध नाही आहे. नास्तिकही नैतिक असू शकतो. सोविएट रशियाही नैतिक आहे, कदाचित तुम्हां आस्तिकांपेक्षा अधिक नैतिक आहे.

कारण नीतीचा परमात्म्याशी काही संबंध नाही. आणि नीतीचा धर्माशीही काही संबंध नाही आहे. नीती ही तर समाजव्यवस्थेचा एक भाग आहे. नीतीचा संबंध सामाजिक चेतनेशी आहे. तुम्ही चांगलं वागा, वाईट वागू नका. कारण तुम्ही ज्यांच्याशी वाईट वागाल तेही वाईट वागतील. तुम्ही चांगले वागलात, तेही चांगलं वागतील. चांगलं वागल्यानं चांगलं वागण्याची शक्यता वाढेल. वाईट वागण्यानं वाईटाची शक्यता वाढेल. हळूहळू जर सर्वच लोक वाईट वागू लागले तर तुम्हीही वाईट टाळू शकणार नाही. तुमची पंचाईत होईल.

म्हणून नीतीचं सूत्र आहे, जसं दुसऱ्यांनी तुमच्याशी वागावं असं तुम्हाला वाटतं तसंच तुम्ही दुसऱ्यांशी वागा. याचा परमात्मा, मोक्ष, ध्यान यांच्याशी काही संबंध नाही. ही सरळ समाजव्यवस्था आहे.

धर्म नीतीच्या पुष्कळ वरच्या स्तरावर आहे. अनीतीहून जितका वर आहे तेवढाच नीतीच्याही वर आहे. तुम्ही एक त्रिकोण काढलात तर खालचे दोन कोन नीती आणि अनीतीचे आहेत आणि शिखराचा कोन धर्माचा आहे. तो दोन्ही कोनांपासून एकाच अंतरावर आहे. म्हणून धर्म महाक्रांती आहे. नीती तर लहानशी क्रांती आहे. तुम्ही पापाचा त्याग करा. धर्म महाक्रांती आहे. तुम्ही पुण्याचाही त्याग करा. पाप तर सोडायचंच आहे, पुण्यही सोडून द्यायचं आहे. कारण जोपर्यंत पकड आहे तोपर्यंत तुम्ही राहाल. पकड सोडून द्या. कर्त्याची भावना निघून जाऊ दे.

'जब पाप पुण्य भ्रम जारि...'

जेव्हा पाप आणि पुण्य दोन्ही भ्रम जळून जातील, तब भयो प्रकाश मुरारी । तेव्हाच परमात्म्याची प्राप्ती होते.

'कहे कबीर हरि ऐसा, जहां जैसा, तहां तैसा ।'

हे फार विलक्षण वचन आहे. हे तुमच्या हृदयामध्ये घुमत राहू दे. कारण परमात्म्याची याहून चांगली, याहून महत्त्वाची व्याख्या केली गेलेली नाही. हजारो लोकांनी व्याख्या केली आहे की परमात्मा कसा आहे? पण कबीराची व्याख्या अगदी योग्य आहे, अगदी बरोबर आहे. जर एखादी व्याख्या परमात्म्याच्या जवळ नेणारी असेल तर ती कबीराची आहे.

'कहे कबीर हरि ऐसा, जहां जैसा तहां तैसा ।'

याचा काय अर्थ आहे? ही तर गोष्ट अगदीच न उलगडणारी हे. जहां जैसा, तहां तैसा ।

जेव्हा मन संपून जातं तेव्हा तुम्हाला आढळेल की फुलामध्ये परमात्मा फूल असतो, दगडामध्ये दगड, वृक्षामध्ये वृक्ष, नदीमध्ये नदी, सागरामध्ये सागर.

'कहे कबीर हरि ऐसा, जहां जैसा तहां तैसा ।'

तर असा कोणी परमात्मा उभा नाही राहणार आहे, हातात मुरली घेऊन, मोरमुकुट घालून, असा कोणी नटवून सजवून परमात्मा उभा राहणार नाही आहे तुमच्यासमोर. उभा राहिलाच तर सावध व्हा. कोणीतरी फसवतं आहे तुम्हाला. पोलिसांना कळवा की कोणीतरी ठकसेन मुरारी बनून उभा राहिला आहे. कोणी परमात्मा धनुष्यबाण घेऊन तुमच्या समोर उभा राहणार नाही आहे. आणि आता धनुष्य-बाणाचाही काय उपयोग आहे? आता ॲटमबॉम्बच्या जगामध्ये रामचंद्र धनुष्यबाण घेऊन उभे आहेत. शोभणारही नाहीत. आणि हातात ॲटमबॉम्ब घेऊन उभे राहिले तर आणखीच वाईट दिसतील.

माणसाच्या कल्पना आहेत. त्यांच्याशी परमात्म्याचं काही देणंघेणं नाही. जेव्हा मन नष्ट होतं तेव्हा मनाचे राम, कृष्ण हेही हरवून जातात. मनामध्ये तयार झालेली ती रूपंही हरवून जातात. परमात्मा तर आहेच. सर्व रूपांमध्ये लपून असलेलं अरूप. गुलाबाच्या फुलामध्ये झाला आहे गुलाबाचं फूल. दगडामध्ये दगड, काही कुठे बदलण्याची जरूर नाही. जिथे पाहाल तिथे हजर आहे. तिथेच डोकं टेका आणि तुमच्या आतही तोच आहे. डोकं टेकलं नाहीत तरी चालेल. कारण कोणी कोणापुढे झुकायचं?

ज्याला कृष्णमूर्ती म्हणतात... कृष्णमूर्तींना लोक विचारतात, 'व्हॉट इज ट्रूथ?' सत्य काय आहे? तर कृष्णमूर्ती उत्तर देतात 'दॅट, विच इज' जे आहे. कबीराचं बोलणंच पुन्हा सांगत आहेत. त्यांना माहितीही नसेल. कारण कृष्णमूर्तींना रस नाही आहे कबीर, किंवा उपनिषदं किंवा वेद वाचण्यामध्ये. काही जरूरही नाही आहे. आपली आपली पद्धत आहे. पण जर कृष्णमूर्तींनी कबीर वाचला असता तर त्यांना कळलं असतं की कबीर म्हणत आहेत 'दॅट विच इज'- 'जहां जैसा तहां तैसा।'

आणखी नवं काही होणार नाही आहे. हेच जे चारही बाजूंनी हजर आहे तेच एका नव्या रूपामध्ये प्रकट होईल. याची व्याख्या बदलेल. आत्ता तुम्हाला वाटतं आहे, निसर्ग आहे, तेव्हा वाटेल परमात्मा आहे. आत्ता तुम्हाला वाटतं आहे, लोक बसले आहेत चारही बाजूंना, तेव्हा वाटेल कृष्ण बसले आहेत चारही बाजूंना.

तुम्ही एक चित्र पाहिलं असेल, जुन्या घरांमध्ये. टांगलेलं असे. आता हळूहळू हरवून गेलं आहे. कृष्णाचं चित्र, त्यात सोळा हजार गोपी नृत्य करत आहेत

आणि प्रत्येक गोपीला वाटतं आहे की कृष्ण तिच्याबरोबर नाचतो आहे. सोळा हजार कृष्ण झाले आहेत.

जिथे तुम्ही पाहाल तिथे दिसेल की कृष्ण तुम्हाला जवळ घेऊन नाचतो आहे. वाऱ्याच्या झुळकीत त्याचीच भावना आहे, हावभाव आहेत. फुलांच्या सुगंधामधून त्याचंच येणं झालं आहे. पक्ष्यांच्या कंठातून त्यानंच हाक घातली आहे. नदीच्या खळखळाटात त्याच्याच पावलांचा आवाज येतो. प्रत्येक गोपीला असं वाटेल की सर्व दिशांना कृष्ण तिला घेरून नाचतो आहे. ते चित्र फार सुंदर आहे.

आणखी एक चित्र आहे. त्यात कृष्ण एका वृक्षाखाली बासरी वाजवत उभे आहेत. पण शेजारी गाय उभी आहे, तिच्यामध्येही आहेत, वृक्षाच्या पानापानात, फुलाफुलातही आहेत. सगळीकडे तेच आहेत.

जो आहे, तो परमात्मा आहे. ज्या दिवशी तुमचं असणं संपून जाईल त्या दिवशी तो प्रकट होईल.

परमात्मा एखादी व्यक्ती नाही आहे. परमात्मा हे अस्तित्व आहे. परमात्म्याचं काही नाव, गाव, पत्ता नाही आहे. कारण परमात्मा सर्व काही आहे. सर्व काहीचं असणं, सर्व काहीच्या आत लपून असलेला जो मूळ गुण आहे - असण्याचा - तोच परमात्मा आहे. 'असणेपण'.

हे समजून घ्या. गुलाबाचं फूल लाल आहे. झेंडूचं फूल पिवळं आहे, सोन्यासारखं. गुलाबाचं फूल सुंदर स्त्रीच्या ओठांसारखं. खूप फरक आहे. वृक्ष वेगवेगळे आहेत. सर्वांची हिरवळ वेगळी आहे, सर्वांचं गीत, सर्वांचं नृत्य वेगवेगळं आहे. या जवळच असलेल्या गुलमोहोराची फुलं लाल आहेत. 'लाली मेरे लालकी जित देखूं तित लाल!' आणि त्या दूरच्या अमलताश वृक्षाची फुलं पिवळी आहेत सोन्यासारखी. काही ताळमेळ नाही. अमलताशाची पानं वेगळी, गुलमोहोराची पानं वेगळी. पण दोहोंत एक गोष्ट समान आहे. अमलताश 'आहे', गुलमोहोर 'आहे', गुलाब 'आहे', मी 'आहे', तुम्ही 'आहात', दगड आहेत, पर्वत आहेत' आकाश 'आहे', 'असणेपण' समान आहे. बाकी सर्व गोष्टी वेगळ्या आहेत.

हे जे 'असणेपण' आहे, 'इजनेस', तोच परमात्मा आहे म्हणून कबीर म्हणतात, 'कहे कबीर हरि ऐसा, जहां जैसा तहां तैसा.'

नका जाऊ मंदिरात. जिथे हरीला जसं पाहाल तिथे हरीला तसंच ओळखून घ्या. फुलात दिसला तर त्याच्याशी बोला. त्याच्याच जवळ थोडा वेळ बसा. एक गाणं गुणगुणा. आकाशात दिसला तर त्याच्यातच वाकून पाहा. चंद्र चांदण्यांमध्ये दिसला तर त्यांच्याशीच थोड्या गप्पा मारा. नदीच्या खळखळाटात ऐकू आला तर नदीमध्ये उडी मारा, परमात्म्यामध्ये थोडं पोहून घ्या.

जोपर्यंत तुम्ही मंदिर-मशिदीमध्ये पाहात राहाल तोपर्यंत माणसानं बनवलेल्या

परमात्म्यामध्येच गुंतून पडाल. तो मनाचाच खेळ आहे. तुमची मंदिरं-मशिदी जगामध्ये आहेत, परमात्म्यामध्ये नाहीत, कारण ते मनाचे विस्तार आहेत.

मी कलकत्त्यामध्ये एका घरात पाहुणा होतो. शेजारी एक पोर्तुगीज चर्च होतं. मोठं सुंदर चर्च होतं. मोठा सुंदर बगीचा होता. पण मी ज्या घरी उतरत असे ते लोक जैन होते. मी सकाळी उठून चर्चच्या बागेत फिरायला जात असे. एक दिवस घराच्या मालकाला हे कळलं. ते खूप नाराज झाले. म्हणाले, तुम्हाला माहीत नाही का- हे चर्च आहे. तुम्हाला मंदिरातच जायचं असेल तर मला सांगा. मी जैन मंदिरात घेऊन जाईन.

मी त्यांना काहीच बोललो नाही. अज्ञानी लोकांशी फार न बोलणंच शहाणपणाचं असतं. गुपचुप घरी परत आलो. मी चर्चमध्ये गेलो होतो हा त्यांच्या दृष्टीनं अगदी घृणास्पद अपराध होता. आणि नुसता गेलो नव्हतो तर शांतपणे बसलो होतो.

मग काही वर्षांनी योगायोगाने पुन्हा एकदा त्यांच्या घरी पाहुणा गेलो. त्यांनी सांगितलं तुम्हाला एक आनंदाची बातमी द्यायची आहे. ते पोर्तुगीज चर्च विकायला होतं. आम्ही ते विकत घेतलं. आता त्याचं जैन मंदिर झालं आहे. चला, तुम्हाला दाखवतो. तेच चर्च. आता जैन मंदिर आहे. पाटी बदलली.

वृक्ष तेच आहेत. परमात्मा आजही तसाच आहे 'कहै कबीर हरि ऐसा ।' पण त्यांचा परमात्मा बदलला. वृक्ष तेच आहेत. फुलंही अजून तशीच फुलतात. आता हे जैनाचं मंदिर झालं आहे म्हणून त्यांचे रंग, गंध जास्त वाढले नाही आहेत. आधीही त्यांचे रंग, गंध काही वेगळे नव्हते - ते ख्रिश्चनांचं चर्च होतं म्हणून- !

फुलांना ठाऊकच नाही आहे की माणसांचा हा काय मूर्खपणा आहे. फुलांना, वृक्षांना कळलंही नसेल की पाटी बदलली आहे. फक्त पाटीच बदलली. आणखी काहीसुद्धा बदललं नाही. पाट्यांमध्ये परमात्मा नसतो. त्या माणसांच्या असतात. तुमच्या लेबलांमध्ये परमात्मा नाही. ती लेबलं तुमची आहेत.

आता मोठ्या आनंदानं ते मला घेऊन गेले. सगळं काही तसंच आहे. भिंती तशाच आहेत. संगमरवर तसाच आहे. पण मी त्यांना काहीच म्हटलं नाही. अडाण्यांना न सांगण्यातच शहाणपणा आहे. ते अगदी खुष आहेत. आता मंदिर आहे.

माणूस किती मूर्ख आहे. तुम्हाला परमात्म्याची प्राप्ती करून घ्यायची असेल तर माणसाच्या मूर्खपणापासून दूर राहा. आणि माणसाच्या मूर्खपणावर मोठ्या शास्त्रांचं आवरण असतं. मोठा पांडित्यपूर्ण असतो तो. म्हणून तुम्ही ओळखूही शकणार नाही.

'भुले भरम मरे जिन कोई, राजा राम करे सो होई ।'

हे सूत्र अहंकारावरील शेवटचा आघात आहे.

'भूले भरम मरे जिन कोई -'

आणि ज्या कोणी या भ्रमात जीवन घालवलं की मी काहीतरी करेन तो व्यर्थ मरून जातो. 'भूले भरम मरे जिन कोई ।' या भ्रमात जो जगतो की मी काहीतरी करेन तो असाच मरून जातो.

- राजा राम करे सो होई ।'

परमात्मा जे करतो तेच घडतं, ज्याला ही गोष्ट समजली की परमात्माच सगळीकडे आहे, तोच सगळं काही आहे. मी केल्याने काय होणार आहे? मी तर एक लहानशी लहर आहे. इतका छोटासा तरंग आहे– मी समुद्राला काय दिशा देणार? मी ज्या दिशेला जाईन त्या दिशेला सागर जाईल हे शक्य आहे का? सागराच्या बरोबर मी गेलो तरच माझं गन्तव्य स्थान मला मिळेल.

जेव्हा सगळीकडे परमात्मा आहे, 'जहां जैसा तहां तैसा, कहै कबीर हरि ऐसा।' जेव्हा तो तोच आहे, जेव्हा तोच तळमळतो आहे, तोच नाचतो आहे, जेव्हा तोच दुःखी आहे, तोच आनंदित आहे – आणि मी छोटासा तरंग आहे. माझ्यामध्येही तोच श्वास घेतो आहे. माझ्यामध्ये तोच जगतो आहे, माझ्यामध्ये जन्म घेतला, तेथेच मृत्यूही पावेल. माझ्यामध्ये तोच प्रवास करतो आहे. मी तर त्या यात्रेकरूचं एक पाऊल आहे. ज्यानं हे जाणलं त्याचा हा भ्रम गळून जातो की मी केल्याने काही होईल.

'राजाराम करे सो होई ।'

तो जे करतो तेच होईल.

तेव्हा परम-संतोष होतो. तेव्हा परितोषाचा वर्षाव होतो. तेव्हा सर्व दिशांनी संतुष्टपणाची फुलं बरसतात. तेव्हा तुमच्या जीवनात कसलाही असंतोष शिल्लक राहात नाही. मन हा असंतोष आहे. आत्मा हा परम संतोष आहे, परम तुष्टी आहे - जिथे अभावाची कोणतीच रेषा बाकी राहात नाही.

म्हणून दोन गोष्टी लक्षात ठेवण्यासारख्या आहेत. कर्त्याच्या भावनेपासून दूर राहा. पुण्य असो की पाप असो, 'माझं'च्या भावनेपासून दूर राहा. सांसारिक गोष्टी असोत की धार्मिक गोष्टी असोत. असं म्हणू नका- माझं मंदिर- कारण माझं दुकान आणि माझं मंदिर या दोहोंमध्ये काही फरक नाही. ते 'माझं' दोघांनाही नष्ट करतं. आणि असं म्हणू नका की मी पुण्य केलं, पाप नाही. कारण 'केलं' यातच पाप आहे. कर्ता ही भावना पाप आहे आणि 'माझं' ही भावना म्हणजे जग आहे. दोन गोष्टींमधून बाहेर पडा.

कसे बाहेर पडाल?

हळूहळू 'मी'चे आधार सोडून द्या. जेव्हा हे कळतं की त्याच्या करण्यानंच सगळं घडत असतं तेव्हा 'मी'चा शेवटचा आधारही सुटून जातो. तुम्ही जन्म

घेतलात? तुम्हाला जन्म दिला गेला आहे. तुम्ही घेतला नाहीत. यात तुमचं कर्तृत्व काय आहे? तुम्ही तरुण झालात. तुम्ही काय केलं आहे यात? तुमचं कर्तृत्व काय आहे? तारुण्य आलं. तुम्ही श्वास घेता – तुम्ही श्वास घेता? जर तुम्ही श्वास घेत असलात तर कुणी मरणारच नाही. कारण मरण येईल तरी तुम्ही घेतच राहाल. मरण काय करेल? तुम्ही श्वास घेत नाही, श्वास चालत राहतो. घेता असं काहीही नाही आहे. श्वासच तुम्हाला घेत असतो. तुम्ही नाही श्वासाला घेत.

जीवनाची ओळख थोडी लक्ष देऊन करून घ्या म्हणजे तुम्हाला कळेल की सगळं होत असतं. जे तुम्ही करत असता तेही होत असता. हा तुमचा विचार की मी जातो आहे, हा विचारही होतो आहे. हा विचार की मी जातो आहे हाही विचार होतो आहे. जेव्हा माणूस जीवनाला जाणून घ्यायला सुरुवात करतो तेव्हा कर्तापण विसर्जित होऊन जातं.

'...राजा राम करे सो होई ।'

तेव्हा समष्टी चालली आहे. आपण तिचे भाग आहोत. करण्याचं ओझं नाहीसं होतं. तुम्ही मुक्त आणि तुम्ही परितुष्ट! आणि जेव्हा हृदयामध्ये परितोषाचं गुंजन होऊ लागतं, परितोषाची वीणा वाजू लागते, तोच परमानंद आहे, सच्चिदानंद आहे.

आज इतकंच!

■

हम तो एक एक करि जाना,
दोई कहै, तिनही को दोजख, जिन नाहिन पहचाना ।
ऐकै पवन, एक ही पानी, एक ज्योति संसारा ।
एक हि खाक घड़े सब भांड़े, एक ही सिरजनहारा ।
जैसे बाढ़ी काष्ठ ही काटे, अगनि न काटै कोई ।
सब घटि अंतर तू ही व्यापक, धरै सरूपे सोई ।
माया मोहे अर्थ देखि करि काहे कू गरबाना ।
निर्भय भया कछु नहीं व्यापै, कहै कबीर दीवाना ।।

प्रवचन   पाचवे
एक ज्योति संसारा

धर्म म्हणजे असीमाचा शोध, अनादीचा शोध आहे. जिचा ना कधी प्रारंभ झाला आणि जी ना कधी समाप्त होणार आहे त्या अजस्त्र जीवनधारेचा शोध.

अस्तित्व तर अखंड आहे, पण माणसाचं लहानसं मन या अखंडाला पाहू शकत नाही. आणि माणूस जेवढं पाहू शकतो ते नेहमीच खंड खंड असतं. अखंडाला जाणून घेण्यासाठी हृदयशून्य असायला हवं. पाहणारा संपूर्ण संपून जाईल तेव्हाच पाहणं शुद्ध होईल. जोपर्यंत पाहणारा शिल्लक आहे, आतमध्ये पाहणारी दृष्टी शिल्लक आहे तोपर्यंत दृष्टी हीच एक चौकट बनून राहील.

जसं कुणीतरी खिडकीतून पौर्णिमेची रात्र पाहतं तेव्हा खिडकीची चौकट चंद्रावर जडवलेली असावी असं दिसतं. चंद्रावर कोणतीही चौकट नाही, कसलीही फ्रेम नाही, आकाश असीम आहे. पण जर खिडकीच्या आतून पाहिलं तर जेवढी खिडकी तेवढंच आकाश दिसतं.

इंद्रियांच्या आत उभं राहून जे काही पाहिलं जातं त्यावर इंद्रियांची चौकट जडवली जाते. इंद्रियं जेवढी मोठी असतील तेवढं मोठं दर्शन असेल. शिवाय आतमध्ये अनेक दृष्टी आहेत. प्रत्येक दृष्टी तुकडे करते आणि 'जो आहे' तो अखंड आहे. म्हणून आम्ही इंद्रियांच्या द्वारा जे जाणून घेऊ ते सत्य असणार नाही, आणि जे आपण मनाच्या द्वारा जाणून घेऊ ते पूर्ण असणार नाही. मन स्वत: अपूर्ण आहे.

म्हणून ज्यांनी पूर्ण विचार करून जगासंबंधी काही म्हटलं आहे. त्यांच्या सांगण्यामध्ये संपूर्ण सत्य सामावलेलं नाही. त्यांनी जे सांगितलं आहे ते सत्यासंबंधी कमी सांगतं, त्यांच्यासंबंधी अधिक सांगतं.

म्हणून लाओत्सेसारखे ज्ञानी म्हणतात, सत्य सांगता येत नाही आणि सांगितल्याबरोबर ते सत्य खोटं ठरतं. कारण शब्दाची चौकट अतिशय लहान असते. सत्याचा विस्तार अनंत आहे. क्षुद्र अशा शब्दांमध्ये सामावण्याच्या धडपडीमध्ये सत्य जड होऊन जातं. मरून जातं.

कोणीतरी मुठीमध्ये आकाश भरून घेण्याचा प्रयत्न करायला निघावं तसंच आहे हे! कसं भरणार तुम्ही मुठीत आकाश? मूठ स्वत:च आकाशात आहे. तुम्ही मुठीत आकाश कसं भरणार? आणि जितक्या जोरानं मूठ बंद कराल, आकाश निसटून जाऊ नये म्हणून, मूठ उघडली जाऊ नये म्हणून तेवढं कमी आकाश तुमच्या मुठीत राहील. मूठ जितकी घट्ट बंद असेल तितकीच रिकामी असेल. तिच्यामध्ये आकाश असणार नाही. आकाशाला मुठीत बांधून घेण्याची एकच रीत आहे, मूठ बंदच करू नका. उघड्या मुठीतच आकाश असतं.

अशाच खुल्या मनात सत्य असतं. जिथे सगळ्या चौकटी मोडून टाकल्या गेल्या, दरवाजे-खिडक्या काढून टाकल्या गेल्या आहेत, जिथे तुम्ही खुल्या

आकाशाखाली उभे आहात तिथे तुम्ही सत्यामध्ये असता. लक्षात घ्या- मी हे पुन्हा एकदा सांगतो - सत्याला तुम्ही स्वत:मध्ये सामावून घेऊ शकणार नाही, ते तुमच्याहून मोठं आहे. खूप मोठं आहे. सत्याशी संबंध तयार व्हावा असं वाटत असेल तर तुम्हालाच सत्यामध्ये सामावून जावं लागेल.

म्हणून कबीर म्हणतात, 'अवधू गगनमंडल घर कीजे ।' त्या शून्यामध्ये घर बनवा. तुम्हीच आकाशात राहू लागा. उघडून टाका मूठ! आकाश तुमच्या आतही आहे आणि बाहेरही आहे. तुम्ही बंद राहू नका.

तुम्ही मोकळे असता, मुक्त असता - हीच ध्यानाची अवस्था आहे – या वेळी मन कोणत्याही दृष्टीने पाहात नसतं, कोणत्याही धारणेने पाहात नसतं, जेव्हा मन आधीच काढत्या गेलेल्या एखाद्या निष्कर्षाच्या आडोशाला उभं राहिलेलं नसतं, जेव्हा मन आणि अस्तित्व यांच्यामध्ये शास्त्रं उभी नसतात, शब्द उभे नसतात.

धर्म तर असीम आहे. आणि जिथे जिथे सीमा दिसेल तिथे तिथे राजकारण सापडेल. धर्म तर जोडत असतो. राजकारण तोडत असतं. म्हणून धर्माचा खरा शत्रू विज्ञान नाही, धर्माचा खरा शत्रू राजकारण आहे.

विज्ञान आज नाही तर उद्या धार्मिक बनू शकतं. बनेलच. जर त्याला सत्याचा शोध घ्यायचा असेल तर धर्मापासून किती काळ दूर राहू शकेल? आणि विज्ञान रोज धर्माच्या जवळ जवळ येत राहिलं आहे. जसं जसं विज्ञानानं जाणून घेतलं आहे तसं तसं त्यालाही प्रतीत होऊ लागलं आहे की धर्माच्या सत्यामध्ये काहीतरी तथ्य आहे. आणि आज विज्ञान जवळ नसेलही परंतु जे महान वैज्ञानिक आहेत त्यांच्या हृदयात तर तेच संगीत घुमतं आहे, जे महान संतांच्या हृदयामध्ये घुमलं आहे.

कबीराच्या हृदयामध्ये जे गुंजन आहे तेच आईनस्टीनच्या हृदयात आहे. मृत्यूच्या वेळी आईनस्टीननं म्हटलं आहे की जसं जसं मला कळू लागलं तसं तसं जगाचं सत्य पदार्थांपुरतं मर्यादित आहे असं वाटेनासं झालं. ठिकठिकाणी परमात्म्याचा ठसा उमटलेला दिसतो.

दुसरा एक मोठा वैज्ञानिक एडिंग्टननं लिहिलं आहे की जेव्हा मी आपली विज्ञानयात्रा सुरू केली तेव्हा मला वाटत होतं की पदार्थ म्हणजेच सर्व काही आहे. आणि मी समजत होतो की विचार हेही पदार्थाचंच एक रूप आहे. परंतु आता जेव्हा मी आयुष्याच्या अखेरच्या मुक्कामावर पोचलो आहे तेव्हा माझी दृष्टी संपूर्ण बदलून गेली आहे. आता मला असं वाटतं की पदार्थही विचाराचंच एक रूप आहे, चैतन्याचाच एक प्रकार आहे आणि आता वस्तू मला वस्तू वाटत नाहीत तर विचाराचं सघन रूप वाटतात.

आज नाही तर उद्या विज्ञान तर धर्माच्या जवळ येईलच. शत्रुत्व आहे ते राजकारणाशी. राजकारण कधीही धर्माच्या जवळ येऊ शकत नाही. कारण राजकारणाचं

सगळं कार्य तोडण्याचं असतं. पृथ्वी तर एक आहे. पृथ्वीवर कुठे खुणा आहेत – हा भारत इथे संपला आणि पाकिस्तान सुरू झाला, अशा? तुम्ही पृथ्वीवर अशी जागा शोधून पारखून काढू शकता का- जिथे पोचल्यावर तुम्ही म्हणू शकाल- इथे भारत संपला आणि पाकिस्तान सुरू झाला.

नाही- पृथ्वीवर किती शोधलं तरी अशा खुणा सापडणार नाहीत. पृथ्वी तर अखंड आहे. तुम्हाला शोधायचं असेल तर राजकारण्यांनी बनवलेले नकाशे बघावे लागतील. ते खोटे आहेत. ते माणसाने निर्माण केलेले आहेत. हिंदुस्थान कुठे संपतो आणि पाकिस्तान कुठे सुरू होतो याचा पृथ्वीला पत्ताच नाही आहे. हिंदुस्थान पाकिस्तानात शिरलेला आहे आणि पाकिस्तान हिंदुस्थानात शिरलेला आहे. सगळी पृथ्वी एकच आहे.

पृथ्वीच फक्त एकत्रित आहे असं नाही तर ती चंद्र-ताऱ्यांशीही जोडलेली आहे. एकटं या जगात कुणीच नाही आहे. सगळं एकत्रित आहे.

दहा कोटी मैलांवर आहे सूर्य पृथ्वीपासून पण फुलांमध्ये तुम्हाला जे रंग दिसतात ते सूर्याच्या किरणांचे आहेत. सूर्य नसेल तर पृथ्वीचे सगळे रंग हरवून जातील. पृथ्वीवर तुम्हाला जिथे जिथे रंग दिसतात, जीवन दिसतं, प्राण दिसतात, ते सगळं सूर्याचं आहे. दहा कोटी मैल दूर आहे. किरणाला इथे पोचायला दहा मिनिटं लागतात.

आणि किरणाचा वेग प्रचंड असतो. दर सेकंदाला एक लाख शहाऐंशी हजार मैल जातो. सूर्यापासून इथे पोचायला दहा मिनिटं लागतात. खूप अंतर आहे. पण सूर्य तर खूप जवळ आहे. तारे आहेत. सर्वात जवळचा तारा आहे, त्याच्या किरणाला पृथ्वीपर्यंत पोचायला चार वर्षं लागतात. वेग तोच- एक लाख शहाऐंशी हजार मैल दर सेकंदाला.

त्यानंतर असे तारे आहेत, ज्यांच्यापासून निघालेले किरण पृथ्वीवर पोचायला शंभर वर्षं लागतात. शंभर वर्षं लागतात, हजार वर्षं लागतात, दहा हजार वर्षं लागतात, कोटी वर्षं लागतात, दहा कोटी वर्षं लागतात. वैज्ञानिक आता अशा ताऱ्यांचा शोध करत आहेत, जेव्हा त्यांचे किरण निघाले तेव्हा पृथ्वीचा जन्मही झाला नव्हता. आणि ते किरण अजून पोचलेले नाहीत. पृथ्वीचा जन्म झाला त्याला चार अब्ज वर्षं झाली.

आणि हाही शेवट नाही, त्यांच्याही पलीकडे विश्व आहे, अस्तित्व पसरलेलं आहे. पसरतच गेलं आहे. म्हणूनच तर हिंदूंनी अस्तित्वाला ब्रह्माचं नाव दिलं आहे. ब्रह्म या शब्दाचा अर्थ आहे, जे पसरतच चाललं आहे, ज्याचा विस्तार होत राहिला आहे. 'इथे हा विस्तार पूर्ण झाला' असं म्हणता येईल अशी एकही जागा तुम्हाला शोधूनही सापडणार नाही.

'ब्रह्म' या शब्दाहून अस्तित्वासाठी वापरलेला अधिक सुंदर शब्द दुसऱ्या कोणत्याही भाषेमध्ये नाही. कारण ब्रह्म या शब्दाचा अर्थच आहे विस्तीर्ण... आणखी विस्तीर्ण... आणखी विस्तीर्ण. जे विस्तीर्ण होतच राहिलं आहे. आणि कुठेही सीमा येत नाही. सगळं एकमेकांशी जोडलं गेलेलं आहे, संयुक्त आहे.

तुम्हाला दिसणार नाही पण तुम्ही सूर्याशी जोडलेले आहात. सूर्य विझून गेला तर तुम्ही विझून जाल. हे सगळे दिवे जे तुमच्या डोळ्यांत उजळलेले आहेत, त्या क्षणी विझून जातील. कारण सूर्याशिवाय पृथ्वीवर जीवन असूच शकत नाही. सूर्याखेरीज पृथ्वीवर काहीही घडू शकत नाही. फक्त महामृत्यू होतो. फुलं नाही उमलणार, फळं नाही लगडणार, पक्षी गीतं नाही गाणार, डोळ्यांचे दीप विझून जातील. एक प्रचंड स्मशान निर्माण होईल.

तर आपण एक क्षणभरही सूर्यापासून दूर राहू शकत नाही. त्याचा प्रकाश आपल्याला जीवन देतो. तो तुमच्या रोमारोमात सामावलेला आहे. तुम्ही कुठे संपता? तुम्हाला वाटत असेल की चामडीशी संपतो तर तुम्ही चूक करत आहात. कारण सूर्याशिवाय तुम्ही असूच शकत नाही. जर तुम्हाला चामडीच समजायची असेल तर ती तरी तुमची कुठे आहे? ती कमीत कमी सूर्याजवळ आहे असं समजा. तेथपर्यंत तुमची चामडी जुळलेली आहे.

तुमच्या चामडीच्या द्वारे तुम्ही दर क्षणाला श्वास घेता आहात. हजारो छिद्रं आहेत. वैज्ञानिक म्हणतात, तुम्ही नाकानं श्वास घेत नाही तर रोमारोमानं श्वास घेता आहात. प्रत्यक्षात हे रोम श्वास घेण्याची छिद्रं आहेत. तुम्हांला नाकानं श्वास घेऊ दिला पण सर्व अंगावर रंग थापला आणि सर्व छिद्रं बंद करून टाकली तर तुम्ही तीन तासांमध्ये मरून जाल. नाक उघडं ठेवलं तर तुम्ही हवा तेवढा श्वास घ्या नाकानं पण रोमांनी श्वास घेतला नाही तर तीन तासांत मरण येईल.

कुठे आहे तुमच्या चामडीची सीमा? हवेशिवाय तुम्ही एक क्षणभरही राहू शकणार नाही. हवेमुळे तर तुमचं जीवन आहे आणि हवेचा विस्तार पृथ्वीच्या चारही बाजूंनी दोनशे मैलांपर्यंत आहे. तुम्हाला आपली सीमाच शोधायची असेल तर हवेमध्ये शोधा. पण तेव्हा तुम्ही पृथ्वीहून मोठे होऊन जाता.

पण ती हवाही प्राणवायूने भरलेली आहे. कारण सूर्याचे किरण दर क्षणाला प्राणवायू निर्माण करत असतात. म्हणजे सीमा ठरवायचीच असेल तर सूर्याला बनवा. पण सूर्य तर स्वतःच महासूर्यांवर अवलंबून आहे. त्यांच्यापासून त्याला जर तेज मिळालं नाही तर तोही केव्हाच विझून जाईल.

एक फार महत्त्वाची गोष्ट समजून घ्यायला हवी. चेतनेच्या अनुभवाचे तीन प्रकार आहेत. एक- जेव्हा माणूस आपण परतंत्र आहोत असा अनुभव घेऊ लागतो, डिपेन्डंट आहोत असा अनुभव घेऊ लागतो. दुसरा- जेव्हा माणूस स्वतंत्रतेचा अनुभव घेऊ

लागतो, इन्डिपेंडंट आहोत असा अनुभव घेऊ लागतो आणि तिसरा प्रकार जो सर्वात श्रेष्ठ आहे तो- जेव्हा माणूस परस्परांवर अवलंबून असल्याचा अनुभव घेतो- इंटरडिपेन्डंट असल्याचा अनुभव घेतो. ती श्रेष्ठतम अवस्था आहे.

जेव्हा तुम्ही परतंत्र असल्याचा अनुभव घेत असता तेव्हा दुसऱ्यांबरोबरचे तुमचे संबंध राजकारणी असतात. दुसरा शत्रू आहे. जेव्हा तुम्ही स्वतंत्र असल्याचा अनुभव घेता तेव्हा तुम्ही दुसऱ्याशी बंड पुकारलेलं असतं. स्वतंत्रता मिळाली पण मैत्री नाही होऊ शकली. आणि दोनही अवस्था चुकीच्या आहेत. कारण कोणी परतंत्रही नाही आणि कोणी स्वतंत्रही नाही. सत्य हे आहे – परस्पर-तंत्रता, इंटरडिपेंडन्स. प्रत्येक गोष्ट एकमेकांवर अवलंबून आहे.

तुमच्याशिवाय वृक्ष असणार नाही, वृक्षाशिवाय तुम्ही असणार नाही. तुम्ही दिवसभर श्वास घेता, ऑक्सिजन घेता आणि कार्बन-डाय-ऑक्साईड हवेमध्ये सोडता. वृक्ष कार्बन-डाय-ऑक्साईड घेतात आणि ऑक्सिजन सोडतात. म्हणूनच तर वृक्षांजवळ बसलं की तुम्हाला ताजंतवानं वाटतं.

आणि म्हणूनच तर तुमच्या सिमेंट-क्रॉंक्रीटच्या वस्तू स्मशानासारख्या भासतात, त्यांच्यामध्ये वृक्ष हरवून गेले आहेत कारण तेथे जीवन देणारा कोणी नाही आहे. तेथे परस्परसंबंध तुटून गेला आहे. सिमेंटचा रस्ता श्वास परत नाही देत. सिमेंट-कॉंक्रीटच्या आकाशाला भिडणाऱ्या इमारती, घरं काहीच परत देत नाहीत. मेलेली आहेत.

वृक्षापासून देणंघेणं आहे. तुम्ही इथे श्वास सोडला, वृक्ष तो पिऊन टाकतो. तुमचा कार्बन-डाय-ऑक्साईड, जो तुमच्यासाठी विष आहे तो वृक्षासाठी जीवन आहे. ज्याचा वृक्षाला काही उपयोग नाही तो ऑक्सिजन तुमचं जीवन आहे. म्हणूनच तर वृक्षांच्या जवळ बसल्यावर असं वाटतं की जीवनात एक पूर आला आहे. पर्वतावर गेल्यावर असं वाटतं की जीवनात एक ऊर्जा आली आहे. तुम्ही नवे होऊन गेलात, ताजे झालात. हिरवळीला नुसतं पाहूनही आतमध्ये थंड वाटू लागतं, शीतल होऊन जातं. तुमचे डोळे हिरवळीसाठी तहानेले आहेत. आणि आज नाही तर उद्या विज्ञानाला याचाही शोध लागेल की हिरवळही तुमच्या नजरेसाठी तहानेली आहे. कारण अस्तित्व परस्परांवर अवलंबून आहे. तुम्ही एखाद्या वृक्षाकडे प्रेमाच्या नजरेनं बघता तेव्हा तो वृक्षही थोडा कंपित होतो.

याचा शोध घेणं सुरू झालं आहे. पश्चिमेकडील एक फार मोठा विचारवंत आणि संशोधक आहे. बेकर- त्यानं झाडांवर खूप प्रयोग केले आहेत आणि तो म्हणतो की झाडांजवळ कोणी प्रेमाने जातं तेव्हा ते झाड तनमनानं उल्हसित होऊन जातं. या गोष्टीची वैज्ञानिक परीक्षा घेणंही शक्य आहे.

तुमचा कार्डियोग्राम काढतो डॉक्टर, तेव्हा तारा जोडतो. मग तुमचं हृदय

कसं चाललं आहे याचा एक आलेख ते यंत्र काढतं. नीट चाललं आहे की नाही, निरोगी आहे की काही रोग लागला आहे. तुम्ही आनंदात आहात की दु:खी आहात. तुम्ही जीवनानं भरलेले आहात की मरणाच्या दिशेनं घसरू लागला आहात. सगळी बातमी आलेखामध्ये येते.

अगदी तसेच आलेख वृक्षांचे बनले आहेत. वृक्षांमध्ये तारा जोडल्या जातात. वृक्षावर प्रेम करणारी एखादी व्यक्ती वृक्षाजवळ येते आणि तारा बातमी देऊ लागतात की वृक्ष प्रसन्न आहे, खूप आनंदात आहे. त्याच्या मनात स्वागत भरून राहिलं आहे. तुमची भाषा नाही बोलत. आपल्याच भाषेनं स्वागत करतो आहे. त्याचा कण कण कंपित झाला आहे, पुलकित झाला आहे, आनंदित झाला आहे.

मग येतो एक माणूस जो वृक्षांचा शत्रू आहे. नुसता गवतावर बसला असला तरी गवत उपटत राहतो. कारण नसताना.

इथे मला लोक भेटायला येतात – मी लॉनमध्ये बसणं बंद केलं आहे. कारण जे कोणी लोक मला भेटायला येत – ज्यांना मी लॉनवर बसून भेटत असे ते सगळे सारा वेळ एकच काम करत असत – गवत उपटायचं. का उपटता आहात? त्यांचं लक्षच नसे ते काय करत आहेत तिकडे. आतमध्ये एक बेचैनी आहे – तिच्यामुळे कोणतीही गोष्ट नष्ट करण्यातच आनंद वाटतो. त्यांना थांबवलं तरी थोड्या वेळात पुन्हा सुरू करणार. गवत उपटण्याचं काही कारणही नाही त्यांना. पण आतली बेचैनी जीवनाला नष्ट करते आहे. सिमेंटच्या फरशीवर बसण्याचीच त्यांची लायकी आहे. गवतासारख्या जिवंत गोष्टीला त्यांच्यापासून धोका आहे.

असा माणूस जर वृक्षाजवळ आला की वृक्षाचे प्राण थरकापून जातात की शत्रू आला. धडपड सुरू होते. आलेखावर बातमी येते की वृक्ष फार घाबरलेला आहे. घाबरतो आहे. शत्रू जवळपास आहे म्हणून चिंतेत आहे. जेव्हा तुम्ही प्रेमानं भरपूर अशा दृष्टीनं वृक्षाकडे पाहता तेव्हा तुम्हीच फक्त हिरवे होऊन जाता असं नव्हे तर वृक्षालाही तुम्ही हिरवाई देत असता. जीवनाचं दान देत असता.

सगळं एकमेकाशी जुळलेलं आहे, संयुक्त आहे. तुमच्या असण्याचा कुठे काही अंतच नाही आहे. हे मोठं अस्तित्व जेवढं प्रचंड आहे तेवढंच तुमचंही अस्तित्व आहे. त्याहून कणभरही कमी नाही. तुम्ही स्वत:ला यापेक्षा कणभरही कमी समजाल तर तुम्ही दु:खी राहाल, नरकात राहाल. कारण असत्यामध्ये कोणतंही सुख कसं प्राप्त होऊ शकेल? असत्य हे दु:ख आहे पण सारं राजकारण तुमचे तुकडे करतं.

लोक माझ्याकडे येतात. म्हणतात मी हिंदू! माणूस असणं पुरेसं आहे. खूप योग्य नसेल पण हिंदू होण्यापेक्षा तरी अधिक चांगलं असतं. हिंदू तर फक्त वीस कोटी आहेत. माणसं कमीत कमी चार अब्ज! थोडे तरी मोठे असाल. पण त्या

माणसाकडेही आणखी थोडी चौकशी करा, तो म्हणतो, मी रामाला मानणारा हिंदू आहे. कृष्णाला मानणारा नाही.

राजकारणाने आणखी तुकडे केले. आता तो पूर्ण हिंदूही नाही. वीस कोटी लोकांशीही त्याचं तादात्म्य राहिलं नाही. आता दहा कोटी लोकांशीच त्याचं तादात्म्य शिल्लक आहे. माणूस असा फुटत जातो. शिवाय हजार पंथ आहेत. घराघरात पंथ आहेत, संप्रदाय आहेत आणि माणूस आणखी लहान होत जातो.

कमीत कमी माणुसकीशी तरी नातं जोडा. माणूसपण ही काही फार मोठी घटना नाही आहे कारण पृथ्वी फार लहान आहे. सूर्य तिच्याहून साठ हजार पट मोठा आहे. आणि सूर्य... अगदी मध्यम असं त्याचं अस्तित्व आहे. त्याच्याहून हजारो पट मोठे सूर्य आहेत. पृथ्वीचा तर काही कुठे पत्ताच नाही.

आणि पृथ्वीवर माणसं फक्त चार अब्ज आहेत. डासांचा विचार करा – किती अब्ज असतील! माणसं चार अब्ज आहेत. मग किडे-पतंगांचा विचार करा. माणसाची काय लायकी आहे? तुम्ही नव्हतात तेव्हाही डास होते. तुम्ही नसाल- आणि राजकारण्यांच्या मनाप्रमाणे घडलं तर तुम्ही फार दिवस राहणारही नाही – हे शतक संपता संपता सगळंच संपून जाईल. डास तेव्हाही शिल्लक असतीलच. त्यांचं गुणगुणणं शिल्लक राहीलच. किती प्राणी आहेत!

थोडंसं मोठं व्हायचं असेल तर... आणि लहान असल्यामुळे तुम्हाला त्रास होतो आहे तरीही तुम्हाला मोठं व्हावंसं वाटत नाही. क्षुद्र असण्याने तुम्हाला त्रास होतो आहे. मोठ्या माणसाला लहान मुलाचे कपडे घालायला लावले तर त्याला जसा त्रास होईल तसा तुम्हाला होतो आहे. लहान मुलाची चड्डी घालून उभे आहात. त्रास होतो आहे, बंधन वाटतं आहे, आवळ झाले आहेत कपडे, पण आकांक्षा आणखी लहान होण्याची आहे.

सर्व संप्रदाय राजकारणी आहेत कारण ते तुकडे करतात. हिंदू, जैन, बौद्ध, ख्रिश्चन सगळं राजकारणच आहे कारण ते तुकडे पाडतात. धर्म तर जोडणारा असतो.

तर धर्म प्रथम तुम्हाला जोडेल मानवतेशी. मग जोडेल प्राणाशी. प्राणाशी जोडून जा. मग जोडेल अस्तित्वाशी. तुम्ही जेव्हा अस्तित्वाशी जोडले जाल तेव्हाच तुम्हाला ब्रह्मज्ञानाची प्राप्ती होईल. तेव्हा तुम्ही इतके मोठे व्हाल जेवढं हे सारं असणं मोठं आहे. याहून तुम्ही कणभरही लहान राहणार नाही.

म्हणूनच तर उपनिषदामध्ये ऋषींनी म्हटलं आहे, 'अहं ब्रह्मास्मि।' मी ब्रह्म आहे. हे काही अहंकाराचं बोलणं नाही आहे. ही तर निरहंकाराची परम उद्घोषणा आहे. जेव्हा ऋषीनं म्हटलं– अहं ब्रह्मास्मि. तेव्हा मी शिल्लकच नाही आहे. त्यानं 'मी'- बद्दल काही म्हटलेलंच नाही. नाईलाज आहे, तुमच्या भाषेचा वापर करावा

लागतो आहे. म्हणून 'अहं' हा शब्द वापरला. 'मी ब्रह्म आहे' नाही तर 'मी'तो नाहीच आहे. जोपर्यंत 'मी' आहे तोपर्यंत ब्रह्माचा अनुभव येणं शक्यच नाही. 'अहं ब्रह्मास्मि' याचा अर्थ आहे, मी नाही आहे, ब्रह्म आहे.

'मी' असेल तर तो छोटाच राहील. तुमची काही ना काही सीमा असेलच. कुठे ना कुठे तुम्ही संपून जाल. तुमची कोणती ना कोणती व्याख्या असेल, परिभाषा असेल. आता अपरिभाष्याशी, असीमाशी एक होऊन जाणं हाच परम आनंद आहे. सारे ज्ञानी एकच सांगत आहेत की तुम्ही एक लहानसं तळं होऊन बसला आहात, लहानसं डबकं आहात, फुकट सडत आहात – सागराच्या दिशेनं वाहात जाऊ शकत आहात तरीही.

तर पहिलं काम आहे, वाहणं आणि दुसरं काम आहे समुद्रात बुडून जाणं.

आणि या त्रासाचा तुम्हालाही अनुभव असेलच. तुम्हाला जाणवतो आहे की नाही ही गोष्ट वेगळी. लहान होणं कुणाला आवडतं? लहान लहान मुलांनाही नाही आवडत. तोही बापाजवळ खुर्चीवर उभा राहतो आणि स्वतःचं डोकं बापापेक्षा उंच गेलं की म्हणतो मी तुमच्याहून मोठा! लहान होणं कुणाला आवडतं? लहान असण्यात फार त्रास आहे. तुम्ही गरीब असलात तर चांगलं नाही वाटत, तुम्हाला श्रीमंत व्हावंसं वाटतं. याचं कारण काय आहे?

थोडं मोठं व्हावंसं वाटतं. इन्कमचं ब्रॅकेट थोडं मोठं व्हावं असं वाटतं तुम्हाला. वर्षाला दहा हजार रुपये कमावता, दहा लाख कमावू लागा. थोडा तरी मोठेपणा यावा. एका लहानशा झोपडीत राहता, मोठ्या महालात राहण्याची इच्छा करता. तुमच्या आतला प्राण काय सांगतो आहे ते तुम्हाला समजत नाही आहे. तो असं सांगतो आहे की मला थोडी जागा हवी आहे. थोडा मोकळेपणा हवा आहे. थोडंसं विस्तारण्याची सोय हवी आहे. तो असं सांगतो आहे की लहान होण्यामध्ये त्रास आहे.

पण हे तुम्हाला समजत नाही आहे. कारण कितीही पैसा कमवा, तुम्ही लहानच राहाल. कितीही पैसा मिळवा, मर्यादा तशाच राहतील. सीमा लहान असो, मोठी असो, सीमा ही सीमाच असते. सीमेचा त्रास आहे. दहा हजारांची सीमा असो की दहा लाखांची, काही फरक पडत नाही. दहा लाखांची सीमा बनली की मन म्हणेल दहा कोटी. थोडे मोठे व्हा. थोडे विस्तृत व्हा.

सर्व बाजूंनी फैलण्याचा तुम्ही प्रयत्न करता आहात. प्रत्येक माणूस धार्मिक असतो पण त्यालाच ते ठाऊक नसतं. काही लोक समजून धार्मिक असतात तर काही न समजता. जे न समजता धार्मिक आहेत ते फिरतात खूप पण पोचत कुठेच नाहीत. जे समजून घेऊन निघतात ते वाट चुकत नाहीत, पोचून जातात. वाट चुकून घेऊन निघतात ते वाट चुकत नाहीत पोचून जातात. वाट चुकून फिरण्यामध्ये

तेवढीच शक्ती लागते जेवढी पोचण्यामध्ये लागते. कदाचित थोड्या कमी शक्तीमध्ये पोचत असतील. कारण उगाच नको त्या रस्त्यांवर फिरत राहात नाहीत.

तुम्ही आपल्या वासनांचं नीट निरीक्षण केलंत तर तुम्हाला दिसेल की सर्व वासनांचं सार एकच आहे, तुम्हाला लहान व्हायचं नाही आहे. कोणी तुमच्या पायावर पाय दिला तर तुम्ही एकदम ताठ होता. कणा सरळ होतो. तुमच्या पूर्ण उंचीला पोचलात की म्हणता, मी कोण आहे, माहीत आहे? तुम्ही असं म्हणत असता की कोणीही उठावं आणि माझ्या पायावर पाय द्यावा इतका मी लहान माणूस नाही आहे.

तुम्ही हे सांगता आहात की तुम्ही – दुसऱ्यानं तुम्हाला जरा जास्तच लहान समजलं आहे. तुम्ही इतके लहान नाही आहात. तुम्ही म्हणता, माहीत आहे, मी कोण आहे? मोठ्या गर्वानं चालता तुम्ही.

तुम्ही जे नसता तेही दाखवता तुम्ही. तुमच्याजवळ फार पैसा नसतो पण तुमच्याजवळ भरपूर पैसा आहे अशा अफवा तुम्ही पसरवता. घरी पाहुणे येणार आहेत, शेजाऱ्याचा सोफा सेट मागून आणता. जे तुमच्याजवळ नाही आहे तेही आहे असं दाखवता. घरात रोज ओलंकोरडं अन्न खाता, पाहुणे येतात तेव्हा शिरापुरी बनवता. हे सगळं त्या पाहुण्यासाठी नसतं – पाहुण्याला तर तुम्ही मनात शिव्या देत असता – कुठून आला आहे हा – ज्याला शिव्या देता आहात त्यालाच शिरापुरी खायला का घालता आहात? नाही, तुम्हाला असं दाखवायचं आहे की खूप मजा येते आहे. मजेत आयुष्य चाललं आहे. खूप पसरलेलं आहे. काही कुठे कमी नाही आहे.

मी असं ऐकलं आहे की मुल्ला नसरुद्दीनच्या घरी एक पाहुणा आला. पत्नी नाराज! मुल्लाही दुःखी. पण शिरापुरी तर बनवावीच लागली. पाहुण्याला आग्रह करून खायलाही घालावी लागली. मनातल्या मनात शिव्या चालूच होत्या की दुष्ट माणूस खातच सुटला आहे. 'पुरे'सुद्धा म्हणत नाही आहे. शेवटी मुल्लानं विचारलं, आणखी एक पुरी? पाहुणा म्हणाला नको, खूप झालं जेवण, आता पुरे. मुल्ला म्हणाला, खूप कुठे झालं जेवण? आणि मोजतंय कोण? फक्त बारा पुऱ्या खाल्ल्या आहेत तुम्ही, कोण मोजतंय इथे?

मन मोजतं आहे आणि कोणी मोजत नाही आहे असं दाखवूही पाहात आहे. तुमच्या सगळ्या वासनांमध्ये तुमची एकच इच्छा असते की तुम्ही मोठे आहात. आणि प्रत्येक ठिकाणी तुम्हाला अडचण येते. मोठे नाही होऊ शकत. सर्व ठिकाणी सीमा येते.

धनाची एक सीमा आहे. सत्तर वर्षांमध्ये किती कमावाल? कितीही कमवा, जगातल्या सर्वात श्रीमंत माणसानं मरताना जे सांगितलं ते ध्यानात ठेवा.

अमेरिकेत एक खूप श्रीमंत माणूस होऊन गेला, अँड्र्यू कार्नेगी दहा अब्ज रुपये नगद मागे ठेवून मेला. एवढा नगद पैसा कोणाजवळही नव्हता. मरणाच्या वेळी अँड्र्यू कार्नेगीला कोणीतरी विचारलं, 'तुम्ही आनंदानं मरत असाल ना? एवढी प्रचंड संपत्ती मागे ठेवून जाता आहात.' अँड्र्यू कार्नेगीनं डोळे उघडले आणि म्हटलं, 'आनंदानं? माझा इरादा शंभर अब्ज रुपये जमवण्याचा होता. मी तर एक हरलेला माणूस आहे. पराजित.'

अँड्र्यू कार्नेगी एका गरीब घरात जन्मला. आपल्या आयुष्यात त्या एकट्या माणसानं स्वत:च्या मेहनतीनं दहा अब्ज रुपये कमावले. पण संतोष नाही, दु:ख आहे. कारण दहा अब्ज हीसुद्धा सीमाच झाली. दहा रुपयांचीसुद्धा सीमा होते आणि दहा अब्जांचीही बनते. थोडी मोठी झाली म्हणून काय झालं? जोपर्यंत सीमा आहे तोपर्यंत तुम्ही लहानच दिसणार. तोपर्यंत दु:ख, त्रास हा राहणार.

एकच क्षण आहे जेव्हा तुमची सारी पीडा संपूर्णपणे नष्ट होऊन जाते – ज्या दिवशी तुम्ही विराटाशी एकरूप होऊन जाता तेव्हा. ज्याची कोणतीही सीमा नाही तेच धर्माचं जागृत होणं आहे. तोच ब्रह्मामधील प्रवेश आहे. तेच नदीचं सागरामध्ये हरवून जाणं आहे.

कबीर सर्व बाजूंनी याच गोष्टीकडे बोट दाखवत आहेत.

'हम तो एक एक करि जाना ।'

कबीर म्हणतात, आम्ही तर एकाला एक म्हणून जाणून घेतलं. द्वैत मिटवून टाकलं. आता आम्ही दोन नाही आहोत. भक्त जोपर्यंत भगवान बनून जात नाही तोपर्यंत द्वैत शिल्लक राहतं. भक्त अगदी भगवानाच्या चरणांपर्यंत जरी जाऊन पोचला तरीही तृप्ती होत नाही.

खरी गोष्ट अशी आहे की चरणांशी पोचल्यावर अतृप्ती आणखीच वाढते. विरह अधिक गहन होत जातो. संताप अधिक सखोल होऊ लागतो की इतक्या जवळ येऊनही आता काय अडचण आहे – एक लांब उडी ठोकून मी परमात्मा का होऊ शकत नाही आहे?

म्हणून हिंदुधर्म ज्या उंचीला जाऊन पोचतो तेथपर्यंत इस्लाम, ख्रिश्चन, ज्यू हे धर्म नाही पोचू शकत. एक पाऊल मागे राहतात. ख्रिश्चन किंवा इस्लाम परमात्म्याच्या चरणांपर्यंत तर आणतात. पण ती शेवटची उडी मारण्याची हिंमत नाही होऊ शकत. शेवटच्या उडीमागची हिंमत आहे, परमात्मा होऊन जाणं. त्याहून कमी स्वीकारू नका. त्याहून कमी स्वीकाराल तर दु:खी व्हाल. परमात्म्याच्या चरणांशी राहाल पण नरकात राहाल. कारण सीमा तशीच राहील. जोपर्यंत तुम्ही परमात्माच होऊन जात नाही तोपर्यंत दु:खाची रेखा तशीच राहील.

'हम तो एक एक करि जाना ।'

कबीर म्हणतात की आम्ही तर एकाला एक म्हणून जाणून घेतलं. आता कोणतंच द्वैत राहिलं नाही. आता आम्ही वेगळे नाही आहोत. आता तू कोणी वेगळा नाही आहेस.

सूफी लोकांची एक जुनी कथा आहे. त्या कथेमध्ये मी थोडी भर घातली आहे. कथा अशी आहे, जलालुद्दीन रूमीच्या एका गीतामध्ये – प्रियकराने प्रेयसीच्या दारावर थाप दिली अर्ध्या रात्री.

प्रेयसीनं आतून विचारलं, 'कोण आहे?'

प्रियकरानं उत्तर दिलं, 'मी तुझा प्रियकर – माझा पायरव नाही ओळखलास? माझा आवाज नाही ओळखलास?'

आत शांतता पसरली. काहीच उत्तर आलं नाही. प्रियकर बेचैन झाला. त्यानं विचारलं, 'काय झालं? दार का उघडत नाहीस?' प्रेयसीनं सांगितलं, 'या घरात दोघांसाठी जागा नाही आहे. तू तरी नाही तर मी तरी. प्रेमाच्या घरात दोघांसाठी जागा नाही आहे. जोपर्यंत तू एक होऊन येत नाहीस तोपर्यंत हे दार बंदच राहील.'

प्रियकर परत गेला. दिवस आले आणि गेले. ऋतू आले आणि गेले. वर्षं उलटली. खडतर साधना केली त्यानं. स्वतःला खूप उजळलं. शुद्ध केलं. आगीतून गेला. सुवर्ण झाला. मग एका पौर्णिमेच्या रात्री त्यानं परत दारावर थाप मारली.

तोच प्रश्न 'कोण आहे?'

प्रियकरानं उत्तर दिलं, 'तूच आहेस.'

रूमी म्हणतो, दरवाजा उघडला गेला. हिंदूंना आवडणार नाही, इस्लामला पटेल. इथपर्यंतची कहाणी ठीक आहे.

इस्लाम सांगतो, भक्ताने परमात्म्याला सांगून टाकावं, की बस् फक्त तूच आहेस, मी नाही आहे. की झालं. प्रवास पूर्ण झाला. पण आणखी थोडं निरखून पाहिलं तर जोपर्यंत 'तू' ची भावना आहे, तोपर्यंत 'मी' ची भावना नष्ट नाही होऊ शकत. कारण 'तू' याचा अर्थ 'मी' असा नाही तर दुसरा काय आहे? 'तू'मधला सगळा अर्थ 'मी'मुळेच आहे. 'तू'च्या आधी 'मी' आहे आणि जेव्हा प्रियकरानं सांगितलं, 'तूच आहेस' तेव्हा कोण बोलतं आहे? आणि त्यालाही आत हे जाणवलेलं आहे की हे मी बोलतो आहे. मीच 'तू' म्हणू शकतो. 'मी' नसेल तर 'तू' कोण म्हणेल?

म्हणून रूमीची कविता पूर्ण होते – दरवाजा उघडला गेला असं म्हणून. पण मी अजून थोडा वेळ दार बंद ठेवू इच्छितो. रूमी मला भेटले तर मी त्यांना सांगेन, कविता आणखी थोडी पुढे जाऊ दे. प्रेयसीला म्हणू दे की जोपर्यंत 'तू' आहे तोपर्यंत 'मी'ही राहणारच. दोघांसाठी दरवाजा उघडणार नाही. प्रियकराला परत पाठवून द्या.

आता कचरा जळून गेला, सोनं राहिलं. आता सोनंही संपून जाऊ दे. अशुद्ध गेलं, शुद्ध राहिलं. आता शुद्धसुद्धा जाऊ दे. पाप गेलं, पुण्य राहिलं. आता पुण्यही जाऊ दे.

आणि तेव्हा मी म्हणतो आहे, प्रियकराला येण्याची जरूर नाही. प्रेयसीच येईल. तेव्हा त्याला दुसऱ्यांदा दरवाजावर थाप द्यायला आणावं लागणार नाही. दोन वेळा थाप दिली, खूप झालं. आता प्रियकर येणार नाही. तेव्हा प्रियकर जिथे असेल तिथे मग्न असेल. आता प्रेयसीच त्याला शोधत येईल. प्रेयसीच येऊन त्याला आलिंगन देईल.

ज्या दिवशी भक्त संपूर्णपणे संपून जातो, भगवान येतो आणि मी तुम्हाला सांगतो, भक्त भगवानापर्यंत कसा पोचतो? तुम्हाला ना त्याचा पत्ता ठाऊक, ना घर ठाऊक. पत्र लिहिणार तर कुठे? जावं तर कुठे? तुम्ही त्याला शोधणार कसे? तो भेटला तर ओळख पटणार कशी? कळणार कसं की हाच तो आहे? कारण याआधी तर कधी भेटला नाही आहे.

नाही, तुम्ही नाही जाऊ शकणार. तुम्ही संपलात की तो येतो. तो तुमच्या हृदयाच्या द्वारावर स्वतःच थाप देतो. तो स्वतःच येतो. ज्या दिवशी भक्त तयार होतो त्या दिवशी भगवान त्याला शोधत येतो. कारण भगवान तर सदैव होताच. तुमच्या आसपासच होता. तुमच्या चारही बाजूंना होता. तुम्हाला वेढून होता. तुमचा श्वास होता. तुमचा प्राण होता. तुम्ही 'स्वत:'ने इतके भरून गेला होतात की रिकामी जागाच नव्हती आतमध्ये. 'अवधू गगनमंडल घर कीजे ।'

जेव्हा तुम्ही शून्य होऊन जाता तेव्हा तो उतरून येतो. शून्यतेमध्ये पूर्णता अशी उतरते जणू थेंब सागरामध्ये हरवून जावा. शून्य झालात की तुम्ही पूर्ण होण्याचे अधिकारी होता. तुम्ही नष्ट झालात की परमात्मा येतो.

प्रेयसी स्वतःच शोधत आली असेल. एखाद्या वृक्षाखाली प्रियकराला बसलेलं पाहिलं असेल. त्याच्या अवतीभोवती नाचली असेल. आलिंगन दिलं असेल. म्हणाली असेल, 'मी आले आहे. आता तर तू संपूर्णपणेच नष्ट झालास. ना तू वाचलास, ना मी वाचले. दोघंही एकत्रच वाचतो आणि एकत्रच जातो. कारण दोघंही एकाच नाण्याच्या दोन बाजू आहेत. 'तू'चा अर्थ 'मी'खेरीज दुसरा काय असू शकतो? 'मी'चा अर्थ 'तू'शिवाय दुसरा काय असू शकतो?'

कबीर म्हणतात,
'हम तो एक एक करि जाना ।'

तिथे ना कुणी 'मी' आहे, ना कुणी 'तू' आहे. आम्ही तर एकाला फक्त एक म्हणूनच जाणलं आहे.

'दोई कहै, तिनही को दोजख'

ज्यांनी दोन म्हटलं ते नरकात!

'दोई कहै, तिनही को दोजख...'

ते नरकात आहेत. दोन म्हणजे नरक, एक म्हणजे स्वर्ग!

'...जिन नाहिन पहचाना।'

ज्यांनी जाणलं नाही तेच दोन म्हणतात. आणि जे दोन म्हणतात ते खोल नरकात पडून राहतात.

सीमा नरक आहे. बंधनाचा अनुभव येणं हे दुःखाचं आहे. सगळ्या बाजूंनी दडपलं जाणं हे दुःखाचं आहे. मिळवण्यासारखं काहीतरी शिल्लक आहे. जोपर्यंत सगळं मिळवून झालं नाही तोपर्यंत नरक आहे. बाहेर काहीही शिल्लक राहता कामा नये. तुम्ही इतके विस्तृत व्हा की आकाशाप्रमाणे साऱ्या अस्तित्वाला वेढून घ्या. फुलं तुमच्यामध्ये उमलावीत, चंद्र, तारे तुमच्यामध्ये चमकावेत.

स्वामी राम म्हणत असत, मीच चंद्र-तारे निर्माण केले. तो मीच होतो – ज्यानं पहिल्या प्रथम चंद्र-ताऱ्यांना बोटानं स्पर्श केला आणि त्यांना जीवन दिलं, गती दिली- तो मीच होतो. चंद्र-तारे माझ्यामध्येच फिरतात. लोकांना वाटे की हा वेडा आहे. ज्ञानी लोकांना नेहमीच वेडं समजलं गेलं आहे. गोष्ट वेडेपणाचीच वाटते.

जेव्हा स्वामी राम अमेरिकेला गेले आणि त्यांनी तिथेही हेच सांगितलं - हिंदुस्थान तर वेड्यांना चांगला ओळखतो. इथे या गोष्टी चालून जातात. हजारो वर्षं वेड्यांचं बोलणं ऐकून ऐकून स्वत: जे वेडे झालेले नाहीत त्यांना निदान वेड्यांची भाषा तरी ओळखीची झालेली आहे. ते असं मानतात की ही सधुक्कडी आहे, साधूंची भाषा आहे, आपली नाही. डोकं फिरलेल्या लोकांची भाषा आहे. म्हणूनच तर कबीरांना म्हणावं लागतं, कहै कबीर दीवाना. वेड्यांची आहे, माथेफिरूंची आहे, मस्तांची आहे, पण आपण इतके दिवस ऐकली आहे आणि इतके मस्त पुरुष पाहिले आहेत की आपण अजाणतेपणी स्वीकारली नाही तरी अस्वीकारही करत नाही.

पण अमेरिकेची परिस्थिती आणखीच वेगळी आहे. जेव्हा तिथल्या लोकांनी ऐकलं की स्वामी राम मीच चंद्र-ताऱ्यांना फिरवतो असं म्हणता आहेत तेव्हा त्यांनी ठरवलं की हा माणूस साफ वेडा आहे. लोक विचारू लागले, तुम्ही? आणि तुमच्यामध्येच चंद्र-तारे फिरत आहेत? पाश्चिमात्य लोक अशा लोकांना तर मनोवैज्ञानिकाकडे पाठवून देतात उपचारासाठी.

कालच संध्याकाळी एक इटालियन साधिका मला सांगत होती की जेव्हापासून तिनं ध्यान सुरू केलं आहे, शरीरामध्ये एक ऊर्जेचा प्रवाह वाहायला लागला आहे.

आणि कधीही ध्यानाची गोष्ट येते किंवा परमात्म्याची चर्चा होऊ लागते किंवा जेव्हा कधीही ती मला भेटायला येते किंवा ज्याच्या आत जीवनाची फुलं फुलली आहेत किंवा फुलू लागली आहेत अशा एखाद्या माणसाला भेटायचं असेल तर तिच्या शरीरात एक थरार उमटतो, जणू विजेचा झटका बसला असावा. तिनं सांगितलं, इथे तर हे सगळं ठीक आहे, लोकांना वाटत होतं की कुण्डलिनी जागृत होते आहे. इटलीमध्ये मी काय करू? तिकडे हे असं झालं तर मला ते मनोवैज्ञानिकाकडे पाठवून देतील. माझ्यावर उपचार करू लागतील. विजेचे धक्केसुद्धा देतील कदाचित. औषधं तर देतीलच – नक्की काहीतरी गडबड आहे असं समजतील.

इथे आपल्याला माहीत आहे. अमेरिका अगदीच नवी आहे. लहान मुलासारखा देश आहे. रामनी या गोष्टी सांगितल्या तेव्हा ते समजले की हा वेडा आहे. आणि राम बोलताना स्वत:ला नेहमी बादशहा म्हणत. दुसरं काही म्हणत नसत. 'बादशहा राम' असं म्हणत असत. त्यांनी पुस्तक लिहिलं तर त्या पुस्तकाला नाव दिलं, 'बादशहा रामचे सहा हुकूमनामे.' 'सिक्स ऑर्डर्स फ्रॉम एम्परर राम.' हुकूमनामे-बादशहा!

स्वत: अमेरिकेचा प्रेसिडेंट बादशहा रामना भेटायला आला होता. त्यानं विचारलं, बाकी सगळं ठीक आहे पण तुम्ही स्वत:ला बादशहा का म्हणता? तुमच्याजवळ तर काहीच दिसत नाही. रामनी उत्तर दिलं, तुम्ही अगदी बरोबर ओळखलंत. माझ्याजवळ कोणतीही सीमा नाही, माझ्याजवळ काही नाही म्हणूनच तर मी स्वत:ला बादशहा म्हणतो. असीम! चंद्र-तारे माझ्यामध्ये फिरतात कारण मी कुठे संपतच नाही. हेच तर माझं साम्राज्य आहे. अगदी बरोबर ओळखलंत.

अमेरिकेचा प्रेसिडेंट म्हणत होता की ज्याच्याजवळ काही असेल त्यानंच स्वत:ला बादशहा म्हणावं. आपली परिभाषा वेगळी आहे. आपण म्हणतो, ज्याच्याजवळ काही नाही, त्याच्याजवळ सगळं काही आहे. ज्यानं अंगण सोडलं, त्याचं आकाश झालं. ज्यानं एक घर सोडलं, सगळी घरं त्याची झाली. ज्यानं इथे आपली अस्मिता त्यागली, सर्वांमधले सर्व प्राण त्याचेच प्राण झाले.

रामकृष्ण परमहंसांना मरणापूर्वी गळ्याचा कॅन्सर झाला होता. खूप त्रास होत असे. जेवताना खूप यातना होत, पाणी पिणंही कठीण झालं होतं. गळ्याखाली काहीही उतरणं अवघड झालं होतं. यातनामय झालं होतं.

तर एक दिवस विवेकानंदांनी रामकृष्णांना म्हटलं, तुम्हाला इतका त्रास होतो आहे, तुम्ही आईला का थोडं सांगत नाही? जगत्‌जननीला सांगा. ती तुमचं नेहमी ऐकत आली आहे. एवढंच म्हणा की गळ्यामध्ये इतका त्रास का देते आहेस? शिवाय खाण्याचीही पंचाईत झाली आहे.

रामकृष्ण म्हणाले, तू म्हणतोस तर सांगतो. मला हे सुचलंच नव्हतं.

काही वेळानंतर डोळे उघडले आणि खूप हसू लागले. म्हणाले आई म्हणाली किती दिवस या कंठाशी बांधून घेणार आहेस? सर्वांच्या कंठांनी भोजन कर. आता मला कळलं. रामकृष्ण म्हणाले, हा कंठ अवरुद्ध होण्याचं कारण हे आहे की सारे कंठ माझे होऊन जावे. आता मी तुमच्या कंठांनी भोजन करीन.

एक कंठ अवरुद्ध होतो, सगळ्या कंठांची दार उघडली जातात. इथे एक अस्मिता विझते आणि साऱ्या अस्तित्वाची अस्मिता, साऱ्या अस्तित्वाचा 'मी' भाव – तोच तर परमात्मा आहे. अस्तित्वाच्या त्याच अस्मितेनं तर कृष्णाद्वारा सांगितलं आहे, 'सर्वधर्मान् परित्यज्य मामेकं शरणं व्रज ।' सर्व धर्म सोडून देऊन तू मला शरण ये. हे कोण बोललं आहे? हे मला शरण कोण आलं आहे? हा समोर उभा आहे तो कोणी कृष्ण नाही आहे. ही साऱ्या अस्तित्वाची अस्मिता, साऱ्या अस्तित्वाचा 'मी' बोलतो आहे. तुमचा 'मी' हा अडथळा आहे कारण त्याच्यामुळे तुम्ही सर्व अस्तित्वाच्या 'मी'शी एकता साधू शकत नाही.

रवींद्रनाथांनी आपली एक आठवण लिहिली आहे. ती मला फार आवडते. अशी एक पौर्णिमेची रात्र होती. रवींद्रनाथ एका नावेत होते नदीमध्ये. एक लहानसा दिवा लावला होता. आणि बाहेर पूर्ण चंद्र उगवला होता पौर्णिमेचा. उजेडच उजेड होता. पण खोलीच्या आत दिवा मिणमिणत होता. त्याचा अंधुकसा प्रकाश साऱ्या खोलीला अंधारं करून टाकत होता. मध्यरात्रीपर्यंत वाचत होते. थकून गेले. दिव्याला फुंकरीनं विझवलं आणि पुस्तक बंद केलं.

चमकले. उठून उभे राहिले. नाचू लागले. विलक्षण घडलं. कल्पनाही केली नव्हती असं घडलं. आत्तापर्यंत पिवळट प्रकाश होता खोलीत. दिवा विझताक्षणी दारातून, खिडकीतून, खोलीच्या छिद्राछिद्रातून चंद्र आत आला आणि नाचू लागला. रवींद्रनाथ नाचू लागले.

त्या रात्री त्यांनी आपल्या डायरीमध्ये लिहिलं, 'मीसुद्धा किती वेडा! पूर्ण चंद्र बाहेर उभा होता. विलक्षण सुंदर रात्र बाहेर प्रतीक्षा करत उभी आहे. चंद्र दरवाजाशी उभा आहे, खिडकीशी उभा आहे, रंध्रारंध्राशी उभा आहे, वाट बघतो आहे, कधी विझवशील आतला दिवा म्हणजे मी आत येईन. आणि लहानसा दिवा अडचण बनला आहे, त्याच्यामुळे खोलीत घाणेरडा प्रकाश भरला आहे – ज्याच्यामुळे डोळे थकत आहेत, थंड होत नाहीत. दिवा विझताक्षणी सगळीकडे प्रकाश झाला. आत जागा रिकामी झाली. शून्य झाली. चंद्र आला नाचत नाचत.'

रवींद्रनाथ म्हणतात, 'त्या दिवशी माझ्या मनात एक दार उघडलं गेलं – जोपर्यंत माझ्या आतमध्ये अहंकाराचा दिवा जळतो आहे तोपर्यंत परमात्म्याचा प्रकाश बाहेरच उभा राहील. ज्या दिवशी हा दिवा मी फुंकर मारून विझवीन त्याच दिवशी तो नाचत आत येईल. मग नाचच नाच आहे. मग उत्सवच उत्सव आहे.

मग त्या उत्सवाचा शेवट कधी येत नाही.

'हम तो एक एक करि जाना ।

दोई कहे तिनही को दोजख, जिन्ह नाहिन पहचाना ।'

ज्यांनी दोन म्हटलं ते नरकात आहेत. पाश्चिमात्य विचारवंत ज्याँ पॉल सार्त्र यांनी जर कबीराचं हे वचन वाचलं तर त्यांना ते पटेल. ज्याँ पॉल सार्त्रचं एक सुप्रसिद्ध वचन आहे – ते म्हणतात 'द अदर इज द हेल! दुसरा नरक आहे.' त्यांचे हेतू दुसरे आहेत. पण मुद्दा त्यांनीही अचूक पकडला आहे. दुसरा नरक आहे. दुसऱ्याचं असणं नरक आहे.

मग काय करायचं? एकांतात पळून जायचं? एकांतात जायचं जिथे दुसरा कोणीही नसेल? ना पत्नी, ना पती, ना मुलगा. पुष्कळांनी हा प्रयोग केला आहे. हिमालयाच्या दऱ्याखोऱ्यांमध्ये गेले आहेत पळून, एकटं राहावं म्हणून. कारण दुसरा नरक आहे. पण पळून गेलात तरी तुम्ही एकटे होऊ शकणार नाही. कारण तुमचा 'मी' तर तुमच्याबरोबरच येणार आहे. 'तू'ला इथे सोडून जाल, मी तर बरोबर येणारच. आणि लक्षात ठेवा जिथे मी आहे तिथे तू आहे. ते नाणं चिकटलेलं आहे. तुम्ही अर्धं अर्धं सोडू नाही शकत. मी तुमच्याबरोबर गेला तर तूही तुमच्याबरोबर जाणार. लौकरच तुम्ही स्वत:लाच दोन भागांमध्ये विभागून चर्चा करू लागाल.

एकांतात लोक स्वत:शीच बोलू लागतात. मी आणि तू दोन झाले. लोक एकांतात पत्ते खेळू लागतात. स्वत:च दोन्ही बाजूंनी खेळतात. त्या बाजूनंही खेळतात, या बाजूनंही खेळतात. एवढंच नाही, त्या बाजूनंही फसवतात, या बाजूनंही फसवतात. कोणाला फसवता आहात?

एकांतात लोक कल्पनेच्या मूर्तींमध्ये जगू लागतात. त्यांच्याशी चर्चा करतात, गप्पा मारतात. 'तू' हजर होतो.

मी तुमच्याबरोबर असला तर तुमच्याबरोबर गर्दीही असेल. कारण मीच तर केंद्र आहे गर्दीचं. जिथे जाल तिथे तुम्ही गर्दीतच राहाल. तुम्ही एकटे असूच शकत नाही. हिमालयातला एकांत शून्य नाही होणार. एकटेपणा राहीलच. आणि एकटेपणा आणि एकांत यांत खूप फरक आहे. एकटेपणाचा अर्थ आहे लोनलीनेस आणि एकांताचा अर्थ आहे अलोननेस. एकटेपणाचा अर्थ आहे, दुसऱ्याची इच्छा शिल्लक आहे. म्हणून तर तुम्ही एकटेपणाचा अनुभव घेत असता – मी एकटा – मी एकटा. दुसऱ्याची इच्छा शिल्लक आहे. दुसऱ्याची वासना शिल्लक आहे. कोणीतरी यावं असं तुम्हाला वाटत आहे.

हिमालयातल्या आपल्या गुहेच्या बाहेर बसूनही तुम्ही रस्त्यावर नजर खिळवून ठेवाल की मानसरोवरला जाणारा एखादा यात्रेकरू इथून जाईल. कदाचित खाली

मैदानात काय चाललं आहे याची काही बातमी घेऊन एखादा माणूस येईल. जयप्रकाश नारायणांची पूर्ण क्रांती झाली की नाही? कदाचित कोणीतरी वृत्तपत्राचा एखादा तुकडाच घेऊन येईल आणि तुम्ही वेद वाचावे तसा तो तुकडा वाचाल. तुमचं मन खाली मैदानामध्ये भटकत राहील – गर्दीमध्ये.

रामकृष्ण सांगत असत, एकदा मंदिराच्या बाहेर बसले होते दक्षिणेश्वरमध्ये. तर एक घार एका मेलेल्या उंदराला घेऊन उडत जाताना दिसली. आता घार कितीही उंचावर उडत असली तरी तिची नजर खाली कचऱ्याच्या ढिगाकडेच खिळलेली असते – कुठे उंदीर मरून पडले आहेत, कुठे मांसाचे तुकडे पडले आहेत, माशांचे तुकडे फेकले आहेत. उडत असते आकाशात पण नजर असते उकिरड्यावर. तुम्ही हिमालयात जाऊन बसा. काही फरक पडणार नाही. नजर खिळून राहील दिल्लीत केरकचऱ्यावर, नजर खिळून राहील मेलेल्या उंदरावर. तुम्ही स्वत:ला बरोबर घेऊन जाणारच. तुम्हीच तर तुमच्या असण्याचा ढंग आहात.

रामकृष्णांनी पाहिलं की घार उडते आहे उंदराला घेऊन. आणि बऱ्याचशा घारी तिच्यावर झडप घालत आहेत. कावळे धावून आले आहेत. आकाशात मोठी गडबड उडून गेली आहे. ती घार स्वत:ला वाचवण्याचा प्रयत्न करते आहे, पण आता आणखी गिधाडंही आली. आणि सगळे तिला सर्व बाजूंनी चोची मारत आहेत. ती पळते आहे, स्वत:ला वाचवू पाहात आहे. तिच्या पायाला रक्त आलं आहे. तेव्हा रागाच्या भरात तीही एका गिधाडावर झडप घालू गेली आणि तोंडातून उंदीर सुटून गेला. उंदीर पडून गेल्याबरोबर सगळी गडबड शांत झाली. ते सगळे काही घारीच्या मागे लागलेले नव्हते. सगळी गिधाडं, घारी, कावळे... ते उंदराच्या मागे होते. उंदीर पडला तसे सगळे उंदराच्या मागे गेले. आता ती दमलेली घार एका वृक्षावर बसली. रामकृष्ण म्हणतात, मला वाटलं तिला आता थोडी समज आली असेल. उंदरानं सगळी गर्दी जमा केली होती.

तुमचा 'मी'... तुम्ही हिमालयात जा, काही फरक पडणार नाही. सगळी गर्दी येईल. तुमचा 'मी' ही गर्दी ओढून आणतो. तुम्ही 'मी'ला सोडून द्या. बाजारात बसला असलात तरी तोच हिमालय होऊन जाईल. तुमचं दुकान तुमची गुहा होऊन जाईल. तुमची कचेरी तुमचं मंदिर होऊन जाईल. मीचा लहानसा उंदीर सुटून जाऊ दे. मग कोणतीच घार हल्ला करणार नाही. मग कोणतंही गिधाड तुमच्यावर झडप घालणार नाही. कोणालाही तुमच्याशी काही देणंघेणं नाही आहे. तो तुमचा मीच सगळ्या उपद्रवाचं कारण आहे.

तुम्हाला कधी कोणी धक्का मारला आहे? नाही, तुमच्या 'मी'ला धक्के मारले गेले आहेत. तुमचा कधी कोणी अपमान केलेला नाही. तुमच्या 'मी'चा अपमान केला आहे? तुम्हाला कधी कोणी शिवी दिली? नाही. तुमच्या 'मी'ला शिवी दिली आहे.

कधी कोणी तुमची स्तुती केली आहे? नाही. तुमच्या मीची स्तुती केली आहे.

'मी' गेला की सगळी गर्दी जाते ओसरून निंदकांची, स्तुती करणाऱ्यांची, मित्रांची, शत्रूंची, आपल्यांची, परक्यांची. द अदर इज हेल. सार्त्र म्हणतो आहे दुसरा नरक आहे. पण अजून खोलवर जाऊन विचार केलात तर आणि आणखी थोडा लक्षपूर्वक विचार केलात तर कळेल की तुम्ही आहात म्हणून दुसरा आहे. द इगो इज द हेल. खोलवर विश्लेषण केलं तर कळेल की दुसरा आहे तो तुमच्यामुळेच. मग दुसऱ्याला काय म्हणून नरक म्हणायचं. तो नरक भासतो. खरं म्हणजे मीच नरक आहे. अहंकारच नरक आहे.

'दो कहै तिनही को दोजख, जिन नाहिन पहचाना ।
एक पवन एक ही पानी एक ज्योति संसारा ।'

एकच पवन आहे, मग तो कैलासात असो की काबामध्ये असो. एकच पाणी आहे, मग ते गंगेमध्ये असो की तुम्ही घरात ठेवलेल्या गंगोदकामध्ये असो.

'एक पवन एक ही पानी एक ज्योति संसारा ।'

आणि लहानशा मातीच्या दिव्यामध्ये असो की महासूर्यामध्ये असो, ज्योती एकच असते. या एकाला ओळखा. या एकामध्ये जगा. या एकामध्ये रमा. या एकाचंच वैशिष्ट्य जाणा. या एकाचीच साधना करा. या एकाचंच ध्यान करा.

'एक पवन, एक ही पानी, एक ही ज्योती संसारा ।
एक ही खाक घडे सब भांडे, एक ही सिरजनहारा ।'

आणि एकच माती आहे, तिच्यातूनच सर्व प्रकारचे घडे बनवले गेले आहेत. कुंभार चाकावर माती ठेवत जातो. वेगळे वेगळे आकार देत जातो. रूपाचा फरक आहे. नावाचा फरक आहे. मूळ वस्तूचा थोडासाही फरक नाही. अस्तित्वाचा थोडासाही फरक नाही. कोणी स्त्री आहे, कोणी पुरुष आहे. आत सगळे एक आहेत. कोणी गोरा आहे, कोणी काळा. आत सगळे एक आहेत. कोणी हिंदू आहे कोणी तुर्क आहे. आत सगळे एक आहेत.

'एकहि खाक घडे सब भांडे । और एकही सिरजनहारा ।'

आणि एकच आहे जो सृजन करतो आहे, एकच आहे जो रचना करतो आहे.

'जैसे बाढी काष्टे ही काटे, अगिनि न काटे कोई ।'

हे फार महत्त्वाचं सूत्र आहे. त्या काळात, कबीराच्या काळापर्यंतही लाकडावर लाकूड घासून अग्नी निर्माण केला जात होता. तोच एक उपाय होता. लाकडामध्ये अग्नी लपलेला होता. काष्ठामध्ये अग्नी लपलेला असतो. जेव्हा सुतार लाकूड कापतो तेव्हा लाकूड कापलं जातं, अग्नी कापला जात नाही.

कबीर हे सांगता आहेत की असाच तुमच्यामध्ये तो एक लपलेला आहे.

जेव्हा मृत्यू तुम्हाला मारतो तेव्हा लाकूडच कापलं जातं, अग्नी नाही कापला जात, जेव्हा तुम्हाला आजार होतो तेव्हा तो आजार लाकडालाच होतो, अग्नीला नाही. तरुण माणूस म्हातारा होतो तेव्हा लाकूडच म्हातारं होतं, अग्नी नाही म्हातारा होत.

तो जो तुमच्यामध्ये लपलेला आहे, त्याचा तुम्हाला कदाचित पत्ताही नसेल. कारण तुम्ही अजून स्वतःला रगडून पाहिलेलंच नाही. ज्यांनी रगडलं, त्यांना कळलं. रगडणं याचा अर्थ आहे, ज्यांनी थोडी साधना केली त्यांनी हे जाणलं. ज्यांनी आतल्या रूपाला बाहेर प्रकट करून पाहिलं, त्यांनी जाणलं. त्यांनी आतल्या अग्नीला ओळखलं आणि म्हणून त्यांना माहीत आहे की सर्व लाकडांमध्ये एकच अग्नी लपलेला आहे. लाकडाचं रूप वेगवेगळं, अनेक प्रकारचं असेल. आगीचं रंगरूप एकच. आगीचा स्वभाव-गुण एकच. ज्यांनी भांड्यांचं वरवरचं रूप तेवढं पाहिलं असेल त्यांना वाटेल की भांडी वेगवेगळी आहेत. ज्यांनी आतून ओळखलं त्यांना माहीत आहे की ही एकाच मातीची बनली आहेत.

आणि मातीच्या आत लपलेला जो घडा आहे तो थोडा समजून घेण्यासारखा आहे. लाओत्सेनं त्याची खूप चर्चा केली आहे. लाओत्से म्हणतो, घडा काय आहे? मातीची भिंत घडा आहे की मातीच्या भिंतीच्या आत लपलेलं शून्य म्हणजे घडा आहे? घडा काय आहे? मातीची भिंत तर घडा नाही आहे कारण मातीच्या भिंतीमध्ये तुम्ही काय भरणार? तिथे तर आधीच भरलेलं आहे. घड्याची उपयुक्तता तर त्याच्या आतल्या शून्यामध्ये आहे.

लाओत्से म्हणतो, घरावर दरवाजा बसवलेला आहे. भिंत म्हणजे घर आहे की भिंतीच्या आतमध्ये जी रिकामी जागा आहे ते घर आहे? कारण भिंतीमध्ये कसं राहाता येईल? माणूस राहतो रिकाम्या जागेतच, आतल्या मोकळ्या जागेमध्येच. भिंत फक्त रिकाम्या जागेच्या भोवती सुरक्षिततेसाठी असते.

माणूस राहात तर असतो आकाशातच – मग तो बाहेर असो की आत असो. आकाश एकच आहे. बाहेरही तेच, आतही तेच. तुमच्या घराच्या चौकटीत सामावलं गेलं म्हणून काय तुमच्या घराच्या आकाशाचं रूप बदलून गेलं? झोपडीचं आकाश गरीब असतं आणि महालाचं आकाश श्रीमंत असतं? झोपडीचं आकाश आणि महालाचं आकाश यांच्या गुणधर्मामध्ये काही भेद असतो का? हो – भेद भिंतीचा असतो. इथे गवताची भिंत आहे, तिथे महालात दगडी भिंत आहे. भिंतीचा फरक असेल पण आतल्या शून्याचा तर काही फरक नाही. आतलं शून्य तर एकच आहे.

तुमची नजर जर रूपावर खिळली असेल तर फरक दिसेल. तोपर्यंत तुम्ही राजकारणामध्ये जगाल आणि राजकारणामध्ये मराल. तुमची नजर आत गेली तर अरूप दृष्टीस पडेल.

अमेरिकेच्या एका निग्रो विचारवंताचं पुस्तक मी वाचत होतो. खूप संभ्रमात पडलो होतो. विसाव्या शतकात अशा घटना घडतात. हा निग्रो विचारवंत तुरुंगात होता. तुरुंगात काही उपायच नसतो. करायला काही काम नाही, वाचायला काही नाही, अंधाऱ्या कोठडीत पडून राहायचं... पडून राहायचं आणि शिवाय राजकारणी होता. कोणी संत नव्हता ध्यान करत बसायला. नाही तर तुरुंगाचं मंदिर होऊन गेलं असतं. राजकारणी होता. एकटा पडून राहून अस्वस्थ होऊन गेला. मनामध्ये वासना उफाळत. दुसऱ्या एका कैद्यानं एका चित्रपट अभिनेत्रीचं एक चित्र दिलं. ते चित्र यानं आपल्या भिंतीवर चिकटवून टाकलं. कधी कधी त्याकडे बघत असे. सुंदर स्त्रीचं चित्र. सर्व कैदी अशी चित्रं लावत असतात.

कैद्यांची गोष्ट सोडून द्या, लोक आपल्या घरांमध्ये लावतात. ज्यांना आपण सभ्य, सज्जन समजतो ते लोकही घरात चित्रपट अभिनेत्री अभिनेत्यांची चित्र लावतात. सज्जन – मग दुर्जनाबद्दल काय म्हणावं?

पण पंचाईत तेव्हा झाली जेव्हा पहारेकऱ्यानं येऊन दार ठोठावलं आणि सांगितलं की हे चित्र काढून टाक. भिंतीवर चित्र लावायला परवानगी नाही. तो त्रासला. त्यानं विचारलं, पण का? सर्व कैद्यांनी भिंतीवर चित्रं लावली आहेत, त्यांच्या कुणाच्याच भिंतीवरून चित्रं काढली जात नाही आहेत. पहारेकऱ्यानं सांगितलं, प्रश्न तो नाही. तुला चित्र लावायचं असेल तर ते एखाद्या निग्रो अभिनेत्रीचं लावू शकतोस. गोऱ्या बाईचं चित्र नाही लावू शकत.

गोऱ्या बाईचं चित्र वेगळं, काळ्या बाईचं चित्र वेगळं. काळे असून गोऱ्या बाईचं चित्र लावता? काढ ते. हा गोऱ्या लोकांचा अपमान आहे. तुला लावायचं असेल तर एखाद्या काळ्या बाईचं चित्र लाव. चित्रांमध्येही भेद आहे. कागदाचा तुकडा, थोडी शाई त्यावर पडलेली. एक गोरी स्त्री बनली, एक काळी स्त्री बनली. चित्रांतही भेद आहे. मूर्खपणाला सीमा नाही. मूर्खपणाही अगदी अमर्याद असतो. जगात दोनच गोष्टी अशा असीम, अमर्यादित दिसतात, एक म्हणजे परमात्म्याचा विस्तार आणि दुसरी मूर्खपणाचा विस्तार.

तुम्ही रूप पाहिलंत तर कोणी गोरं आहे, कोणी काळं आहे, कोणी सुंदर आहे, तर कोणी कुरूप आहे, कोणी तरुण आहे तर कोणी म्हातारं आहे. पण जर तुम्ही अरूप पाहाल तर ते तर एकच आहे.

'सब घटि अंतर तूही व्यापक, धरे सरूपे सोई ।'

आणि सर्व घड्यांच्या आत, सर्व घड्यांच्या अंतरात तूच व्यापून राहिलेला आहेस. शून्य आकाशासारखा तूच पसरलेला आहेस. तूच सर्व रूपांना वेढलं आहेस. ही सर्व तुझी लीला आहे. समुद्रामध्ये किती प्रकारच्या लाटा उठतात. कधी

हिशोब मांडला आहे? लहान मोठी, विराट, उत्तुंग, किती प्रकार, किती रूपं! पण एकच सागर ही सगळी रूपं घेत असतो. लाटांना पाहून तुमच्या मनात शंका नाही निर्माण होत. एकच सागर लहान लाटेमध्ये आणि मोठ्या लाटेमध्येही. एकच परमात्मा गरिबामध्ये, श्रीमंतामध्ये. एकच परमात्मा सुंदर व्यक्तीमध्ये, कुरूप व्यक्तीमध्ये. एकच परमात्मा लहानामध्ये, मोठ्यामध्ये. एकच परमात्मा बुद्धिमान व्यक्तीमध्ये, बुद्धूमध्ये. एकच परमात्मा पुण्यवान व्यक्तीमध्ये, पापी व्यक्तीमध्ये... 'धरे स्वरूपे सोई'.

'माया मोहे अर्थ देखि करि, काहे कू गरवाना ।'

'माया'चा अर्थ आहे, असीम सीमित आहे असं समजणं, सत्य बंधनात आहे असं समजणं, सत्याला सिद्धांत समजणं. अरूपाला रूपाप्रमाणे जाणणं, परीघाला आतलं केंद्र मानणं म्हणजे माया. 'माया'चा अर्थ आहे, लाटांना सागर समजणं.

'माया मोहे अर्थ देखि करि, काहे कू गरवाना ।'

आणि तुम्ही इतके गर्वानं, मिजाशीत फिरत आहात, इतके आनंदानं फुलून जाऊन फिरत आहात– हातात राखेशिवाय काहीही नाही आहे, गर्व करण्यासारखं काही नाही. जवळ काहीही नाही आहे. अगदी भिकारी आहात. पण भिकाऱ्याच्या भांड्यात पडलेले पाचदहा पैसेही खणखणत राहतात. तो त्यांचाच गर्व करतो. तोही असंच समजत असतो की मी कुणीतरी आहे.

काय आहे तुमच्याजवळ? तुम्ही रूपाशी बांधून घेऊनच जगाल, नावाशी बांधून घेऊनच जगाल तर तुमचा सगळा गर्व व्यर्थ आहे. गर्व करण्यासारखं काहीही नाही आहे.

आता ही मोठी गमतीची गोष्ट आहे. तुमच्याजवळ गर्व करण्यासारखं काहीदेखील नाही आणि तुम्ही भयंकर गर्वानं भरलेले आहात. आणि ज्यांच्याजवळ गर्व करण्यासारखं काही आहे, ज्यांनी परमात्म्याची प्राप्ती करून घेतली आहे ते अगदी गर्वरहित होऊन जातात. हा मोठाच विरोधाभास आहे. ज्यांच्याजवळ काहीही नाही, ते ताठ्यानं चालत आहेत आणि ज्यांच्याजवळ सर्व काही आहे ते अतिशय विनम्र आहेत. पण या विरोधाभासाचंही शास्त्र आहे आणि ते समजावून घेण्यासारखं आहे. हा विरोधाभास फार महत्त्वाचा आहे. ज्यांच्याजवळ काहीही नाही ते गर्वानं, ताठ्यानं का चालत असतात. या गर्वामध्ये ते आपली दीनता लपवत असतात. या ताठ्यामध्ये ते स्वतःला रमवतात, जे आहे ते विसरून जातात.

मुल्ला नसरुद्दीन एकदा माझ्याबरोबर एका प्रवासात होता. अचानक दचकून थांबला आणि म्हणाला, 'माझं तिकिट हरवलं असं वाटत आहे. आणि नुसतं तिकिट हरवलं आहे असं नाही, मी ज्यात पैसे ठेवले होते ती पैशांची पिशवीही हरवली आहे. तिकिट आणि पैसे सगळं एकत्रच होतं. मी म्हटलं पहिल्या प्रथम

तुझे कपडे वगैरे- मध्ये नीट बघून तर घे.

त्यानं वेगवेगळ्या वस्तू ठेवण्यासाठी खूप खिसे बनवून घेतले होते. एकदा-दोनदा सगळे खिसे बघून घेतले. पण मी बघितलं की त्याच्या कोटावर-छातीवर जो खिसा होता त्यात मात्र तो बघत नव्हता. तो त्या बाजूला जातच नव्हता. दुसरे खिसे तीन तीन चार चार वेळा. तेव्हा मी म्हटलं, नसरुद्दीन, तू याला का विसरतो आहेस?

त्यानं सांगितलं, याचा विषयच काढू नका. विसरत नाही आहे. चांगलं लक्षात आहे. मी पुन्हा म्हटलं, मग त्या खिशात का नाही पाहून घेत आहेस? तो म्हणाला, त्याचाच तर एक सहारा आहे. एक आशा. तोही खिसा बघितला आणि नाही सापडलं... मेलोच. म्हणून त्याला धरून आहे. तो मी पाहूच शकणार नाही. त्या खिशात बघण्याची हिंमतच नाही माझी. त्यातच आशेचा एक धागा शिल्लक आहे. एक कल्पना- कदाचित त्या खिशात असेल. जर त्यातही नाही आहे असं नक्की झालं की संपलंच.

हा बरोबर सांगतो आहे. हेच माणसाचं मनोविज्ञान आहे. तुमच्याजवळ नाही आहे. गर्वामध्ये तुम्ही लपवून ठेवलं आहे. ही गोष्ट तुम्ही सूत्र म्हणून समजावून घ्या. माणूस ज्या गोष्टीचा गर्व करतो त्याच गोष्टीमध्ये कमी असणार. तीच त्याच्या कमतरतेची खूण आहे, त्याची इन्फिरिऑरिटी आहे. जर एखादा माणूस स्वतःच्या सुंदर देहाबद्दल गर्व करत असेल तर तुम्ही पक्कं समजा की त्याला संशय आहे. त्याच्या अंतरात भीती आहे की त्याचा देह सुंदर नाहीच आहे. आणि कोणीतरी काही म्हणण्याच्या आधीच तो जाहीर करून टाकतो. कोणी काही बोलून दुखावण्याच्या आधीच तो म्हणून टाकतो की मी एक सुंदर माणूस आहे.

ज्याला भीती वाटते की आपल्याला बुद्धी नाही तो आपली ती बुद्धी दाखवत फिरतो. काही गोष्टी तोंडपाठ करून टाकतो. चार माणसांसमोर मोठेपणा दाखवण्यासाठी त्या गोष्टी म्हणूनही दाखवतो. आपल्या ज्ञानाबद्दल त्याला शंका आहे. त्याचं ज्ञान निश्चित नाही आहे. त्याला ज्ञान नाहीच आहे. तो ज्ञान असल्याचं फक्त ढोंग करतो आहे.

कुरूप स्त्रिया खूप दागिने घालतात असं तुम्हाला दिसेल. सुंदर स्त्रीला दागिन्यांची काही जरूर नसते. कुरूप स्त्री आपली कुरूपता झाकत असते दागिन्यांनी. कुरूप स्त्रिया बहुमोल वस्त्रं नेसलेल्या दिसतील. जडजवाहिरामध्येच झाकलं जाऊन त्या आपण सुंदर आहोत असा भ्रम कसाबसा निर्माण करत असतात. सुंदर स्त्रीला काही जरूरच नाही. सुंदर स्त्रीला ठाऊकच नसतं की आपण सुंदर आहोत हे जाहीर करायचं असतं. जाहीर तर गरीब करत असतात. ज्याच्याजवळ असतं तो गप्प राहतो. ज्यांना माहीत आहे, ते समजून घेतील. ज्यांना माहीत नाही, त्यांना घोषणा

करूनही समजणार नाहीच आहे. जाहीर काय करायचं? ज्ञानी विनम्र होतो. पंडित गर्वानं भरून जातो. श्रीमंत साधेपणानं जगू शकतो. गरीब साधेपणानं नाही जगू शकत. फक्त श्रीमंतच साधेपणानं जगू शकतो.

मी ऐकलं आहे, हेन्री फोर्ड इंग्लंडला आला होता. तो येण्याच्या आधी वृत्तपत्रांमध्ये छायाचित्रं छापली गेली होती. प्रत्येक जण त्याला ओळखत होता. जगविख्यात माणूस होता. आल्यावर त्यानं विमानतळावरच्या चौकशीच्या खिडकीवर विचारलं, इथे स्वस्तातलं स्वस्त हॉटेल कोणतं आहे? खिडकीमधल्या माणसानं निरखून पाहिलं. माणूस तर तोच दिसतो आहे. सकाळीच वृत्तपत्रात फोटो पाहिला होता हेन्री फोर्डचा. तो म्हणाला, माफ करा, आपण हेन्री फोर्ड आहात का? सकाळी तुमचा फोटो पाहिला आहे. उत्तर मिळालं हो. त्या माणसानं विचारलं, तुम्ही हेन्री फोर्ड असून स्वस्त हॉटेल शोधता आहात? तेव्हा त्यानं उत्तर दिलं, मी हेन्री फोर्ड आहे म्हणूनच मी स्वस्त हॉटेलमध्ये राहिलो किंवा महाग हॉटेलमध्ये, काही फरक पडत नाही. हेन्री फोर्ड हेन्री फोर्ड आहे. सगळ्या जगाला माहीत आहे.

त्या माणसानं म्हटलं, तुमचे मुलगे येतात. ते तर नेहमी मोठ्या हॉटेलमध्ये राहतात. त्यानं सांगितलं, त्यांना अजून खात्री नाही आहे. मला खात्री आहे. त्यांना अजूनही खात्री नाही. कमावलं मी आहे. ते आयतोबा आहेत. त्यांना खात्री वाटणार तरी कशी? बापाची कमाई आहे. ज्याची कमाई असते त्याला ताकद असते. त्यांना दाखवायचं असतं. मोठ्यांत मोठं हॉटेल. श्रीमंत माणूस साधेपणानं राहू लागतो.

मी ऐकलं आहे, एकदा असं झालं, हेन्री फोर्ड, फायर स्टोन कंपनीचा पहिला मालक फायर स्टोन आणि हेन्री वॉलेस नावाचा एक कवी असे तिघे जण एका जुन्या मोटारीतून- हेन्री फोर्डच्या एका जुन्या मोटारीतून प्रवासाला गेले होते. वाटेत एका गावी पेट्रोल भरायला थांबले. हेन्री फोर्ड स्वत: गाडी चालवत होता. मागे फायरस्टोन आणि वॉलेस-कवी-बसले होते. तिघांच्याही मोठ्या दाढ्या आणि तिघेही मोठ्या प्रतिष्ठित व्यक्ती.

एक माणूस पेट्रोल भरायला आला. त्याच्याशी सहज बोलता बोलता हेन्री फोर्डनं म्हटलं, तू कोणाच्या गाडीत पेट्रोल भरतो आहेस, तुला कल्पनाही करता येणार नाही. मी हेन्री फोर्ड आहे. हेन्री फोर्ड म्हणजे जगभरच्या मोटारीचा मालक.

त्या माणसानं थोडं निरखून पाहिलं आणि म्हटलं, हूं:। त्याला खरंच वाटलं नाही. हेन्री फोर्ड इथे कशाला मरायला येईल, या लहानशा गावात? आणि जर हा हेन्री फोर्ड असेल तर सांगायला कशाला हवं? तो आपला पेट्रोल भरत राहिला. हेन्री फोर्ड थोडा वैतागला- हा काहीच बोलत का नाही? तो म्हणाला, तुला कदाचित माहीत नसेल, हे माझ्यामागे बसले आहेत ना ते आहेत फायरस्टोन- फायरस्टोन टायर कंपनीचे मालक. त्या माणसानं मागेही निरखून पाहिलं आणि जोरात म्हटलं, हूं

आणि हेन्री फोर्ड म्हणाला तुला कल्पनाही करता येणार नाही - तिसरा माणूस कोण आहे याची.

त्या माणसानं खाली पडलेली एक लोखंडी काठी उचलली आणि म्हटलं आता असं सांगू नकोस की हा परमात्मा आहे – सगळं जग निर्माण करणारा. डोकं फोडून टाकीन. सगळे हजर आहेत. एक परमात्मा तेवढा हजर नाही असं समज.

हेन्री फोर्ड इतका साधा माणूस होता की त्याचे कपडे किंवा त्याची मोटार बघून कोणालाही ओळखता आलं नसतं की हा हेन्री फोर्ड आहे. कारण त्यानं पहिल्या प्रथम बनवलेली मोटार - टी-मॉडेलच तो जन्मभर वापरत आला. चांगली मॉडेल्स तयार झाली, चांगल्या मोटारी आल्या पण हेन्री फोर्ड आपलं टी-मॉडेलच वापरत राहिला.

आणि संन्यासी माणसासारखा वाटत असे. म्हणूनच तर त्या माणसाला खरं वाटलं नाही – हेन्री फोर्ड या गावात येऊन काय करणार? आणि वर हा वेष. सांताक्लॉज असू शकेल पण हेन्री फोर्ड?

साधा माणूस होता. श्रीमंत माणूस साधेपणानं भरून जातो. महावीर, बुद्ध राजपुत्र होते – भिकारी झाले यात काही आश्चर्य नाही. राजपुत्रच भिकारी होऊ शकतात. भिकाऱ्याला तर राजपुत्र व्हायचं असतं. तुम्ही जे नाही आहात ते होऊ इच्छित असता. जे तुम्ही आहात ते होण्याची इच्छा नष्ट होऊन जाते. जे जे त्याच्यामध्ये नाही आहे तेच असल्याची दवंडी पिटत माणूस गर्वाने फिरत असतो. आणि त्याच्या आत गर्वाच्या जखमा लपलेल्या असतात.

माणूस ज्या गोष्टीचा गर्व करत असतो, खात्री बाळगा की त्याच गोष्टीमध्ये त्याला कमीपणा वाटतो आहे. त्याला तुम्ही किंचित स्पर्श केलात तरी आतून ती जखम बाहेर येईल, पू वाहू लागेल. तो रागावेल. पंडिताच्या ज्ञानाबद्दल संशय घेऊ नका. नाही तर तो भांडायला तयार होईल, वादविवादाला उभा राहील. गरीब माणसाच्या संपत्तीचा संशय घेऊ नका. मान्य करा. तोच शिष्टाचार आहे. गुपचुप म्हणून टाका, हो, खरंच आहे. तुमच्याइतकं श्रीमंत दुसरं कोण?

जे तुमच्याजवळ असतं त्याची तुम्ही घोषणा करत नाही. 'माया मोहे अर्थ देखि करि काहै कू गरवाना ।'

घाबरलेला माणूस शूरपणाच्या गोष्टी करतो. घाबरट माणूस नेहमीच स्वतः मोठा वीरपुरुष असल्याचा दावा करत असतो.

मुल्ला नसरुद्दीन अगदी भित्रा माणूस आहे. अंधारात जायला घाबरतो. अंधारात जावंच लागलं तर पत्नीला कंदील घेऊन पुढे जायला सांगतो. त्याच्या घरात चोरी झाली. तर चोराला ओळखायचं होतं. न्यायालयात न्यायाधीशांनी विचारलं, चोरी झाली तेव्हा तुम्हाला जाग आली होती? त्यानं सांगितलं, हो-

चांगला जागा झालो होतो मी.

'तुम्ही जिना उतरून खाली आलात का- चोर काय करतो आहे ते पाहायला?'

'हो तर. आलोच होतो.'

'तुम्ही त्याचा चेहरा ओळखू शकाल?'

नसरुद्दीननं सांगितलं, 'अजिबात नाही.'

'तुम्ही त्याला पाहिलं होतं?'

नसरुद्दीननं सांगितलं, 'पाहू शकलो नाही.'

'तुम्ही जागे झालात, तुम्ही खाली आलात, त्या वेळी हा माणूस तिथे हजर होता?'

'होता.'

मॅजिस्ट्रेट म्हणाला हे तर तुम्ही कोडं घालता आहात. का पाहू शकला नाहीत? कंदील जवळ होता. कंदीलही होता. तेव्हा त्यानं सांगितलं, कंदील माझ्या बायकोच्या हातात होता. मी बायकोच्या मागे होतो म्हणून पाहू शकलो नाही.

हा घाबरलेला माणूस आहे. एका हॉटेलमध्ये काही लोक गप्पा मारत बसले होते. नुकताच युद्धावरून परत आलेला एक शिपाई सांगत होता, मी या युद्धात असंख्य लोकांना ठार मारलं. गाजर, मुळा कापावा तशा मी माना कापल्या. नसरुद्दीन म्हणाला, थांब, असा एक काळ माझ्याही आयुष्यात आला होता. वीस वर्षांपूर्वी जेव्हा मी तरुण होतो तेव्हा मीही युद्धावर गेलो होतो, आणि एक दिवस- आकडा मीही सांगू शकणार नाही. कोण जाणे किती लोकांचे पाय मी कापून टाकले गवत कापावं तसे.

तो सैनिक आधीच रागावलेला होता. त्याचं बोलणं मधेच थांबवून हा स्वत:ची बहादुरी सांगू लागला. त्यानं विचारलं, पाय? आम्ही शूरपणाच्या तर खूप गोष्टी ऐकल्या आहेत. पण लोकं डोकं कापतात, पाय नाही. नसरुद्दीन म्हणाला, डोकी तर आधीच कुणीतरी कापली होती, आम्हांला जे मिळालं ते आम्ही गाजर-मुळ्यासारखं कापून टाकलं.

पण भित्रा माणूस हिंमतीच्या गोष्टी करत राहतो. ही हिंमत तो स्वत:लाच देत असतो. तुम्ही विचारात पडू नका. तो तुम्हाला नाही काही सांगत आहे. तो फक्त स्वत:ला लपवतो आहे. तो स्वत:चा नागवेपणा झाकतो आहे. तो आपल्या नग्नतेवर कपडे चढवतो आहे. आपल्या जखमा लपवतो आहे. म्हणूनच तर जे तुमच्याजवळ नाही त्याचा तुम्ही गर्व करता. आणि ज्याच्याजवळ सारं काही आहे त्याचा गर्व नष्ट होऊन जातो. जाहीर काय करायचं आहे? कशाची घोषणा करायची आहे? आणि जे आहे ते इतकं मोठं आहे की सर्व घोषणांहून लहान ठरेल. परमात्म्याची प्राप्ती झालेला गर्व करेल हे समजू शकतं. पण तसा माणूस अगदी विनम्र होऊन जातो

आणि ज्याच्याजवळ काहीही नाही, जो भिकारी आहे त्याच्या गर्वाला काही सीमा नाही.

'निर्भय भया कछु नही व्यापै, कहै कबीर दिवाना ।'

आणि ज्याने एकाला एक म्हणून जाणून घेतलं तो निर्भय होतो. त्याला मग कोणतीच गोष्ट व्यापत नाही. मरण जरी त्याच्या दाराशी येऊन उभं राहिलं तरी फरक पडत नाही. सगळ्या जगातली संपत्ती त्याला मोहात पाडण्यासाठी आली तरी लोभ वाटत नाही. मरण उभं राहिलं, भीती वाटत नाही. सगळ्या जगानं स्तुती केली, आरती केली तरीही गर्वाची भावना निर्माण होत नाही. अहंकार निर्माण होत नाही.

'निर्भय भया कछु नही व्यापै, कहै कबीर दिवाना ।'

आणि वेडा कबीर म्हणतो की 'हम तो एक एक करि जाना ।' आणि त्याला जाणून घेतल्यामुळे आम्ही निर्भय झालो. सगळं भय गळून गेलं.

भय काय आहे? भयाच्या मुळापर्यंत गेलात तर एकच भय असतं की तुम्हाला संपून जावं लागेल. आणखी दुसरं कोणतंच भय नाही आहे. दुसऱ्या सर्व भीती याच एका भीतीची प्रतिबिंबं आहेत.

दिवाळं निघालं तर भीती वाटते की दिवाळ्याबरोबरच तुमचाही शेवट होईल. पत्नी सोडून निघून गेली तर भीती वाटते कारण पत्नी तुमचं अर्धं आयुष्य होऊन राहिली होती. तुम्ही अर्धे तुटून जाता. मुलगा मेला तर भीती वाटते कारण त्याच्याच आधारावर भविष्याची महत्त्वाकांक्षा उभी आहे. मुलगा मेला तर भविष्य संपून जाईल तुमचं. तोच तुमचा सेतू आहे. पुढचा प्रवास तुम्ही त्याच्याच खांद्यावरून करणार आहात. भ्याला आहात.

पण सगळं भय हे एकाच भयाचा विस्तार आहे. वेगवेगळी रूपं आहेत पण एकाचाच विस्तार आहे. ते भय आहे मृत्यूचं. तुम्ही मराल, नष्ट व्हाल. मृत्यू हे एक-मात्र भय आहे.

ज्याने एकाला जाणून घेतलं त्याचा मृत्यू नष्ट झाला. कारण तो एक कधी संपतच नाही. लाटा संपून जातात, सागर कधी संपत नाही. नद्या संपून जातात, सागर कधी संपत नाही. वृक्ष उगवतात, पशु-पक्षी जन्माला येतात, मनुष्य निर्माण होतो. सगळं होतं. जे येतात ते जातात. पण जीवनाचा प्रवाह अखंड अजस्र वाहती राहते.

तुम्ही नष्ट व्हाल, जीवन कधी नष्ट होत नाही. तुम्ही मराल, जीवन कधी मरत नाही. जर तुम्ही स्वतःला तेवढंच समजाल, जेवढे आरशात दिसता– तर तुम्ही घाबरून जाल. कारण हे तर संपून जाणार आहे, जे आरशात दिसतं आहे. हे तर सुतार कापून टाकणार आहे. हे लाकूड आहे. आरशामध्ये आग नाही दिसणार, जी

लाकडामध्ये लपलेली असते, त्याला तुम्ही समाधीमध्ये, ध्यानामध्ये रगडाल तर ती प्रकट होईल आणि ज्या दिवशी तुम्हाला आतली ज्वाला दिसेल त्या दिवशी तुम्ही म्हणाल, चालवा कितीही करवती, लाकूड कापलं जाईल, मी नाही कापला जाणार.

म्हणूनच तर कृष्ण अर्जुनाला म्हणतात, 'न हन्यते हन्यमाने शरीरे ।' शरीर कापलं जाईल. 'नैनं छिन्दन्ति शस्त्राणि नैनं दहति पावकः' ना मला शस्त्र विंधू शकत, ना मला आग जाळू शकत. शरीर कापलं जाईल, मी नाही कापला जाणार. अर्जुन तूही नाही कापला जाणार. शरीरच कापलं जाईल. हे जे युद्धाच्या मैदानात येऊन उभे राहिलेले लोक आहेत त्यांचे लाकडाचे देह कापले जातील, अग्नी नाही कापला जात.

'जैसे बाढी काष्ठ ही काटे अगनि न काटे कोई ।
सब घट अंतर तू ही व्यापक, धरे सरूपे सोई ।
निर्भय भया कुछ नही व्यापै, कहै कबीर दिवाना ।'

आणि जेव्हा तुम्हाला दिसतं की आतली ज्योत अखंड आहे, आतले प्राण शाश्वत सनातन आहेत. दिवा नष्ट होईल, ज्योत नाही नष्ट होणार. शरीर मरेल, अशरीरी कायम राहील. तुमची सीमा हरवून जाईल, लाटेची सीमा येईल पण लाटेमध्ये लपलेला सागर कायमचा आहे... सदाचा आहे... सदाचा आहे.

ज्यानं हे ओळखलं, ज्याला या आत लपलेल्या अग्नीची थोडी तरी झलक मिळाली, त्याचं भय नष्ट झालं. मृत्यूला आलिंगन देईल तो स्वतःच. तो मृत्यूला घरी बोलावून आणेल, ये म्हणून. कारण लाकूडच कापलं जाणार आहे, शरीरच नष्ट होणार आहे, आता मी नष्ट होणं शिल्लक नाही. मृत्यू जेव्हा त्याला आलिंगन देईल तेव्हाही त्याला अमृताचाच अनुभव येईल. मृत्यूच्या क्षणीही अमृताची रसधाराच बरसत राहील. त्या अमृताला कोणी हिरावून घेऊ शकत नाही.

जीवन अजस्र अखंड गंगा आहे. ती वाहातच राहते. घाट बदलतात, तीर्थयात्री बदलतात, किनाऱ्यावर मंदिरं बनतात, कोसळतात, अवशेष शिल्लक राहतात. तुम्ही स्वतःला वेगळे करून पाहाल, भयभीत राहाल. तुम्ही त्या एकाशी एकरूप समजाल स्वतःला, अभय निर्माण होईल.

अभय म्हणजे ब्रह्मानुभवाचं प्रतिबिंब आहे आणि ब्रह्माच्या अनुभवाशिवाय अभय कधी निर्माण होत नाही. तुम्ही कितीही घोषणा करा आपल्या निर्भय होण्याची, तुम्ही घाबरलेलेच असता. भित्र्या माणसासारखे तुम्ही आतमध्ये भीतीने कापत आहात. तुम्ही कितीही खड्ग, कृपाण हातात ठेवा, तुमच्या भीतीनंच ती शस्त्रं अस्तित्वात आहेत.

जसं तुम्हाला कळेल की मृत्यू नष्ट करत नाही, काहीच नष्ट करत नाही,

जीवन कसं नष्ट होऊ शकेल? जे आहे, ते आहे. ते 'नाही' कसं होऊ शकेल? रूप नष्ट होतं. रूप येतं, जातं. नावं बदलतात. सत्ता तशीच राहते.

> *'हम तो एक एक करि जाना ।*
> *निर्भय भया कछु नही व्यापै, कहै कबीर दिवाना ।'*

आज इतकंच.

ओशो – एक परिचय

आपल्यासारख्या भेदाभेद करणाऱ्या माणसांसाठी 'अर्थपूर्ण जाणीव' किंवा 'समजूत' म्हणू या हवं तर, पण तो अर्थबोध करून देण्याचं ओशोंचं मोठं योगदान आहे. ओशोंमध्ये एक गूढवादी तसंच एक वैज्ञानिकही आहे. त्यामुळे एक क्रांतिकारी म्हणता येईल, असं चैतन्य त्यांच्या अस्तित्वात आहे. म्हणूनच जीवनाचा नवीन मार्ग शोधण्याच्या निव्वळ गरजेसाठी 'सजग माणूसकी'ची गरज आहे, हे त्यांनी वारंवार जाणवून दिलंय. तीच त्यांची तीव्र इच्छा आहे.

या सुंदर आणि अलौकिक अशा पृथ्वीतलावर आपण आपल्या रोजच्या जगण्यात गतकाळानुसार सतत भीतीच्या छायेखाली वावरत असतोच.

प्रत्येकानं स्वत: बदलत राहणं, मग आपण सर्वांनी बदलत राहणं हा त्यांचा प्रमुख मुद्दा आहे. 'आपण सर्वांनी' म्हणजेच आपला समाज, आपली संस्कृती, आपल्या श्रद्धा एकूणच आपलं सर्व जग हे बदलणं आलं. त्या सर्व बदलाचं प्रवेशद्वार म्हणजे – ध्यान! मेडिटेशन!

आधुनिक जीवनपद्धतीतली अस्वस्थता जेव्हा हळूहळू शांत होत जाईल, तेव्हा प्रत्यक्ष कृती आपोआपच शांततेनं फक्त ऐकून घेण्याच्या मन:स्थितीत विरघळून जाईल. खऱ्याखुऱ्या 'मेडिटेशन'च्या आरंभाची ही एक गुरुकिल्लीच असणार आहे. या दुसऱ्या पायरीसाठी आधार म्हणून ओशोंनी नीट ऐकून घेण्याच्या प्राचीन कौशल्याचं सूक्ष्म पद्धतशीर भाषणांमध्ये रूपांतर केलं आहे. इथं 'शब्द' म्हणजे संगीत बनतं. ऐकणारा

जे काही ऐकतो, त्यातून जागरूकतेची अनुभूती घेतो. या सगळ्या नाजूक घडामोडींमध्ये शांतता जसजशी वाढू लागते, तसतसं पटकन मनापर्यंत पोहोचेल अशा गोष्टी ऐकण्याची गरज असते. ती गरज एखाद्या जादूप्रमाणे पूर्ण होते. नेहमीप्रमाणे मनाचे इतर अडथळे दूर होतात आणि सुंदर जादूमय घडामोडी घडू लागतात.'

लंडनच्या 'संडे टाइम्स'नं विसाव्या शतकातल्या जग बदलून टाकणाऱ्या एक हजार व्यक्तींमध्ये त्यांची गणना केलेली आहे. टॉम रॉबिन्स या अमेरिकन लेखकानं तर त्यांना 'जिझस ख्राईस्ट' नंतरचं सर्वांत 'खतरनाक' व्यक्तिमत्त्व असं बिरुद त्यांना बहाल केलंय. भारताचं भाग्य बदलवणाऱ्या गांधी, नेहरू आणि बुद्ध यांच्या बरोबरीनं भारतातील 'संडे-मिडडे'नं त्यांचा गौरव केला आहे.

आपल्या कार्याविषयी ते म्हणतात,'नवीन आधुनिक मनुष्याच्या जन्मासाठी मी 'भूमी' तयार करतो आहे.' या नवीन मनुष्याला ते 'झोरबा द बुद्ध' म्हणतात. झोरबा अशा की, ज्यामध्ये पृथ्वीवरची सर्व सुखं उपभोगण्याची क्षमता असेल, तसंच बुद्धांची शांत, सौम्य अशी प्रवृत्ती असेल. ओशोंच्या सर्वांगीण विचारांमध्ये जीवन-दर्शनाचा एक झुळझुळता प्रवाह आहे. त्यामध्ये पूर्वेकडची कालातीत असलेली प्रज्ञा आणि पश्चिमेकडचं विज्ञान, तसंच तंत्रज्ञानाच्या सर्वोच्च शक्यतांचा समावेश आहे.

आंतरिक परिवर्तनाच्या शास्त्रात 'ओशो' म्हणजे क्रांतिकारी उपदेशासाठी उत्तम पर्याय आहेत. तसंच ध्यानाच्या विविध पद्धतीचे प्रसारक आहेत. आत्ताच्या आधुनिक वेगवान जीवनशैलीला अनुसरून या पद्धती त्यांनी निर्माण केल्या आहेत.

सक्रिय ध्यानपद्धती अशापद्धतीनं तयार केलीय की, त्यामध्ये शरीर आणि मन या दोन्हीमध्ये एकत्रितपणे ताणतणावांचा निचरा होऊ शकेल आणि रोजच्या जीवनात सहज स्थिर मनोवृत्ती प्राप्त होऊ शकेल आणि गाढ शांतीचा अनुभव येईल.

ओशो हे कोणत्याच अवकाशात मावणारे नाहीत. माणसाच्या व्यक्तिगत शोधापासून ते समाजातल्या सर्व सामाजिक तसंच राजकीय प्रश्नांवर प्रकाश टाकणारी अशी त्यांची प्रवचनं आहेत. ओशोंनी स्वतःही पुस्तकं लिहिलेली नाहीत. जागतिक स्तरावर सर्व श्रोत्यांसमोर दिलेल्या प्रवचनांच्या ऑडिओ व्हिडीओच्या वार्तांकनांचं संकलन म्हणजे त्यांची पुस्तकं आहेत. ते म्हणतात ''मी जे काही सांगतो ते केवळ तुमच्यासाठीच नसून भविष्यातल्या पिढींसाठी सांगत असतो.

ओशोंची दोन आत्मकथात्मक पुस्तकं याप्रमाणे.

१) 'ऑटोबायोग्राफी ऑफ ए स्पिरिच्युअली इनकरेक्ट मिस्टीक', सेंट मार्टिस प्रेस, यूएसए.

२) 'ग्लिम्प्सेस ऑफ ए गोल्डन चाइल्डहूड', ओशो मीडिया इंटरनॅशनल, पुणे, भारत.

♦

ओशो इंटरनॅशनल मेडिटेशन रिझॉर्ट

शंभरपेक्षाही जास्त अशा निरनिराळ्या देशांमधून हजारो पर्यटक दरवर्षी या रिसॉर्टला भेट देतात. इथला अनुपम असा परिसर उत्साहानं परिपूर्ण, शांत-निवांत असा असून काहीतरी सर्जनात्मक असं नवीन जीवन जगण्याविषयी प्रेरणा देणारा आहे. संपूर्ण वर्षभर चोवीस तास चालणारे निरनिराळे उपक्रम इथे आहेत. अर्थात काहीही न करता नुसतं शांत बसणं, हाही त्यातलाच एक भाग!

इथल्या सर्व कार्यक्रमांच्या रचनेत ओशोंच्या 'झोरबा द बुद्ध'ची आंतरदृष्टी समाविष्ट आहे. यामध्ये एका नवीन मनुष्याचा नवीन ढंग आहे. जो माणूस रोजचं दैनंदिन जीवन सर्जनात्मक पद्धतीनं जगूनसुद्धा मौन तसंच ध्यानामध्ये मग्न होण्याची क्षमता राखतो.

ठिकाण : मुंबईपासून शंभर मैलावर दक्षिणपूर्वेला असलेल्या संपन्न अशा आधुनिक पुणे शहरात सुट्टी घालवण्याचं एक सुरेख असं स्थान म्हणजे, 'ओशो इंटरनॅशनल मेडिटेशन रिसॉर्ट!'' घनदाट झाडीमध्ये लपलेलं हे रिसॉर्ट सर्वांपेक्षा वेगळं असून अठ्ठावीस एकराच्या बगिचामध्ये पसरलेलं आहे.

इथली कार्यक्रमपद्धती :

ध्यान : दिवसभर चालणाऱ्या ध्यान कार्यक्रमांमध्ये सक्रिय तसंच निष्क्रिय, परंपरागत तसंच क्रांतिकारक, खासकरून 'ओशो डायनॅमिक मेडिटेशन'पद्धतीनुसार, प्रत्येक व्यक्तीनुसार अनेक ध्यानपद्धती उपलब्ध आहेत. या सर्व ध्यानपद्धती जगातल्या सर्वांत भव्य अशा 'ओशो ऑडिटोरियम' ध्यान सभामंडपात पार पाडल्या जातात.

विविधता : इथल्या विविध व्यक्तिगत सेशन्समध्ये, शिबिरात सर्जनशील अशा कलांपासून ते संपूर्ण स्वास्थ्यापर्यंत, तसंच व्यक्तिगत परिवर्तन, व्यक्तिगत संबंध,

जीवनातील अग्रक्रम, कार्यध्यान, गुह्यविज्ञान, खेळ, मनोरंजन या सर्व गोष्टीत अगदी 'झेन पद्धती'चा सुद्धा समावेश आहे. इथल्या (मल्टिव्हर्सिटी) विविध गोष्टींच्या यशाचं रहस्य म्हणजे इथले सर्वप्रकार पूर्णपणे ध्यानाशी जोडलेले आहेत. त्यामुळे इथल्या माणसांमध्ये हा विचार घट्टपणे रुजवला जातो की, 'मनुष्य म्हणजे फक्त शरीराशी निगडीत नसून त्यापलीकडेही खूप आहे.'

बाशो स्पा : हिरव्यागार झाडांच्या सान्निध्यात, मोकळ्या हवेत असलेला भव्य असा, पाण्यात मनसोक्त तरंगण्याचा आनंद देणारा जलतरण तलाव म्हणजे मोठं आकर्षण आहे. वैशिष्ट्यपूर्ण तयार केलेली मोठी झकूझी, सौना, जीम, टेनिसकोर्ट या सर्वांचा समावेश इथे केलेला आहे.

भोजन : निरनिराळ्या पद्धतींनी बनवलं जाणारं इथलं स्वादिष्ट भोजन पूर्णपणे शाकाहारी असून ते पाश्चात्त्य तसंच आशियाई ढंगामध्ये उपलब्ध आहे. मेडिटेशन रिसॉर्टसाठी विशेषत्वानं लागवड केलेल्या सेंद्रिय भाज्याच इथं वापरल्या जातात. ब्रेड आणि केक रिसॉर्टच्या स्वत:च्याच बेकरीत बनवले जातात.

संध्याकाळचे कार्यक्रम : या कार्यक्रमांची यादी तर खूप मोठी आहे. पण सर्वांत पहिल्या स्थानावर आहे नृत्य! इतर कार्यक्रमात चांदण्यारात्रीतलं ध्यान, विविध मनोरंजक कार्यक्रम, संगीताचे कार्यक्रम तसंच रोजच्या जीवनासाठी ध्यान हे सम्मिलित आहे.

याव्यतिरीक्त प्लाझा कॅफेमध्ये मित्र-परिवारा बरोबर गाठीभेटी तसंच रात्रीच्या शांतवेळी या परिकथेसारख्या वाटणाऱ्या वातावरणात भटकण्याचा आनंदही घेऊ शकतो.

सोयी : रोजच्या उपयोगाच्या वस्तू आपण रिसॉर्टच्या दुकानांमधून खरेदी करू शकता. मल्टिमीडिया सभागृहात ओशोंची सर्व 'मीडिया' सामुग्री मिळू शकते. बँक ट्रॅव्हल एजन्सी तसंच सायबरकॅफेची सोयही इथे आहे. खरेदीची आवड असणाऱ्यांना पुण्यामध्ये भरपूर गोष्टी उपलब्ध आहेत. अगदी पारंपरिक भारतीय वस्तुंपासून ते आंतरराष्ट्रीय बँडपर्यंतची सर्व दुकाने आहेत.

राहाण्यासाठी : ओशो गेस्टहाउसमध्ये एखादी छानशी खोली मिळू शकते. खूप दिवस राहायचं असेल, तर 'लिव्हिंग-इन'चं पॅकेज घेऊ शकता. याव्यतिरिक्त आसपास बरीच चांगली हॉटेल्स आणि सर्व्हिस्ड अपार्टमेंट सुद्धा आहेत.

www.OSHO.com/meditationresort
www.OSHO.com/guesthouse
www.OSHO.com/livingin

अधिक माहितीसाठी

सध्या सोशल नेटवर्किंगद्वारा संपूर्ण माहिती मिळू शकते. हे माध्यम फक्त तरुण वर्गच वापरतो असं नाही. काळ बदलतोय तसंच आम्हीही बदलतोय.

* विविध वेबसाइट – www.OSHO.com

* हिंदीसाठी – www.OSHO.com/hindi

* ओशो लायब्ररीमध्ये आपल्या आवडत्या विषयांसाठी
  www.OSHO.com/library
  www.OSHO.com/library-hindi

* संपूर्ण ओशो ध्यानपद्धती आणि संबंधित संगीतासाठी
  www.OSHO.com/Meditation

* ओशोंचं संपूर्ण हिंदी-इंग्रजी साहित्य आणि इ-बुक्ससाठी
  www.OSHO.com/shop
  www.OSHO.com/shop-hindi
  www.OSHO.com/ebooks

* ऑडिओ प्रवचनांसाठी MP3 व इतर
  www.OSHO.com/hindiAudiobooks

* रिझॉर्टला येण्यासाठी माहितीखातर
  www.OSHO.com/MeditationResort

* ओशो इंटरनॅशनल न्यूजलेटरच्या मोफत सदस्यत्वासाठी
  www.OSHO.com/newsletters
  www.OSHO.com/hindinewsletters

* ओशो टॅराकार्ड ऑनलाइन वाचनासाठी
  www.OSHO.com/tarot

* ओशो हिंदी रेडिओसाठी पाहा.
  www.OSHOtalks.info
  radiohindi.OSHO.com

* इथल्या कार्यक्रमांसाठी, उत्सवांसाठी माहिती घेण्यासाठी
  www.facebook.com/OSHO.International

* विविध उपक्रम, कार्यक्रमांसाठी माहिती
  www.facebook.com/OSHO.International.Meditation.Resort

* ओशो व्हिडीओ चॅनल, कुठेही केव्हाही
  www.youtube.com/OSHO.International

* दिवसाची सुरुवात ओशोंच्या संदेशानं
  www.twitter.com/OSHOtimes

* या साइट्सवर रजिस्ट्रेशन तसंच ब्राउज करण्यासाठी थोडा वेळ काढा. ओशोंबद्दल भरपूर माहिती मिळेल.

* या व्यतिरिक्त आणखीनही निरनिराळ्या रोचक पद्धतीनं आपण शोधू शकता ज्यायोगे 'ओशोंना जगभरात' प्राप्त करता येईल.

■

ओशो का हिंदी साहित्य

उपनिषद
सर्वसार उपनिषद
कैवल्य उपनिषद
अध्यात्म उपनिषद
कठोपनिषद
ईशावास्य उपनिषद
निर्वाण उपनिषद
आत्म-पूजा उपनिषद
केनोपनिषद

महावीर
महावीर-वाणी (दो भागों में)
जिन-सूत्र (दो भागों में)
महावीर या महाविनाश
महावीर : मेरी दृष्टि में
ज्यों की त्यों धरि दीन्हीं चदरिया

कृष्ण
गीता-दर्शन
(आठ भागों में अठारह अध्याय)
कृष्ण-स्मृति

बुद्ध
एस धम्मो सनंतनो (बारह भागों में)

अष्टावक्र
अष्टावक्र महागीता (नौ भागों में)

लाओत्से
ताओ उपनिषद (छह भागों में)

च्वांगत्सु
संसार और मार्ग
सत्य असत्य

मीरा
मैंने राम रतन धन पायो
झुक आई बदरिया सावन की

जगजीवन
नाम सुमिर मन बावरे
अरी, मैं तो नाम के रंग छकी

कबीर
सुनो भई साधो
कस्तूरी कुंडल बसै
कहै कबीर दीवाना
मेरा मुझमे कुछ नही
गुंगे केरी सरकारा
क़है कबीर मैं पूरा पाया
होनी होय सो होय

शांडिल्य
अथातो भक्ति जिज्ञासा (दो भागों में)

दादू
सबै सयाने एक मत
पिव पिव लागी प्यास

पलटू
अजह्मचेत गंवार
सपना यह संसार
काहे होत अधीर

दरिया
कानों सुनी सो झूठ सब
अमी झरत बिगसत कंवल

सुंदरदास
हरि बोलौ हरि बोल
ज्योति से ज्योति जले

धरमदास
जस पनिहार धरे सिर गागर
का सोवै दिन रैन

मलूकदास
कन थोरे कांकर घने
रामदुवारे जो मरे

बाउल संत
प्रेम योग
आनंद योग

अन्य रहस्यदर्शी
भक्ति-सूत्र (नारद)
शिव-सूत्र (शिव)
भजगोविन्दम् मूढ़मते (आदिशंकराचार्य)
एक ओंकार सतनाम (नानक)
जगत तरैया भोर की (दयाबाई)
बिन घन परत फुहार (सहजोबाई)
नहीं सांझ नहीं भोर (चरणदास)
संतो, मगन भया मन मेरा (रज्जब)
कहै वाजिद पुकार (वाजिद)
मरौ हे जोगी मरौ (गोरख)
सहज-योग (सरहपा-तिलोपा)
बिरहिनी मंदिर दियना बार (यारी)

प्रेम-रंग-रस ओढ़ चदरिया (दूलन)
दरिया कहै सब्द निरबाना (दरियादास
बिहारवाले)
हंसा तो मोती चुगैं (लाल)
गुरु-परताप साध की संगति (भीखा)
मन ही पूजा मन ही धूप (रैदास)
झरत दसहुं दिस मोती (गुलाल)
अकथ कहानी प्रेम की (फरीद)

**झेन, सूफी और उपनिषद
की कहानियां**
बिन बाती बिन तेल
सहज समाधि भली
दीया तले अंधेरा
मनुष्य होने की कला
सदगुरु समर्पण
उस पथ के पथिक
अंतर्यात्रा के पथ पर

विचार-पत्र
क्रांति-बीज
पथ के प्रदीप

पत्र-संकलन
अंतर्वीणा
प्रेम की झील में अनुग्रह के फूल
ढाई आखर प्रेम का
पद घुंघरू बांध
प्रेम के फूल
प्रेम के स्वर
पाथेय

बोध-कथा
मिट्टी के दीये

ध्यान, साधना
ध्यान विज्ञान
ध्यानयोग : प्रथम और अंतिम मुक्ति
मैं कौन हूं
चित चकमक लागे नाहिं
समाधिके द्वार पर
तृषा गई एक बूंद से
तृषा गई एक बूंद से
जीवन सत्यकी खोज
माटी कहै कुम्हार सूं
माटी कहै कुम्हार सूं
जीवन रस गंगा
अमृत की दिशा
अमृत की दिशा
समाधि के तीन चरण

साधना-शिविर
साधना-पथ
साधना-पथ
अंतर्यात्रा
प्रभूकी पगडंडियां
साक्षी की साधना
साक्षी की साधना
साक्षी का बोध
मैं मृत्यु सिखाता हूं
जिन खोजा तिन पाइयां
समाधि के सप्त द्वार (ब्लावट्स्की)
साधना-सूत्र (मेबिल कॉलिन्स)
ध्यान-सूत्र
जीवन ही है प्रभु
असंभव क्रांति
ध्यान दर्शन
ध्यान के कमल

शून्य की नाव
शून्य के पार
सत्य की खोज
संभावनाओं की आहट
समाधि कमल
जो घर बारे आपना
प्रेम दर्शन
गिरह हमारा सुन्न में
अपने माहिं टटोल
जीवन संगीत
रोम-रोम रस पीजिए

योग
पतंजलि : योग-सूत्र (पांच भागों में)
योग : नये आयाम

तंत्र
संभोग से समाधि की ओर
संभोग से समाधि की ओर
युवक और यौन
क्रांती सूत्र
तंत्र-सूत्र (पांच भागों में)

राष्ट्रीय और सामाजिक समस्याएं
फिर अमरित की बूंद पड़ी
एक एक कदम
देख कबीरा रोया
देख कबीरा रोया
अस्वीकृति में उठा हाथ
भारत के जलते प्रश्न
समाजवाद से सावधान
समाजवाद अर्थात आत्मघात
स्वर्ण पाखी था जो कभी
नये समाज की खोज

नये समाज की खोज
नये भारत का जन्म
भारत का भविष्य

अंतरंग वार्ताएं

संबोधि के क्षण
प्रेम नदी के तीरा
सहज मिले अविनाशी
उपासना के क्षण
अनंत की पुकार

प्रश्नोत्तर

नहिं राम बिन ठांव
प्रेम-पंथ ऐसो कठिन
उत्सव आमार जाति, आनंद आमार गोत्र
मृत्योर्मा अमृतं गमय
प्रीतम छवि नैनन बसी
रहिमन धागा प्रेम का
उड़ियो पंख पसार
सुमिरन मेरा हरि करैं
पिय को खोजन मैं चली
साहेब मिल साहेब भये
जो बोलैं तो हरिकथा
बहुरि न ऐसा दांव
ज्यूं था त्यूं ठहराया
ज्यूं मछली बिन नीर
दीपक बारा नाम का
अनहद में बिसराम
लगन महूरत झूठ सब
सहज आसिकी नाहिं
पीवत रामरस लगी खुमारी
रामनाम जान्यो नहीं
सांच सांच सो सांच
आपुई गई हिराय
बहुतेरे हैं घाट
कोंपलें फिर फूट आईं
क्या सोवै तू बावरी
कहा कहूं उस देस की
पंथ प्रेम को अटपटो
फिर पत्तों की पांजेब बजी
मैं धार्मिकता सिखाता हूं, धर्म नहीं
ओशो उपनिषद
एक नई मनुष्यता का जन्म
भविष्य की आधारशिलाएं

विविध

अमृत-कण
अमृत वाणी
कुछ ज्योर्तिमय क्षण
नये संकेत
चेति सकै तो चेति
हसिबा, खेलिबा, धरिबा ध्यानम्
धर्म साधना के सूत्र
मैं कहता आंखन देखी
जीवन क्रांति के सूत्र
जीवन रहस्य
करुणा और क्रांति
विज्ञान, धर्म और कला
प्रभु मंदिर के द्वार पर
तमसो मा ज्योतिर्गमय
प्रेम है द्वार प्रभु का
अंतर की खोज
अमृत वर्षा
अमृत द्वार
एक नया द्वार
प्रेम गंगा
समुंद समाना बुंद में

सत्य की प्यास	शिक्षा में क्रांति
शून्य समाधि	गहरे पानी पैठ
व्यस्त जीवन में ईश्वर की खोज	ज्योतिष विज्ञान
अज्ञात की ओर	नव संन्यास क्या
धर्म और आनंद	सत्य का अन्वेषण
जीवन-दर्शन	सत्य का दर्शन
जीवन की खोज	घाट भुलाना बाट बिनु
क्या ईश्वर मर गया है	पथ की खोज
क्या मनुष्य एक यंत्र है	जीवन अलोक
नानक दुखिया सब संसार	जीवन की कला
नये मुनष्य का धर्म	जीवन क्रांती की दिशा
धर्म की यात्रा	जीवन गीत
स्वयं की सत्ता	मन का दर्पण
सुख और शांति	आंखों देखी सांच
नारी और क्रांति	आनंद की खोज
सम्यक शिक्षा	स्वर्णिम बचपन

ओशोंच्या साहित्यासंबंधी माहितीसाठी तसेच मागणीकरिता संपर्क :

ओशो मिडिया इंटरनॅशनल

१७ कोरेगाव पार्क, पुणे ४११००१ (महाराष्ट्र-भारत)

फोन नं. +९१ (२०) ६६०१९९८१

Email : distribution@osho.net

ओशोंच्या ऑडियो व्हिडियो प्रवचनांसंबंधी माहितीसाठी तसेच मागणीकरिता संपर्क :

ओशो मल्टिमीडिया ॲन्ड रिझॉर्ट्स प्रा. लि.

१७, कोरेगाव पार्क, पुणे ४११००१ (महाराष्ट्र-भारत)

फोन नं. +९१ (२०) ६६०१९९८१

Email : distribution@osho.net

श्रोत्यांसमोर प्रत्यक्ष दिलेल्या तत्कालीन प्रवचनांचा समावेश असणारी ही ओशोंची पुस्तकं आहेत. ओशोंची सर्व प्रवचनं, पुस्तकरूपात तसंच ऑडिओ रेकॉर्डिंगच्यारूपात उपलब्ध आहेत. ही रेकॉर्डिंग्ज तसंच पुस्तकं यांच्यासाठी www.OSHO.com/library या संकेतस्थळावर संपर्क साधता येईल.

नवी पहाट
ओशो

अनुवाद
प्रज्ञा ओक

या पुस्तकात सामान्य माणसांच्या आयुष्यातल्या अनेक प्रश्नांना, अत्यंत साध्या भाषेत, छोट्या छाट्या विनोदांचा आधार घेऊन त्यांनी उत्तरं दिलेली आहेत.

अनेक प्रकरणांमधले ओशोंचे विचार हे आत्ताच्या, विसाव्या-एकविसाव्या शतकातल्या विचारांच्याही कितीतरी पुढचे विचार आहेत. त्यांतली काही विधानं आज तंतोतंत खरी झालेली पाहायला मिळतात.

आपलं रोजचं जीवन, पुनर्जन्म, ध्यानधारणा, स्वत:तला अहंकार, इ. गोष्टींवरची प्रकरणं आवर्जून वाचावीत, अशी आहेत.

'आधुनिक माणसाची' विशिष्ट कल्पना त्यांनी मांडली आहे. ती मांडताना समाजातल्या काही विशिष्ट परंपरा, मनोधारणा, रूढी, मनावरचा पगडा आणि परंपरेनं घट्ट रुतलेल्या समजुती यांतले उघड उघड दिसणारे दोष अत्यंत सडेतोडपणानं आणि निखळ प्रांजळपणानं ओशोंनी आपल्या समोर ठेवलेले दिसतात... त्यांचे शिष्य असो, अनुयायी असो किंवा सामान्य वाचक असो, कोणत्याही थरातल्या माणसाला या 'आधुनिक माणसाची' त्यांनी मांडलेली कल्पना निश्चितच अंतर्मुख करील, यात शंका नाही. प्रत्येक वाचकानं स्वत:ला चाचपून, तपासून पाहावं आणि वागावं, अशी अपेक्षा ओशो करत नसले, तरीही हे पुस्तक वाचल्यानंतर या गोष्टी आपोआप घडतील, ही खात्री आहे.

मीरा एक वसंत आहे

ओशो

अनुवाद
स्वाती चांदोरकर

जेव्हा दु:खाचा भडिमार होतो तेव्हा सामान्य मनुष्य ईश्वराला दोष देतो, वेठीला धरतो आणि मीरा मात्र ईश्वराचे आभार मानते. 'सर्व मोहपाशातून सुटका केलीस,' असं म्हणते. 'ईश्वराराधना व्हावी म्हणूनच अशी तजवीज केलीस.' असं म्हणते. ती ईश्वराराधनेत कधी रममाण होते, हे तिचं तिलाही कळत नाही. ईश्वराराधना म्हणजे फक्त कृष्णाची आराधना. पंचवीस हजार वर्षांपूर्वी अवतरलेल्या कृष्णावर ती पंचवीस हजार वर्षांनंतर स्वत:ला समर्पित करू शकते.

अशा भक्तीला नावं ठेवली जातात, कलंक लावला जातो, जीवे मारण्याचा यत्न केला जातो. तरीही प्रसन्नता, शांतता, सुमधुर हास्य विलसत राहतं. न पाहिलेल्या मीरेचं रूप नजरेसमोर तरळत राहतं. शिल्पकारांनी त्यांच्या कल्पनेनुसार घडवलेली मीरा नजरेसमोर येते आणि वाटून जातं, 'खचितच, मीरा अशीच दिसत असणार. शांत, सुंदर, जगाचं भान नसलेली, कृष्णमय झालेली.'